గుప్పిట జారే ఇసుక

జీలానీ బానూ కథలు

అనువాదం

మెహక్ హైదరాబాదీ

 నవచేతన పబ్లిషింగ్ హౌస్

GUPPITA JAARE ISUKA

Jeelani Bano's Selective Urdu Stories
- Telugu Translation : Mehak Hyderabadi

ప్రచురణ నెం. : 2015/134

ప్రతులు : 1000

ప్రథమ ముద్రణ : ఏప్రిల్, 2016

© అనువాదకుడు

వెల: ₹ 120/-

అనువాదకుని చిరునామా:
మోహక్ హైదరాబాదీ
ఫ్లాట్ నెం. 105, బ్లాక్ నెం.5ఏ, సీబీఆర్ ఎస్టేట్స్,
దీప్తిశ్రీనగర్ కాలనీ, మియాపూర్, హైదరాబాద్ - 500 049.
మొబైల్: 9000209209. E-mail: mehakhyderabadi9@gmail.com

ప్రతులకు:

నవచేతన పబ్లిషింగ్ హౌస్

గిరిప్రసాద్ భవన్, బండ్లగూడ (నాగోల్) జి.ఎస్.ఐ. (పోస్ట్)
హైదరాబాద్ - 068. తెలంగాణ. ఫోన్స్: 24224453/54.
E-mail : navachethanaph@gmail.com

నవచేతన బుక్ హౌస్

ఆబిడ్స్, సుల్తాన్‌బజార్, యూసఫ్‌గూడ, కూకట్‌పల్లి, బండ్లగూడ(నాగోల్) హైదరాబాద్.
హన్మకొండ, కరీంనగర్, నల్లగొండ, ఖమ్మం.

ప్రజాశక్తి బుక్ హౌస్ (అన్ని బ్రాంచిలలో)
నవతెలంగాణ బుక్ హౌస్ (అన్ని బ్రాంచిలలో)

ముద్రణ : **నవచేతన ప్రింటింగ్ ప్రెస్**, హైదరాబాద్.

ఉర్దూ నేర్చుకొమ్మని
ప్రోత్సహించిన
నాన్న
వేంకటేశ్వర్లు గారి
దివ్యస్మృతికి
ఈ పుస్తకం

అంకితం...

నా మాట

ఇరవయ్యేళ్ల నాటి మాట. ఉర్దూ నేర్చుకునే క్రమంలో హైదరాబాద్ పంజగుట్టలోని ఇదారే అదబియాతే ఉర్దూ కార్యాలయానికి తరచుగా వెళ్లే రోజుల్లో, గోడకు తగిలించి ఉన్న ఆ సంస్థ వ్యవస్థాపకుడు, ప్రముఖ షాయిర్, సాహితీవేత్త డాక్టర్ సయ్యద్ మొహియుద్దీన్ ఖాద్రీ 'జోర్' సాహెబ్(1905-62) ఫొటో, దాని కింద ఆయన షేర్ చూడచక్కని క్యాలీగ్రాఫ్‌లో దర్శనమిచ్చేది. ఆ షేర్ నాలో అనేక ఆలోచనలు రేకెత్తించింది. ఉర్దూ నేర్చుకున్నందుకు జీవితంలో సార్థకమయ్యే మంచి పని చేసేలా నాలో ఒక గట్టి సంకల్పం కలిగించడమే కాక, ఆ దిశగా పనిచేయడానికి నాకు గొప్ప ప్రేరణనిచ్చింది. ఆ 'ఐవానే ఉర్దూ'లోకి అడుగిడితే పలకరించే షేర్ ఇదే....

'హాత్ సే భీ మరేంగే నహీఁ 'జోర్' హమ్
జిందగీ మే జో కుఛ్ కామ్ కర్ జాయేంగే'

ఉర్దూతో 1994లో నాకు మొదలైన అనుబంధం ఈ కథల సంపుటిని తర్జుమా చేసి మీ ముందు ఉంచే దాకా వచ్చింది. హైదరాబాద్‌లోని రిటైర్డు పోలీసాఫీసరు దివంగత ఎంఏ మాల్వేగారు నాకు ఉర్దూలో అక్షరాభ్యాసం చేయించగా, లబ్ధప్రతిష్ఠులైన షాయిర్ రెహ్మాన్ జామీ సాహెబ్ నాకు గజల్ గమకాలు, దాని నడకలు నేర్పారు. వీరిద్దరికీ కృతజ్ఞతలు.

గత కొన్నేళ్లుగా 'సియాసత్', 'మున్సిఫ్' దినపత్రికల్లో ప్రసిద్ధులు రాసిన కొన్ని ముఖ్యమైన వ్యాసాలను తెలుగులోకి అనువదించాను. మాజీ ప్రధాని ఐకే గుజ్రాల్, సాహితీవేత్త రాజ్‌బహాదూర్ గౌర్, మౌలానా వహీదుద్దీన్ ఖాన్, ఇస్మత్ ముజఫరీ, జఫర్ ఆగా వంటి ప్రముఖులు రాసిన వ్యాసాలనూ, పాకిస్థాన్

మాజీ సైనికపాలకుడు పర్వేజ్ ముషర్రఫ్ తిరుగుబాటు నేపథ్యంలో పాక్ ఉర్దూ పత్రిక 'జంగ్' రాసిన సంపాదకీయాన్నీ 'వార్త' కోసం అనువదించాను. ఈ క్రమంలో 'సియాసత్' పత్రిక ప్రసిద్ధ ఉర్దూ రచయిత్రి జీలానీ బానూ కథ 'ముజ్రిమ్'ను 2002 ఏప్రిల్‌లో ప్రచురించినప్పుడు, దాన్ని 'అపరాధి' పేరుతో తెలుగులోకి తెచ్చాను. అప్పుడది సాహసమే. అడుగులేసే వయసులో పరుగెత్తా. పాత్రికేయ వృత్తిపరమైన ఒత్తిళ్లతో చాలా కాలం కథల జోలికి పోలే. దశాబ్ద కాలం విరామం తర్వాత మళ్లీ జీలానీ బానూగారి కథలపై దృష్టి పెట్టి కొన్నింటిని తెలుగులోకి తెచ్చా. 'సాక్షి' దినపత్రికలో 'రాస్తా బంద్ హై' (ఈ దారి ఎక్కడికి?), 'ఉసే కిస్నే మారా'(ఆమెను చంపిందెవరు?), పాలపిట్ట మాసపత్రికలో 'అబ్బాస్ నే కహా' (అబ్బాస్ అన), విపుల మాసపత్రికలో 'ఏక్ దోస్త్ కీ జరూరత్ హై'(స్నేహితుడు కావలెను) కథలు వచ్చాయి. ఆయా పత్రికల యాజమాన్యాలకు కృతజ్ఞతలు. జీలానీ బానూ గారి కథలను కొన్నింటిని గతంలో దాశరథి రంగాచార్యగారు అనువదించి వున్నందున, ఆ తర్వాత ఆమె రాసిన వాటిలో కొన్నింటిని ఎంపిక చేసి తెలుగులో ఒక పుస్తకం రూపంలో తీసుకురావాలన్న ఆలోచన కలిగింది. దీనికి అనుమతి ఇచ్చిన జీలానీ బానూగారికి కృతజ్ఞతలు.

ఇందులో 'ఏక్ దోస్త్ కీ జరూరత్ హై'(స్నేహితుడు కావలెను),'ఉసే కిస్నే మారా'(ఆమెను చంపిందెవరు?), జన్నత్ కీ తలాష్(స్వర్గానికి నిచ్చెన), ముజ్రిమ్(అపరాధి), రాస్తా బంద్ హై(ఈ దారి ఎక్కడికి?) కథలకు తెలంగాణ సొబగులద్దిన నా చిరకాల మిత్రుడు తెలిదేవర భానుమూర్తికి కృతజ్ఞతలు. అదేవిధంగా నర్సయ్యకీ బౌలీ(నర్సయ్య బావి) నిజానికి టీవీ నాటిక. దానికి కథారూపమిచ్చాను. దీనిలోని సంభాషణలు తెలంగాణ మాండలికంలోకి మార్చిన దోస్తు దండ శ్యామ్‌సుందర్‌రెడ్డికి కృతజ్ఞతలు. నా మూలప్రతిని ఆసాంతం పరిశీలించి భాష, శైలి విషయంలో ఎంతో వేల్యూ ఎడిషన్ చేసిన నా ఆత్మీయుడు మందలపర్తి కిషోర్ కృషి మరువలేనిది. ఈ సంపుటిలో కథల ఎంపిక దగ్గర నుంచీ ప్రచురణదాకా ప్రతి దశలో ప్రత్యేక శ్రద్ధ కనబరిచి, దీన్ని తన సొంత ప్రాజెక్టుగా భావించి సహాయ,సహకారాలు అందించినందుకు ఆయనకు సర్వదా కృతజ్ఞుడిని.

ఈ కథల అనువాదంలో కఠిన ఉర్దూ పదాలకూ, దక్కనీ నుడికారానికీ అర్థాలు తెలియజెప్పడంలో నాకు అనేకమంది తోడ్పాటు అందించారు. ముఖ్యంగా హైదరాబాద్ మదీనాగూడాలోని మదర్సా ఇస్లామియా గుల్జారే మదీనా సద్ర్ ముదర్రిస్ సయ్యద్ అమ్జద్ మొహియుద్దీన్, హిందీ మిలాప్ దినపత్రిక బ్యూరో చీఫ్, కవి ఎఫ్ఎం సలీమ్, ఈ కథలను అనువదించే స్థాయికి చేరుకోడానికి చేయూతనిచ్చిన సాహితీవేత్తలు, ఉర్దూ జర్నలిస్టు మిత్రులందరికీ పేరుపేరునా కృతజ్ఞతలు. ఈ పుస్తకాన్ని అందంగా ముద్రించి మీ చేతుల్లో ఉంచిన ప్రచురణకర్తలు **'నవచేతన పబ్లిషింగ్ హౌస్'కూ,** మిత్రులు ఆ సంస్థ ఎగ్జిక్యూటివ్ ఎడిటర్ **ఎన్. మధుకర్** గారికి ధన్యవాదాలు. జీలానీ బానూగారి ఫొటో అందించిన మిత్రుడు, నమస్తే తెలంగాణ పత్రిక చీఫ్ ఫొటోగ్రాఫర్ అనుమల్ల గంగాధర్‌కు థ్యాంక్స్. వీటన్నింటికీ మించి... ఇంటి బాధ్యతలు గాలికొదిలి ఉర్దూ ధ్యాసలో పడ్డ నాకు ఈ ప్రాజెక్టు విజయవంతం కావడంలో నా భార్య అన్నపూర్ణ అందించిన సహకారం ఎంత చెప్పినా తక్కువే అవుతుంది.

హైదరాబాద్
18-3-2016

- మెహక్ హైదరాబాదీ

కథాక్రమం

దర్శనం

అది ఏడంతస్తుల మేడ. గ్రౌండ్ ఫ్లోర్‌లో చిన్న గుడి ఉంది. కొందరు భక్తులు భజనలు చేస్తున్నారు. మద్దెల దరువులకు తాళం వేస్తూ భక్తి పాటలతో హోరెత్తిపోతోంది. ఆడాళ్లూ, మగాళ్లూ అపస్వరాలతో సినీ ట్యూన్లలో భజన పాటలు పాడేస్తున్నారు.

'హే....కృష్ణా....ముకుందా.....మురారీ'

'నీ దర్శన భాగ్యమెపుడు స్వామీ?'

అదే సమయంలో రోడ్డుమీద పెద్ద గొడవ జరుగుతోంది. ఆ గలాటాలో భజన అస్సలు వినపడ్డం లేదు.

'కొట్టు....కొట్టు....చంపేయ్....అంటించేయ్.....నాశనం చేయ్....' బయట గొడవ వినపడకుండా చేసేందుకు భజనచేసే మగాళ్లు ఇంకా పెద్దపెట్టున అరుస్తున్నారు.

దర్శనమెపుడు ఇస్తావో చెప్పు స్వామీ?

బయట నుంచి శవాలు కాలుతున్న భరించలేని దుర్వాసన వస్తోంది. అది గుళ్లోకి రాకుండా ఉండేందుకు అడాళ్లు అగరొత్తులు వెలిగించారు. దాంతో అక్కడ అంతా దట్టమైన పొగ కమ్మేసింది.

గుళ్లో

ఏ గుళ్లో....?

ప్రతి గుళ్లో

ఒకప్పుడు అన్ని గుళ్లల్లోనూ దేవుడుండేవాడు. పూజలు చేసే భక్తులను కరుణించేవాడు. తెలతెలవారుతుండగా ప్రార్థించేవారికి సూర్యభగవానుడు తన కిరణాలతో దర్శనమిచ్చేవాడు. ఆ ఎత్తయిన కొండలపై అనేక గుళ్లూ, గోపురాలూ ఉన్నాయ్. ఈ గుళ్లన్నీ చాలా కాలం క్రితం కట్టినవే.

ఓం నమో భగవతే వాసుదేవాయ.

ఓం నమో వెంకటేశ్వరాయనమః

ఓం నమో నారాయణాయనమః

జనాలు గొప్ప తాదాత్మ్యంతో భజనపాటలు పాడుతూ మధ్యమధ్యలో పెద్దపెట్టున అరుస్తున్నారు. గొంతు పగిలేలా దేవుడికి 'జైబోలో' చెపుతున్నారు. కొంతమంది భక్తి పారవశ్యంతో ఊగిపోతూ ఆనందం పట్టలేక మద్దెల దరువుకి తగ్గట్టు చిందులేస్తున్నారు.

'హే....మోహనరూపా! మాకు నీ దర్శనభాగ్యం ఎపుడు కలిగిస్తావు? ఒకసారి నిద్రలేచి కళ్లు తెరిచి చూడు స్వామీ, నడిరోడ్లపై ఎలాంటి హాహాకారాలు మిన్నంటుతున్నాయో చూడు స్వామీ!' ఈ లోకంలోని రావణులంతా ఏకమై ఈ ప్రపంచాన్నే బుగ్గి చేస్తున్నారు. జనాలు ప్రాణాలరచేత పట్టుకుని నిలువనీడ కోసం తలోదిక్కు పారిపోతున్నారు. రోడ్లపై ఎక్కడ చూసినా ఈ దృశ్యాలే కనిపిస్తున్నాయి.

కొట్టు... చంపేయ్....అంటించేయ్.... నాశనం చేయ్....

జనాలు? ఇంతకీ ఎవరీ జనాలు అనుకుంటున్నారా?

పాపం రోజూ రోడ్లపై ఏదో కారణంగా కాల్పుల్లో చచ్చిపోతుంటారే, వారే వీళ్లంతా! వీళ్లంతా హత్యలకు బలైపోతుంటారు. వీరిని మతం పేరుతో చంపేయడం, అధికారాన్ని అడ్డుపెట్టుకుని ఉరేయడం, చట్టాలతో అణచేయడం తప్పేమీకాదని ఈ ప్రపంచంలో చాలామంది అనుకుంటారు. పాపం, ఇలాంటివాళ్ల కోసం కాలనీలోని మిస్ రాషిద్ చందాలు పోగేయడానికి ఎపుడూ ఫుల్‌గా మేకప్ కొట్టుకుని రెడీ అయిపోతూ వుంటుంది.

ఇంతకీ ఈవిడగారెవరో తెలుసా?

ఆమె సిటీలోని పాష్ ఏరియాలో ఎంతో అందమైన, సూపర్ లగ్జరీ ఫ్లాట్‌లో ఉంటుంది. సామాజిక కార్యకలాపాల్లో ఎపుడూ చాలా బిజీగా ఉంటుంది. కాలనీలో మతతత్వ వ్యతిరేక కమిటీ మెంబర్ కూడా. ఆమె భర్త పెద్ద బిజినెస్‌మేన్. సిటీలో మతగొడవలు జరిగితే చాలు, పరిస్థితి చల్లబడేదాక ఊరుకుని, తీరిగ్గా చందాలు పోగేయడం మొదలెడుతుంది. లేటెస్ట్ డిజైన్ చీరకట్టుకుని నీట్‌గా సింగారించుకుని బాధితుల నిధి వసూళ్ల పనిలో పడుతుంది. చౌరస్తాల్లో పెద్దపెద్ద మీటింగ్‌లు పెడుతుంది. అన్ని టీవీ చానల్స్ న్యూస్ బులిటెన్లలో తాను క్లోజప్‌లో అందంగా కనిపించాలి కాబట్టి మేకప్ చెదిరిపోకుండా చాలా జాగ్రత్తలు తీసుకుంటుంది మిస్ రాషిద్. ఆమధ్య మతఘర్షణలు జరిగినపుడు ఓ లిక్కర్ వ్యాపారి భార్య అందరికన్నా ఎక్కువ డబ్బు వసూలు చేసింది. పేపర్లలో, టీవీ న్యూస్‌లో తనకన్నా ఆమె పేరు పైన రావడం మిస్ రాషిద్ అస్సలు భరించలేకపోయింది. పట్టలేనంత ఉడుకుమోత్తనంతో ఆమెకు బీపీ పెరిగిపోయింది.

10 గుప్పిట జారే ఇసుక

'సరే, ఈసారి మత కలహాలు జరిగినప్పుడు, దేవుడు కరుణిస్తే, అందరికన్నా ఎక్కువ సొమ్ము వసూలు చేస్తా. అపుడు ప్రైమ్‌మినిస్టర్‌కు చెక్కు ఇస్తూ నవ్వుతూ ఫొటో దిగుతా. దానికి అన్ని టీవీ చానెల్స్‌లో బ్రహ్మాండంగా కవరేజ్ వస్తుంది.....' మిస్ రాషిద్ మనసులో ఊహించుకుంటోంది.

అంతలో సిటీలో కర్ఫ్యూ పెట్టనే పెట్టారు! రాషిద్ సాబ్ చాలా పవర్‌ఫుల్. సిటీలో మస్తు హవా నడిపిస్తాడు. ఎంత పవర్‌ఫుల్ అంటే, ఒక్క కాలనీయేం ఖర్మ మొత్తం నగరానికే నిప్పుపెట్టగల సమర్థుడు!

కర్ఫ్యూ!

ఈ మాట వింటే చాలు, మిస్ రాషిద్‌కు ప్రాణం లేచొస్తుంది. ఆమెకు అదో శృంగార పదబంధంలా వినిపిస్తుంది. అల్లర్లలో, మంటల్లో కాలిపోతున్న శవాల వాసన నలుమూలల నుంచి వ్యాపిస్తుంటే, మిస్ రాషిద్‌కు రోస్టు చికెన్ గుర్తుకొస్తుంది. ఎందుకంటే కర్ఫ్యూ పెట్టారంటే ఆమెకు చికెన్ తినడానికి అవకాశం లేకుండాపోతుంది మరి!

కర్ఫ్యూ పెట్టారంటే, ఆ ఇంట్లో హడావిడి మొదలయిపోతుంది. స్కూళ్లూ, ఆఫీసులూ అన్నీ బంద్! ఫ్రెండ్సంతా ఇంట్లో చేరి పేకాట మొదలెడతారు. ఇక మందూ, విందూ మామూలే. మధ్యమధ్యలో సిటీలో మతకలహాలపై రన్నింగ్ కామెంటరీ నడుస్తుంది.

'ఇగో, ఇన్నవా? ఫలాని కాలనీల ఇద్దరు పిల్లల్ని జంపేషిరు.......!'

'హ్హా.........హ్హా.........హ్హా............హ్హా..........షో...........'

'అరె బయ్......నాకియ్యాల కిస్మత్ కల్సొస్తలేదే.....'

'ఇగో.. పైసల్....తీస్కోర బయ్.....'

'తియ్.......వంద రూపాయల్.....'

'అన్నా.....ఇయ్యాల శానమంది సచ్చిపోతున్నరె. నా దమాకంత కరాబైతంది. వద్నే......ఫ్రిజ్‌ల ఇంకో బీరుబాటిలు ఉన్నద....'

ఇలాంటప్పుడు వాళ్ల మూడ్ చెడగొట్టడానికి పానకంలో పుడకలా హసన్ బానూ అక్కడికొస్తుంది.

ఇంతకీ ఆ హసన్ బానూ ఎవరో తెలుసా?

ఆమె మిస్ రాషిద్ ఫ్రెండ్. ఇంటి పక్కనే ఉంటుంది. కాలేజీలో హిస్టరీ లెక్చరర్. ఆమె మొగుడు కవి. అతని స్నేహితులంతా సన్నాసులే. గూండాలనూ, జులాయిలనూ, చెత్త రచయితలనూ, కవులుగా చెలామణీ అయ్యేవారినీ ఇంటికి పిలిచి బానూ దంపతులు వారికి దావతులిస్తుంటారు. ఇద్దరూ అస్తమానూ ఇంట్లో కూచుని ఏదో పుస్తకం తిరగేస్తూ

కాలక్షేపం చేస్తుంటారు. అయితే ప్రపంచంలో ఏ విషాదం జరిగినా, అది తమకే జరిగినట్లుగా గగ్గోలు పెడుతుంటారు.

'వాళ్లంతా నాస్తికులు. మతాన్ని నమ్మరు. నరకానికి పోతారు' మిస్ రాషిద్ తన పక్కింటివాళ్లతో అరుస్తూ చెపుతోంది.

'మా ఫోన్ కరాబయింది. జర ఎవరికైనా ఫోన్ చేషి కనుక్కోండి. ఇయ్యాల కాలనీల ఎన్ని మర్డర్లు జరిగినయో మీకేమైనా ఎరికెనా?' బాధతో హసన్ బానూ గుండె బరువెక్కింది. ఆమె ఆయాసపడుతోంది. కళ్లల్లో నీళ్లు తిరిగాయ్! జుట్టు చెల్లాచెదురయ్యింది. అపుడామె నైటీలో ఉంది. అల్లర్లలో పోయినవాళ్లంతా తన బంధువులేనన్నట్టు తెగ కుమిలిపోతోంది!

'ఇగో....చాయ్!' అంటూ హసన్ బానూ అందరికీ టీ ఇచ్చింది.

ఆమెను చూడగానే రాషిద్ హడలిపోయాడు. అతని నుదుటన చిరుచెమటలు పట్టాయ్. అప్పటిదాకా ఫ్రెండ్స్‌తో పేకాడుతున్న అతను గాభరాగా లేచి గబగబా బీరు బాటిళ్లూ, గ్లాసులూ కనబడకుండా అటూఇటూ దాచేశాడు. ఈ సాదా సీదా లెక్చరర్‌కే రాషిద్ ఎందుకంతగా భయపడిపోతాడో అతని భార్యకెప్పుడూ అర్థం కాదు? మిస్ రాషిద్‌కు ఈ విషయమై బాగా కోపం వస్తుంది.

'ఆ సుందరాంగిలో ఏముందని రాషిద్ పేక ముక్కలు ఒక్కసారి గిరవాటేసి ఆమె దగ్గరికి చేరిపోతాడు!'

అలసిపోయిన హసన్ బానూ రిలాక్స్‌డ్‌గా సోఫాలో కూచుని, చెదిరిన జుట్టుని రెండు చేతుల్తో వెనక్కి ముడేసుకుంది. ఇంతలో రాషిద్ సిగరెట్ పెట్టె తెచ్చాడు. హసన్ బానూకు సిగరెట్ ఆఫర్ చేసి, అంటించుకోడానికి ఆమె వైపు వంగాడు.

'స్మోక్ చేసే వాళ్లంటే నాకు ఎలర్జీ!' అప్పుడే అక్కడికొచ్చిన మిస్ రాషిద్ జేవురించిన మొహంతో అంది.

సిటీల మళ్లి గొడవలు షురూ ఐనయ్. ఈపారి పక్కాప్లాన్‌తో చేస్తున్నరట' హసన్‌బానూ గుండెల నిండా పొగ పీలుస్తూ అంది.

'మా ఇంట్ల మటనూ లేదు – బట్టరూ లేదు. విస్కీ కూడా కతమయింది' మిస్ రాషిద్ చాలా దిగాలు పడింది.

'వదినే, మీకేమైనా ప్రాబ్లెమ్స్ ఉన్నయా?' హసన్‌బానూ ఎంతో జాలిగా అడిగింది. మిస్ రాషిద్ నిట్టూర్చి ఊరుకుంది.

'రాషిద్‌సాబ్....అసల్ ముచ్చట ఏందంటే, దేవున్ని చేరుకోనికి ఇపుడు మతమే పెద్ద అడ్డంకయిపోయింది. దేవుని పేరు చెప్పి మనమంతా ఇపుడు మతాన్ని బద్నాం చేస్తున్నం' ఆమె రాషిద్ వైపు తిరిగి చెపుతోంది.

12 గుప్పిట జారే ఇసుక

'వీళ్లంతా నాస్తికులు, నాస్తికులు!' మిస్ రాషిద్ తప్పు చేసినట్లుగా చెంపలు వాయించుకుంది.

'అరె! ఏడ్నయిన పెదమనుషులు ఇట్ల కొట్లాడుకుంటరా? రోడ్లపై తిరిగే గుండగాల్లె ఇట్ల చిల్లర్ దందలు జేస్తరు' అంది మిస్ రాషిద్.

'పెద్ద మనుషులంటే ఎవులొదినె? మస్తుగ పైసలున్నోల్లేనా??' హసన్ బానూ, మిస్ రాషిద్‌ను అడిగింది. అక్కడితో ఆగలేదు. 'అవ్. కరెక్టుగ చెప్పినవ్ వదినే – పెద్ద మనుషులకు కొట్లాడుడు నచ్చది. గనీ కోళ్లు, పరిగ పిట్టల పందేలంటే మాత్రం మస్తు ఇష్టం!!'

* * *

'దేవుడా.....దర్శనమెపుడో చెప్పు స్వామీ'

పక్కింటివాళ్ల ట్రాన్సిస్టర్ అదేపనిగా వాగుతోంది.

'శ్యామ్! ఏడున్నవ్ బేటా, లోపటికి రా నయ్‌న!' అంటూ శ్యామ్ తల్లి గట్టిగా పిలిచింది. బస్తీ అంతా ఒకే టెన్షన్‌గా ఉంది. శ్యామ్ ఇంకా బయటే తిరుగుతుండడంతో ఆమె తల్లి కంగారుపడింది.

'మా దోస్తు తాహిర్ ఇంట్లె ఆడుకుంటున్ననమ్మా' తల్లి పిలుపు విని వచ్చిన శ్యామ్ విసుగు దాచిపెట్టి అన్నాడు.

'పట్నంల కొట్లాటలు షురు ఐనయి. పర్శాన్ పర్శాన్‌గున్నది. ముస్లింల ఇండ్లకు పోరాదని నీకెన్నిపార్లు చెప్పాలె బేటా?'

శ్యామ్ తల్లి – ఇంతకీ ఎవరీమె?

ప్రతి కాలనీలో......ప్రతి గల్లీలో.....ప్రతి బస్సులో.....ప్రతి చోట.....ఎక్కడపడితే అక్కడ శ్యామ్ తల్లి అందరికీ తప్పక కనిపిస్తూ ఉంటుంది. అందర్నీ అదేపనిగా అనుమానంగా చూస్తూ ఉంటుంది. ఎంత కష్టమైన పనైనా సులువుగా చేస్తుంది.

'కట్టుతప్పిన మ్లేచ్ఛులు మతాన్ని సర్వనాశనం చేశారిపుడు. హరిజనులమంటూ గుడుల్లోకి చొరబడిపోతుంటారు. ముస్లింలుగా మారి మనతోడి వాళ్లమేనంటూ చెప్పుకుంటారు. చెల్లెమ్మా ఈ ప్రపంచానికి చాలా పాడు రోజులు దాపురించాయమ్మా! ఓ భగవంతుడా! వాళ్లందర్నీ ఈ లోకం నుంచీ తీసుకుపో! దేవుడా! నీ దివ్యదర్శనం మాకెపుడు కలుగుతుందో చెప్పు స్వామీ?'

దేవుడ్ని పిలిచి పిలిచి పూజారి గొంతెండి పోయింది. జనాలంతా, పూజారితో గొంతు కలిపి భక్తి పారవశ్యంతో అరుస్తున్నారు. వాళ్ల గొంతులూ పొడిబారిపోతున్నాయి.

పూజారి – ఇంతకీ ఎవరా పూజారి?

గుడి సింహద్వారం దగ్గర నించుని, దేవుడి దర్శనం కోసం వచ్చేవాళ్లందర్నీ ఒకాయన జాగ్రత్తగా గమనిస్తూ అందర్నీ లోపలకు పంపిస్తాడే, ఆయనే పూజారి! ఆ వచ్చే భక్తుడు దళితుడా లేక బ్రాహ్మడా? మినిస్టరా లేక బిచ్చగాడా? అని శల్యపరీక్ష చేస్తుంటాడు. భక్తులంతా లైన్లో రావాలంటూ మాటిమాటికీ గట్టిగా నోరేసుకుని అరుస్తూంటాడు!

'నువ్వే లైన్లో నించుని దేవుడ్ని దర్శించుకోవాలనుకుంటున్నావ్. ఇది వంద రూపాయల టికెట్ క్యూ. ఈ లైన్లో చాలా త్వరగా దర్శనం అవుతుంది. ఇది పది రూపాయల క్యూ. భక్తుల మొరాలకించేందుకు దేవుడు ఏడు గంటల తర్వాత వారికి దర్శనమిస్తాడు' అంటూ గట్టిగా అరిచి చెప్తుంటాడు.

'హే కృష్ణా....ముకుందా....నీ దర్శనమెపుడో చెప్పు స్వామీ......!'

జనాలు బయట గొంతు పగిలేలా బిగ్గరగా అరుస్తున్నారు.

ఓం నమో నారాయణ....

ఓం నమశ్శివాయ.....

దేవుడు మౌనముద్ర దాల్చాడు. పూజారి మూడో కన్ను తెరిచి ఉగ్రుడై పోయాడు.

'మీపై దేవుడికి కోపమొచ్చింది. ఇక్కడి నుంచి వెళ్లిపొండి, పారిపొండి!'

'చంపేయ్!! నాశనం చెయ్!! అంటించెయ్!!' దేవుడిపేరు చెప్పి వెర్రిజనం చేస్తున్నదిది!

ముసలీముతకా, చిన్నపిల్లలూ పెనం మీద పేలాల్లా పేలిపోతూ గోలుగోలు మంటున్నారు. పెద్దపెట్టున అరుస్తున్నారు. పసిపిల్లల ఏడుపులతో బస్తీ అంతా మారు మోగుతోంది.

పిల్లలు – ఇంతకీ ఎవరా పిల్లలు?

ఎవరి నుదుటన అల్లా దురదృష్టం రాశాడో వారే ఈ పసివాళ్లు! దుష్టుల పాలనలో వీళ్లంతా నదిలో కొట్టుకుపోతారు. ద్వాపర యుగంలో కంసుడి చేతిలో హతమైపోయారు. ఇప్పుడు నిప్పుల గుండంలోకి దూకబోతున్నారు. వీళ్లకి తలదాచుకోడానికి నిలువనీడే లేదు. ఈ భూమ్మీద పుట్టిన నేరానికి వీరు తప్పకుండా శిక్ష అనుభవించాల్సిందే! ఉరికంబం ఎక్కడమో, విషాహారం తినాల్సి రావడమో, తుపాకి కాల్పులకు బలికావడమో...... ఏదో ఓ ముప్పు తప్పదు! దేవుడు వీరి మొహాన అలాంటి రాతే రాశాడు.

* * *

ఝున్ ఝునాఝున్....

గుళ్లల్లో భజనలు జోరందుకున్నాయ్. కీర్తనలూ, భక్తి పాటలతో వాతావరణం హోరెత్తిపోతోంది.

'దర్శనమెపుడిస్తావో చెప్పు కృష్ణా.....కృష్ణా.....కృష్ణా....'

మీరా గుండెల్లో కొలువున్న దైవం గిరిధర్ తప్ప మరెవ్వరుంటారు?

మీరా - ఇంతకీ ఎవరా మీరా?

డాక్టర్ గిరిధర్ గోపాలంటే పడిచస్తుందే, ఆమే, మీరా! వాళ్లిద్దరూ త్వరలో పెళ్లి చేసుకోబోతున్నారట. సంగీత నాటక అకాడమీలో మ్యూజిక్ నేర్చుకోడానికి ఆమె రోజూ బస్‌లో వెళుతూంటుంది. పుస్తకాలు చేతబట్టుకుని భుజానికో బ్యాగ్ వేసుకుని బస్‌లో ఫ్రెండ్స్‌తో ఇంగ్లిషులో మాట్లాడుతోంది మీరా.

'ఒక దర్గాల ఉర్సు చందాలు అడిగేతందుక్కు కొంతమంది పోరగాల్లు ఇయ్యాల మా కాలేజ్‌కొచ్చిండ్రు. వాళ్లని మస్తుగ తిట్టి పంపింజేషిన' అకాడమీలో డ్యాన్స్ నేర్చుకుంటున్న తన ఫ్రెండ్‌తో ఆమె అంది.

'గట్లన! ఉర్సులల్ల గూడ దందలు చేసుకుంటున్నర ఏంది? పండగొచ్చిందంటె సాలు! సిటిల కొట్లాటలు షురు అయితయి! ఇయాల్రేపు ప్రతి పండ్గా పకోల్లకు సావు కబురు తీసుకొస్తున్నది'

ఇదంతా వింటున్న బస్సులోని ఓ మౌల్వీగారు తప్పు జరిగిందన్నట్లుగా తన చెంపలు వాయించుకున్నారు!

'అపచారం! అపచారం! ఈ పిల్ల దేవుడ్నే తిడుతోంది! ముస్లిం అయ్యుండీ మతాధిపతులనూ, ఆధ్యాత్మిక నేతలనూ అవమానిస్తోందే!' అనుకున్నాడాయన.

మౌల్వీ సాబ్ - ఇంతకీ ఎవరీ మౌల్వీ సాబ్?

ఆయనెవరో కాదు - తాను తప్ప ప్రతి వ్యక్తినీ నరకానికి పంపించేందుకు ముందే ఏర్పాట్లు చేసేసిన పెద్దమనిషి! మతమంటే ప్రజల మనస్సుల్లో భయభ్రాంతులు కల్పించారాయన. దైవాగ్రహం, నరకంలో శిక్షలు, అక్కడ పాములూ, తేళ్ల గురించీ మౌల్వీసాబ్ అజ్ఞానుల్నీ, చిన్న పిల్లల్నీ ఎంతగా హడలగొట్టేశారంటే, వారంతా మసీదులకు వెళ్లడమే మానుకున్నారు. ఇపుడు మసీదులన్నీ వెలవెలబోతున్నాయ్! అన్ని వైపుల నుంచీ మళ్లీ అవే మాటలు పదేపదే మారుమోగుతున్నాయ్.

'కొట్టు...చంపు.....పారిపో.......అంటించేయ్.......నాశనం చేయ్!!'

* * *

'కృష్ణా... నీ దర్శనం మాకెపుడో చెప్పు స్వామీ?'

'మమ్మీ దేవుడు ఈ గుళ్లోంచి వెళ్లిపోయాడా? ఆయన మాట్లాడడం లేదేంటి?' ఎంతోసేపు ఎదురు చూసి, విసిగిపోయిన ఓ పిల్లాడు తన తల్లిని అడిగాడు.

సిటీలోని ఓ కాలేజీలో ఫిలాసఫీ లెక్చరర్‌గా పనిచేస్తున్న ఆ మమ్మీ సీరియస్‌గా ఆలోచిస్తోంది. ఈ గుళ్లోకి దేవుడు రావడమే లేదనిపిస్తోందామెకి. బండరాళ్లను కూడా దేవతారూపాలుగా మలచగల అచంచల భక్తి ఒకప్పుడు జనాల్లో ఉండేది. ఈ రోజుల్లో అలాంటి భక్తి ఎక్కడా కనిపించదు. దర్శనం కోసం గంటల తరబడి అరిచి గీ పెడుతున్నవారిలో అసలు భక్తే లేదు. ఒక చిన్న పిల్లాడు ఎంతో ఆత్రుతతో దైవ దర్శనం కోసం కళ్లు కాయలు కాసేలా చాలా సేపటినుంచీ ఎదురుచూస్తున్నాడు. ఇపుడు దేవుడు రాడన్న సంగతి ఆ పిల్లాడికి నేనెట్లా చెప్పాలి? పది, వంద రూపాయల టికెట్ కొని దర్శనానికి క్యూలో నించొని అరుపులూ, పెడబొబ్బలు పెట్టేవారి కోసం ఈ పాపపంకిల భూమ్మీదికి దేవుడు ఏ అవతారంలోనూ రాడన్న విషయాన్ని ఆ చిన్నారికి ఎట్లా చెప్పేది?

'జీవితంలో ఎప్పటికైనా మాకు నీ దర్శనభాగ్యం కలుగుతుందా కృష్ణా?'

కాని భక్తజనుల ప్రార్థనలన్నీ హంతకులు, అల్లరి మూకల అరుపుల్లో వినిపించకుండా పోయాయ్!

అబ్బాస్ ఆన!

'ఆకాశ్ చానెల్ ప్రేక్షకులకు నమస్కారం. ఇప్పుడు ప్రత్యేక న్యూస్ బులిటెన్ ప్రసారమవుతుంది. నేటి వార్తల్లోని ముఖ్యాంశాలు.....'

ఇరాక్‌లో యుద్ధ సన్నాహాలు జోరందుకున్నాయి.

ఈ యుద్ధాన్ని ప్రత్యక్ష ప్రసారం చేసేందుకు అమెరికా ప్రపంచవ్యాప్తంగా పెద్దపెద్ద టీవీ చానెళ్లతో కోట్లాది డాలర్ల కాంట్రాక్టులు కుదుర్చుకుంది. కానీ, మీడియా కంపెనీలు మాత్రం ఒక షరతు పెట్టాయి. మునుపెన్నడూ ఏ యుద్ధంలోనూ చూపించని రీతిలో ఇరాక్‌లోని విధ్వంసానికి సంబంధించిన వీడియో దృశ్యాలను యథాతథంగా ప్రపంచవ్యాప్తంగా ప్రత్యక్షప్రసారానికి అనుమతించాలి. ఏ విధ్వంసకర ఆయుధాలను దాచిపెట్టిందని ఇరాక్‌పై ఆరోపణలు వచ్చాయో....సరిగ్గా అలాంటి ఆయుధాలతోనే ఆ దేశాన్ని సర్వనాశనం చేసేందుకు ప్రణాళిక అమలవుతోంది.

అందుకే ఈ రోజు ప్రపంచమంతా అట్టుడికినట్లు ఉడికిపోతోంది. ఎక్కడ చూసినా ఒకటే హడావిడి. ఉద్యోగులెవరూ ఆఫీసు మొహం చూడలేదు. వ్యాపారులు షాపులు తెరవనేలేదు. కార్మికులు డ్యూటీకి పోలేదు. పిల్లలంతా స్కూళ్లకు డుమ్మా కొట్టారు. ఇంటిపట్టున ఉండే ఆడాళ్లు అత్తా కోడళ్ల గిల్లికజ్జాల సీరియల్స్ చూడడం మానేశారు. 'కార్టూన్ నెట్‌వర్క్', 'పోగో' వంటి వినోద చానెల్స్ వదిలేసి అంతా ఇరాక్‌పై బాంబు దాడుల దృశ్యాలనూ, మంటల్లో కాలిపోతున్న పట్టణాలనూ తమాషాగా చూడడం మొదలుపెట్టారు. ముక్కలుముక్కలుగా ఛిద్రమవుతున్న ప్రజల శరీరభాగాలను వారంతా ఆసక్తిగా చూస్తున్నారు.

యుద్ధం తర్వాత ఇరాక్ పునర్నిర్మాణ ప్రాజెక్టులపై బహుళజాతి కంపెనీలు కన్నేశాయి. ఈ కాంట్రాక్టుల కోసం ప్రపంచ మార్కెట్లలోనూ, అమెరికా వాణిజ్య సంస్థల మధ్యా అప్పుడే పోటీ తీవ్రమయ్యింది.

వీటి విషయంలో అమెరికా ప్రభుత్వం గ్లోబల్ టెండర్లను ఆహ్వానించే పనిలో పడింది.

చమురు బావులకు నిప్పెవరు పెడతారు? బావుల్లో మంటలను ఆర్పే కాంట్రాక్టు ఎవరికొస్తుంది?

ఎయిర్‌పోర్టులు, ఓడరేవులను ఎలా ధ్వంసం చేస్తారు! ప్రతి ప్రాజెక్టుకీ బోల్డెంత డిమాండ్!

ఇరాక్‌ను సర్వనాశనం చేయడంలో అమెరికా కొమ్ముకాసిన మిత్రదేశాల కంపెనీలకే ఈ కాంట్రాక్టులు కచ్చితంగా దక్కుతాయి.

'ఈ యుద్ధానికి సంబంధించి తాజా సమాచారాన్ని తెలుసుకునేందుకు ఇరాక్ వెళదాం. ఇరాక్‌లోని మా రిపోర్టర్ అహ్మద్ నుంచి అప్‌డేట్ తెలుసుకుందాం. అహ్మద్.... ఇరాక్ యుద్ధం, దాని పర్యవసనాల గురించి మన ప్రేక్షకులకు కొంచెం వివరంగా చెప్తారా?'

'ఈ యుద్ధం ద్వారా లబ్ధి పొందేందుకు అమెరికా స్టాక్ మార్కెట్లో షేర్లను ఎగబడి కొంటున్నారు. యుద్ధాన్ని వ్యతిరేకించని దేశాలన్నీ కాంట్రాక్టుల కోసం టెండర్లు వేసుకోవచ్చు. ఒకవేళ ఏ దేశమైనా ధైర్యంచేసి యుద్ధాన్ని తప్పుపడితే, అమెరికా ఆ దేశంపైకూడా దాడులు చేస్తుంది. ఈ యుద్ధంలో అమెరికాతో జతకట్టే దేశాలకు లక్షలాది డాలర్ల ఆదాయం వస్తుంది.'

'ఈ సమాచారం అందించినందుకు ధన్యవాదాలు అహ్మద్!'

'మీరిప్పుడు సీఎన్ఎన్ నుంచి వచ్చిన ఒక ఎక్స్‌క్లూజివ్ వీడియో క్లిప్పింగ్ చూడొచ్చు...' అంటూ యాంకర్ అనవసరంగా నవ్వింది.

సౌదీఅరేబియా, కువైత్, ఇరాన్ దేశాల రాజులకు యుద్ధం ఒక వినోదంగా ఉంది. ఎలాంటి క్షిపణి దాడులు జరిగినా చెక్కుచెదరని రీతిలో పటిష్ఠమైన, శత్రుదుర్భేద్యమైన విలాసవంతమైన రాజభవంతుల్లో ఉంటూ వారు ఈ తమాషాను కుటుంబ సభ్యులతో కలిసి చూస్తున్నారు. ఈ భవనాలలో సకల సౌకర్యాలు, హంగులు ఉన్నాయి. ఇరాక్‌లోని పవిత్రమైన ఇస్లామిక్ భవనాలు, మ్యూజియాలు, లైబ్రేరీలు, కర్బలా నగరంపై బాంబు దాడుల దృశ్యాలను వీక్షిస్తున్నారు. యుద్ధాన్ని వ్యతిరేకించరాదని కలసికట్టుగా నిర్ణయించుకున్న బాద్షాలంతా తమ వీరసైనికుల వెన్నుతట్టి యుద్ధభూమికి పంపి, ఇపుడు టీవీలో లైవ్ కవరేజ్ చూస్తూ ఆనందిస్తున్నారు.

'తాజా సమాచారాన్ని అందించేందుకు మిమ్మల్ని ఇపుడు నజఫ్ అష్రఫ్ నగరానికి తీసుకువెళతాం'– మళ్లీ ఓ అనవసరమయిన నవ్వు.

'బాంబు దాడులతో ఇక్కడ అన్ని వైపులా అగ్నికీలలు కోరలు చాచాయి. దట్టమైన పొగ కమ్మేసింది. ప్రజల ఏడుపులూ, పెడబొబ్బలూ మా ప్రేక్షకులు వినొచ్చు'

18 గుప్పిట జారే ఇసుక

'ప్రాణాలరచేతిలో పెట్టుకుని మా ముందు అనేకమంది అటూఇటూ పరుగులు తీస్తున్నారు. ఏడుస్తున్న పిల్లలూ, గాయపడిన స్త్రీలూ తలదాచుకునేందుకు గూడు కోసం వెతుకుతున్నారు. చెవులు పగిలేలా ఉన్న వారి ఆక్రందనలను మీరూ వినొచ్చు.'

'యా అలీ... యా మౌలాఅలీ...అనాథ రక్షకా! నీ దగ్గరికి పిలిపించుకో... హజ్రత్ అలీ నీడలో మాకు రక్షణనివ్వు... మౌలా... నాకు సాయం చేయి... ఇక్కడ ఎవరైనా ఉన్నారా?... ఇక్కడ ఎవరైనా ఉన్నారా?... నా పిల్లల్ని కాపాడు..' అంటూ ఓ వికలాంగ వృద్ధుడు తన పిల్లాడి చేయి పట్టుకుని బాంబుల్ని తప్పించుకునేందుకు పరుగెత్తే ప్రయత్నం చేస్తున్నాడు. భయంతో వారిద్దరూ పెద్దపెట్టున రోదిస్తున్నారు.

'ఆపద్బాంధవా! మౌలా అలీ... నన్ను నీ వద్దకు పిలు. నా పిల్లలను కాపాడు' సాయం కోసం ఆ వృద్ధుడు బిగ్గరగా అరుస్తున్నాడు.

'ఆగండి...ఆగండి...ఎవరూ హజ్రత్ అలీ సమాధివైపు వెళ్లొద్దు. అక్కడ అమెరికా క్షిపణులు అగ్నివర్షాన్ని కురిపిస్తున్నాయ్. బాంబు దాడులకు సమాధి గోడలు కూడా శిధిలమయ్యాయి. ఎవరికి ఏ కష్టమొచ్చినా అంతా అపద్బాంధవుడు మౌలా అలీని ప్రార్థిస్తారు. అలాంటిది హజ్రత్ అలీ సమాధి గోడలే కూలిపోవడం నమ్మశక్యం కాని విషయం. ఈ వృద్ధుడికి ఈ విషయం ఎలా చెప్పాలో అర్థం కావడం లేదు!' అంది యాంకర్ నవ్వలేక నవ్వుతూ.

* * *

'పదండి. ఇప్పుడు జార్జి బుష్ తన సలహాదారులతో మంతనాలు జరిపేందుకు ఏర్పాటు చేసిన ప్రత్యేక సమావేశానికి వెళదాం. రూల్స్ ప్రకారం అక్కడెవరూ మాట్లాడ్డానికి వీల్లేదు. అందుకే సలహాదారులంతా మౌనం దాల్చారు. బుష్ మాటలు శతఘ్నుల్లా పేలుతున్నాయ్. ఆయన ఆదేశాలు క్షిపణుల్లా దూసుకుపోతున్నాయ్. సమావేశంలో దిక్కులు పిక్కటిల్లేవిధంగా బుష్ స్వరమే వినిపిస్తోంది' – అంది టీవీ యాంకర్ అనవసరంగా మళ్లీ నవ్వుతూ.

'మీటింగ్ అయ్యాక మా రిపోర్టర్ అడిగిన ప్రశ్నలకు అమెరికా సైనిక కమాండర్ ఇలా చెప్పాడు :

'మేం గొప్ప సాంస్కృతిక వారసత్వం కలిగిన అమెరికాకు ప్రతినిధులం. ఇరాకీ ప్రజలకు ఎలాంటి కష్టం, నష్టం కలిగించరాదని కోరుకుంటున్నాం. అందుకే ఇరాక్‌లోని స్కూళ్లకూ, చారిత్రక గ్రంథాలయాలకూ, మ్యూజియంలకూ, పవిత్రమైన సమాధులకూ నిప్పు పెట్టాం. ఇప్పుడు ఇరాకీ పిల్లలు ఇమామ్ హుసేన్, హజ్రత్అలీ, యజీద్ కాలంనాటి కథలనూ,

తమ తాతలనాటి విజయగాథల పుస్తకాలనూ చదివే అవకాశమే లేదు. ఇక మళ్లీ ఇరాక్‌లో హుసేన్, అలీ అబ్బాస్ వంటి పిల్లలు పుడతారన్న భయమే ఉండదు.'

'అంటే మీరిపుడు ఇరాక్ అంతటా నిప్పు పెడతారా ఏంటి?' విలేకరి సూటిగా అడిగాడు.

'నో....నో.... చమురు బావులనూ, ఎయిర్‌పోర్టులనూ, గవర్నమెంట్ బిల్డింగ్‌లనూ, జాతీయ రహదారులనూ మేం ధ్వంసం చేయలేదు. ఇక ముందు చెయ్యం కూడా!'

'ఈ తాజా సమాచారం అందించినందుకు ధన్యవాదాలు అహ్మద్!' ముసిముసి నవ్వులు చిందించింది టీవీ యాంకర్.

'ఇప్పుడు ఇరాక్‌లో మా సీనియర్ రిపోర్టర్ నదీమ్‌తో మాట్లాడి ఇంకొన్ని విషయాలు తెలుసుకొందాం.'

'నదీమ్, బాంబులతో ధ్వంసమైన పట్టణాల్లో అమెరికా ఆర్మీ సహాయ, పునరావాస చర్యలేవైనా మొదలెట్టిందా?' – కళ్లు మెరిపిస్తూ అడిగింది యాంకర్.

'అవును. మీకు గుర్తుండే ఉంటుంది. గల్ఫ్ యుద్ధం జరిగినప్పుడు సముద్రంపై చమురు తెట్టు చేరుకోవడంతో సముద్ర పక్షులు రోగాల బారినపడ్డాయి. దాంతో అమెరికా దేశమంతా ఎంతో తల్లడిల్లిపోయింది. వాటికి స్వస్థత చేకూర్చేందుకు అమెరికా ప్రభుత్వం కోట్లాది డాలర్లు కుమ్మరించింది. ఆ పక్షుల రెక్కలు, ఈకల్లో ఉన్న చమురు జిడ్డును తొలగించి వాటికి శుభ్రంగా స్నానం చేయించి, మందులు వేసి, ఇంజెక్షన్లు ఇప్పించి, వాటికి కొత్త జీవితం ప్రసాదించింది. ఆ సముద్రపు పక్షులకు మళ్లీ ఎలా ఎగరాలో నేర్పించింది కూడా అమెరికాయే! ఇపుడు ఇరాక్ యుద్ధంలో కూడా సముద్రపు పక్షులకు ఎలాంటి హాని తలపెట్టవద్దనీ, ఇరాకీ పట్టణాలు, లైబ్రేరీలు, చారిత్రక మ్యూజియాలపైనే దాడులు చేయాలనీ అమెరికా సర్కార్ తన సైనికులకు స్పష్టమైన ఆదేశాలిచ్చింది' –నదీమ్ చెప్పుకుపోతున్నాడు.

'భవిష్యత్తు అంటే ఏమిటి?' అభంశుభం తెలీని ఇరాకీ పిల్లలు తమ తల్లుల్ని అమాయకంగా అడుగుతున్నారు. కానీ, అమెరికా కమాండర్లు తమ క్షిపణులన్నింటినీ ఈ చిన్నారులపైనే గురిపెట్టారు.

'నదీమ్, ఇరాక్‌లో ఏడుస్తున్న పిల్లలంతా ఎవర్ని పిలుస్తున్నారు? వారిని ఆదుకోడానికి ఎవరైనా అటువైపు వస్తున్నారా?' యాంకర్ ప్రశ్నించింది.

'మీకు గుర్తుండే ఉంటుంది. అలీ కుమారుడు... మహ్మద్ ప్రవక్త మనవడు హుసేన్ కర్బలా యుద్ధంలో యజీద్ సేనలతో తలపడినప్పుడు సహచరులు కొందరు ఆయనకు

ధైర్యం నూరిపోశారు. యుద్ధంలో ఆయన వెంటే ఉంటామని మాటిచ్చారు. అయితే విలాస వంతమైన జీవితాన్నీ,సర్వసౌఖ్యాలనూ వదులుకుని కర్బలా మైదానంలోకి అడుగుపెట్టేందుకు వారికి ధైర్యం లేకపోయింది. అంతేకాదు... అంతేకాదు... ఆగండి... ఆగండి... దూరంగా నాకేదో కనిపిస్తోంది....'

'నదీమ్... నువ్విపుడు సరిగ్గా ఎక్కడున్నావ్? శాంతి ప్రయత్నాలు కోసం మంత్రి ఎవరైనా అటువైపు వస్తున్నారా ఏంటి?' న్యూస్‌రీడర్ అడిగింది.

'నేనిపుడు ఫరాత్ నది ఒడ్డున ఉన్నా. ఇరాక్ గగనతలంపై నుంచి క్షిపణులు వాయువేగంతో దూసుకుపోతున్నాయ్. ఎటుచూసినా నాల్కలు చాస్తున్న అగ్ని కీలలు.. నలుదిక్కులనూ కమ్మేస్తున్న పొగ. చాలా దూరాన, గల్ఫ్ తీరాన ఒక అరబ్బు రాజకుమారుడు ఠీవిగా కూర్చున్నాడు. అతను ఈ యుద్ధాన్ని ప్రత్యక్షంగా చూస్తూ దానిపై సాలోచనగా ఒక పుస్తకం రాస్తున్నాడు. అతని దగ్గరకెళ్లి ఎక్స్‌క్లూజివ్ స్టోరీ ఇస్తా' అంటూ దూసుకు పోయాడు నదీమ్.

'ఓ రాకుమారుడా....ఈరోజు కూడా కర్బలా మైదానంలోకి యజీద్ సేనలు చొచ్చుకుపోయాయి. హుస్సేన్‌కు అండగా ఉంటానని మాటిచ్చి ఇపుడు పోరాటం చేయకుండా చోద్యం చూస్తున్నావెందుకు? హజ్రత్ అలీ సమాధిపై బాంబులు వేసే వారిని ఎందుకు అడ్డుకోవడం లేదు?' అంటూ నదీమ్ ప్రశ్నల వర్షం కురిపించాడు.

ఆ యువరాజు తలవంచి నెమ్మదిగా చెప్పడం మొదలెట్టాడు. 'హుసేన్ అంటే మాకెంతో గౌరవం. ఆయన సిద్ధాంతాలు మాకు శిరోధార్యం. ఆయనపై తెగబడే ధూర్తుల, దుర్మార్గుల చేతులను తెగ నరకాలని ఉంది.....కాని ఈ పీడకులు మాత్రం మా జోలికి రారు. ఎందుకో తెలుసా? నా తండ్రి ఓ అరబ్బు దేశానికి రాజు. ఆయన తన సింహాసనాన్నీ, కిరీటాన్నీ వదులుకోలేరు. దురహంకారులైన పాలకులు యజీద్, బుష్‌లు తమ వ్యూహరచనలో తలమునకలై ఉన్నారు. ఆ దుర్మార్గులపై పోరాడాలని నాకూ ఉంది. కాని వారు నా చేతులు కట్టిపడేశారే." అంటూ అశక్తత ప్రదర్శించాడు ఆ రాకుమారుడు.

'ఇక్కడ అరబ్బు రాకుమారుని చేతిలోని డాలర్ల కట్టల సంచులను మా ప్రేక్షకులు టీవీ స్క్రీన్‌పై చూడొచ్చు. రండి... ఇపుడు మిమ్మల్ని ఓ సొరంగం దగ్గరికి తీసుకువెళ్తా. ప్రజలను రక్షించడం కోసం అమెరికా సైనికులు ఈ సొరంగాన్ని కట్టారు. చూడండి, ఈ సొరంగం ఎలా ఉందో...? దీంట్లో దూరేందుకు జనాలు ఎంతో ఉత్సాహంగా క్యూ కట్టారు. వారంతా కొండలూ, కోనలూ దాటుకుని ఎంతో శ్రమపడి ఇక్కడికొచ్చారు. వారు తలదాచుకోడానికి సురక్షితమైన చిట్టచివరి స్థావరం బహుశా ఇదే కావచ్చు.'

'అటు చూడండి.....సొరంగం వైపు జనాలంతా ఎట్లా పరుగులు తీస్తున్నారో. పాపం....వారంతా చావును తప్పించుకుని నిలువనీడ కోసం వెదుకులాటలో ఉన్నట్టున్నారు. తమ హక్కుల సాధన కోసం,సత్యాన్ని నిలబెట్టేందుకు జరిగిన ప్రతి పోరులోనూ సాహసవంతులైన ఈ ఇరాకీలు అపూర్వ విజయం సాధించారు. మృత్యువు వారి దరి చేరలేకపోయింది!'

'బాబూ రండి, త్వరగా రండి. మా సొరంగాల్లో తలదాచుకోండి. ముసలాళ్లనూ, చిన్నపిల్లల్నీ, గాయపడిన సైనికులనూ బయటే వదిలేసి రండి. సొరంగంలోకి ప్రవేశించే ముందు మొహానికి ఈ మాస్క్ పెట్టుకోండి. ఆ తర్వాత మీకేమీ కనిపించదు....వినిపించదు! బుష్ మాట వినే ఇరాకీ యువకుల కోసం ఈ సొరంగాలను ప్రత్యేకంగా నిర్మించారు' –అమెరికా సైనికుడొకరు చెప్పుకునిపోతున్నాడు.

'నా నెంబరెంత?' సొరంగంలోకి దూరే ముందు ఓ కుర్రాడు ఆసక్తిగా అడిగాడు.

'దీనికి జవాబు ఇపుడు దూసుకొచ్చే అమెరికా క్షిపణే నీకు చెపుతుంది!'

'ఓ యువకుల్లారా... సొరంగంలోకి వెళ్లేముందు నల్లమందు వేసుకోండి. ఇపుడు అరబ్బు దేశాల్లో ప్రతి యువకుడికీ ఈ మత్తుమందు అలవాటు చేసేశాం. అది వేసుకున్నప్పటి నుంచి వారు అమెరికా నేతల్ని ప్రశ్నించడం మానేస్తారు! అంతేకాదు, లోపలకు దూరేముందు మీ వీలునామాలన్నీ మాకు అప్పగించి వెళ్లండి.' ఆ సైనికుడు హుకుం జారీ చేశాడు. ఎందుకంటే సొరంగంలోకి వెళ్లిన వారెవరూ రేపటిదాకా బతికి బట్టకట్టే అవకాశమే లేదు!

* * *

'మా ప్రేక్షకులు ఇపుడు టీవీ స్క్రీన్‌పై కొన్ని లేటెస్ట్ అప్‌డేట్స్ చూడొచ్చు. ఒక మహిళ చేతిలో నల్లగుడ్డ పట్టుకుని అటూ....ఇటూ....గాభరాగా పరుగులు తీస్తోంది. ఆకాశం అదిరిపడేలా ఆమె పెద్దపెట్టున రోదిస్తోంది. కేకలు పెడుతోంది. ఆమె ఒడిలో ఏడుస్తున్న ఒక పిల్లాడు ఉన్నాడు. ఆ మహిళ మా విలేకరి వైపు తిరిగి అడిగింది'

'నువ్వెవరు? నజఫ్ అష్రఫ్ నగరం నుంచి ఏదైనా సమాచారం తెచ్చావా? నాకు నిజం చెప్పు బాబూ. నజఫ్ అష్రఫ్ సిటీపై బాంబులు పడలేదు కదా? యా మౌలాఅలీ, ఆపద్బాంధవా, హుసేన్, హుసేన్, అబ్బాస్....అబ్బాస్.....ఎక్కడున్నారు పిల్లలూ? నాకూ, నా చంటిబిడ్డకూ దాహం వేస్తోంది. ఇక్కడ ఎవరైనా ఉన్నారా? మా అబ్బాస్‌ను పిలు...... వాడు రోజూ ఫురాత్ నదిలో నుంచి తోలుసంచిలో మంచినీళ్లు పట్టి తెచ్చి దాహార్తుల గొంతు తడుపుతాడు. ఈ రోజు మళ్లీ కర్బలా రాత్రి వచ్చింది. తన అన్నల కోసం ఎపుడూ మంచినీళ్లు తెచ్చే నా అబ్బాస్ ఈ రోజు ఎందుకు తీసుకు రాదు?' ఆమె ఆవేశంగా అడుగుతోంది.

మా రిపోర్టరు ఆ మహిళ వైపు వెళ్లగానే ఆమె ఆపింది.

'ఇపుడేం మాట్లాడొద్దు. కాబావైపు తిరిగి నన్ను ప్రార్థనలు చేసుకోనీ.....'

'యా అల్లా... నా భర్త, నా బిడ్డ అబ్బాస్ ఏరీ? నా ఇల్లెక్కడ? వారిని కాపాడు.'

ఆ స్త్రీ కళ్లల్లో భయాందోళనలు. ఏమీ పాలుపోక ఆమె అటూఇటూ కలయచూసింది.

'ఆ మంటలన్నీ ఎవరంటించారు? అయ్యో, ఈ దట్టమైన పొగలో నా కాబా కనిపించడం లేదే! ఇపుడు అజాం నాకెలా వినిపిస్తుంది? నాస్తికుల్లారా! క్షిపణుల హోరులో ఆఖరికి అజాం శబ్దం కూడా వినబడకుండా చేశారే?' ఆమె శాపనార్థాలు పెడుతోంది.

మా విలేకరి ఆ మహిళవైపు వెళ్లేందుకు మళ్లీ ప్రయత్నించగా, ఆమె ఆపేసింది.

'ఆగు... ముందు నన్ను అల్లాకు ప్రార్థన చేసుకోనీయ్.'

'అమ్మా! మీ పేరేంటి?'

ఆమె సమాధానమివ్వకుండా ఎదురు ప్రశ్న వేసింది.

'ముందు నువ్వెవరో చెప్పు?' ఏడుస్తున్న తన బిడ్డ చుట్టూ గుడ్డ కప్పి భయంభయంగా ఆమె దూరంగా జరిగిపోతోంది.

'నా పేరు నదీమ్. నేనో టీవీ చానెల్ రిపోర్టర్ని. అమ్మా... ఇపుడైనా మీ పేరేంటో చెప్తారా?' మళ్లీ అడిగాడతను.

'నేనెవరో నీకేం తెలుసు?' ఆమె కళ్లు పెద్దవి చేసి, తేరిపార చూస్తూ చెరగని ఆత్మవిశ్వాసంతో అంది.

'మహోన్నతమైన ఈ పుణ్యభూమి కన్నతల్లిని. ప్రతిష్ఠ మంటగలిసిన ఈ దేశానికి మాతృమూర్తిని.'

ఆమె తన ఒడిలోని బిడ్డ తలెత్తి అతనితో అంటోంది.

'చూడు బాబు... పైకి చూడు... నీ అన్న అబ్బాస్ ఇపుడొస్తాడు. శత్రువులు మనల్ని చంపడానికి వచ్చినపుడల్లా... అబ్బాస్ తోలుసంచిలో మంచినీళ్లు తెచ్చి గాయపడిన వారికి ఇస్తాడు.'

ఆమె తన కళ్లకు చేతులు అడ్డం పెట్టుకుని నలువైపుల నుంచి వ్యాపిస్తున్న అగ్ని కీలలు, కమ్ముకొస్తున్న దట్టమైన పొగను భయంగా చూస్తోంది. వాటి వెనక ఏముందో తీక్షణంగా చూస్తోంది. మళ్లీ తన ఒడిలో ఏడుస్తున్న పిల్లాడితో అంది.

'అదిగో...పైకి చూడు బాబు.....మన అబ్బాస్ ఇపుడు తప్పకుండా వచ్చేస్తాడులే.'

ప్రతి తల్లీ తన పిల్లలకు జోలపాడుతూ, బుజ్జిబుజ్జి మాటలు చెపుతూ వారికి ఆకాశం చూపిస్తుంది. ఆశలు రేపుతూ కాంతులీనుతున్న అందమైన చందమామ....శాంతి సందేశాన్ని

మోసుకొచ్చే కపోతాలు... తోలుసంచి పట్టుకుని చెంగుచెంగున గెంతుతూ వస్తున్న అబ్బాస్... ఈదృశ్యాలన్నీ ఆమె మనసులో కదలాడుతున్నాయ్. తల్లి ఒడిలోని పిల్లాడు మళ్లీ ఆకాశంవైపు చూశాడు. ప్రళయాగ్నిని కురిపిస్తూ భయంకరమైన శబ్దాలతో దూసుకొస్తున్న క్షిపణులను చూసి వాడు జడుసుకుని మళ్లీ అమ్మ ఒడిని కరచుకుపోయాడు.

ఈ భీకర పరిస్థితిని చూసి భయపడిన ఆమె, మా విలేకరి నదీమ్‌ను అడిగింది.

'మంచినీళ్లిచ్చేందుకు నా అబ్బాస్ ఈ వేళ ఎందుకు రాలేదో నీకేమైనా తెల్సా? మాకు సాయం చేయడానికి కూఫా నగరం నుంచి ఎవరైనా వస్తున్నారా? నువ్వు రిపోర్టర్‌వికదా, నీదగ్గర ఏవైనా సమాచారం ఉందా?'

'అమ్మా... మీ కోసం ఇపుడు మంచినీళ్లు తెస్తారని మాకెలాంటి సమాచారం రాలేదు'

'అట్లనా... సరేలే!' కట్టలు తెంచుకున్న కోపం, కసితో ఆమె మొహం పక్కకు తిప్పేసుకుంది.

'బహుశా నిన్ను ఆ ముష్కర సైనిక కమాండర్ ఇబ్న్ జియాద్ పంపించి ఉంటాడు. ఫరాత్ నది ఒడ్డున తిండీతిప్పలూ, నీళ్లూ లేక అల్లాడుతున్న ఇరాకీ క్షతగాత్రుల బాధలు నీకు తమాషాగా కనిపిస్తున్నట్టుందే! ఇదంతా ప్రపంచానికి చూపించడానికే నువ్విక్కడికి వచ్చినట్టున్నావ్. పో ఇక్కడ్నుంచి....నీ మొహం నాకు చూపించకు! నీ కెమెరా కూడా తీసుకుపో!!' అంటూ ఆమె కసిరికొట్టింది.

'ఈ యుద్ధంలో హుసేన్‌కు వెన్నంటి ఉంటామని మాటిచ్చిన వారంతా ఏమయ్యారు? వారిపుడు ఎక్కడున్నారు?'

'నా అబ్బాస్ ఎక్కడ? అబ్బాస్... అబ్బాస్... అబ్బాస్...'

'అరిచి అరిచి ఆమె గొంతు బొంగురుపోయింది. ఈ మహిళ ఆక్రందనలు సుదూర ప్రాంతాలదాకా ప్రతిధ్వనిస్తున్నాయి. మా ప్రేక్షకులు సైతం వింటున్నారు. అరబ్బు దేశాల్లోనూ, ఇరాన్, కువైత్, అఫ్ఘనిస్థాన్, పాకిస్థాన్ దాకా... ఎంతో దూరం విస్తరించిన ఎడారి మైదానాలు, చమురు బావులనుదాటి ఆమె ఆక్రందనలు మార్మోగుతున్నాయ్. గొంతెండిన ఈ దాహార్తిని తీర్చేందుకు ఇటువైపు ఎవరూ వస్తున్నట్టు లేదు. ఇపుడు భువినుంచి ఏ ప్రవక్తా దిగిరాడు.....పవిత్ర గ్రంథమేదీ అవతరించదు. బహుశా ఈమెకు ఈ విషయం తెలియనట్టుంది' నదీమ్ గొంతులో సన్నని జీర! అందరూ విన్నారు.

* * *

'పదండి, ఇపుడు ఫరాత్ నది ఒడ్డున బాంబు దాడుల్లో ధ్వంసమైన నగరం వైపు వెళదాం. ఈ సిటీ అంతా పూర్తిగా ఛిద్రమయ్యింది. అన్నివైపుల నుంచీ మంటలు

చుట్టుముట్టడంతో పెద్ద సంఖ్యలో ప్రజలు సజీవ దహనమయ్యారు. శవాలు గుట్టలుగుట్టలుగా పడున్నాయ్. అసలిక్కడ ఏంజరుగుతోందో మా విలేకరి మనీష్‌ను అడిగి తెలుసుకుందాం' అంది యాంకర్.

'మనీష్, ఫరాద్ ఒడ్డున బగ్దాద్ సిటీపై భారీగా బాంబు దాడులు జరిగాయ్. అక్కడ తాజా పరిస్థితి గురించి మన ప్రేక్షకులకు చెప్తారా?' అడిగింది యాంకర్.

'నమస్తే...రెండ్రోజులుగా క్షిపణుల దాడులతో ఈ నగరమంతా పూర్తిగా ధ్వంసమయ్యింది. ఇపుడు నేనున్న చోటుకి కొంచెం దగ్గర్లో ఒక మార్కెట్టూ, ఒక స్కూలూ ఇప్పటిదాకా మంటల్లో తగలబడుతూనే ఉన్నాయ్. ఒకప్పుడు ఇక్కడ గొప్ప ఇస్లామిక్ మ్యూజియం, పెద్ద లైబ్రరీ ఉండేవట. ఈ ప్రాంతాన్ని నాశనం చేసేందుకు ఇంత భారీస్థాయిలో బాంబుల వర్షం కురిపించినట్లుగా అనిపిస్తోంది. మంటల్ని ఆర్పడానికి ఇప్పటిదాకా ఒక్క ఫైరింజన్ కూడా రాలేదు.'

'మనీష్, అక్కడ ప్రాణాలతో బతికి బట్టకట్టిన వారెవరైనా కనుచూపుమేరలో కనిపిస్తున్నారా? మ్యూజియం, లైబ్రరీలపై కూడా బాంబు దాడులెందుకు జరిగాయో చెప్పేందుకు అక్కడెవరైనా అందుబాటులో ఉన్నారా?' మళ్లీ టీవీ యాంకర్ ప్రశ్నించింది.

'లేదు, లేదు, ఇక్కడ ఎటు చూసినా దగ్ధకాండే... సమస్తం మంటల్లో మాడి మసయ్యింది. శిధిలాల కింద చిక్కుకుపోయిన శవాలకు లెక్కేలేదు. చాలామంది ఇళ్ల పైకప్పులు కూలి సొంతిళ్లల్లోనే సజీవ సమాధి అయ్యారు. అమెరికా క్షిపణి దాడులకు పెచ్చులూడిన మొండి గోడలు సాక్షీభూతంగా నిలిచాయి. కొందరి శరీరాలు జల్లెళ్లు అయ్యాయ్. గాయపడిన కొందరు సాయం కోసం అర్థిస్తున్న తీరు హృదయవిదారకంగా ఉంది. అమెరికా సైనికులు గాయపడ్డవాళ్లను లారీల్లో తీసుకుపోతున్నారు...' అక్కడి తాజాపరిస్థితి గురించి మనీష్ గ్రౌండ్ జీరో రిపోర్టిచ్చాడు.

'గాయపడిన వారందర్నీ ఎక్కడికి తీసుకుపోతున్నారు?'

'అది మాత్రం నాకు తెలీదు. అయితే యుద్ధం మొదలుకావడానికి ముందే ఇరాకీల శవాలనూ, క్షతగాత్రులనూ తరలించడానికి కొన్ని పెద్దపెద్ద అమెరికన్ కంపెనీలు కాంట్రాక్టులు కుదుర్చుకున్నాయి' మనీష్ అన్నాడు.

'మనీష్, ఈ అప్‌డేట్స్‌కు ధన్యవాదాలు.'

'ఇపుడు మనమింకా ముందుకెళదాం.... కొంచెం ఆగండి. ఇక్కడో పిల్లాడి ఏడుపు వినిపిస్తోంది.

ఇక్కడ ఎటు చూసినా శవాల గుట్టలే. మా ప్రేక్షకులు కూడా స్క్రీన్‌పై చూడొచ్చు. కాలిబూడిదైన ఈ ఇంట్లోకి వెళ్దాం. వామ్మో... ఎంత దారుణం! అంతా సర్వనాశనం!! కొంచెం ఆగండి...'

అక్కడ గాయపడ్డ పదేళ్ల పిల్లాడు గోలుగోలున ఏడుస్తున్నాడు. అతను ఒంటరిగా పడి ఉన్నాడు.

అతని దగ్గరి కెళ్లాలంటే శవాలమీద నుంచి గెంతుకుంటూ పోవల్సిందే. ఎటు చూసినా రక్తపుటేరులే. పచ్చి నెత్తుటి వాసన ముక్కుపుటాలకు సోకుతోంది. కొన్నిచోట్ల రక్తం గడ్డకట్టడంతో ఈగలూ,దోమలూ ముసురుతున్నాయ్. నాపక్కనే ఓ అమెరికా సైనికుడు కూడా ఉన్నాడు. గాయపడిన వారందర్నీ తీసుకుపోడానికి అతనొచ్చాడు. ఆ పిల్లాడు గాయాల బాధ తాళలేక ఒకటే ఏడుపు.

'ఈ కుర్రాడి పేరు అలీ ఇస్మాయిల్ అబ్బాస్. వీడికి రెండు చేతులూ తెగిపోయాయ్. దెబ్బలు తట్టుకోలేక భోరున ఏడుస్తున్నాడు' అమెరికా సైనికుడు నాతో అన్నాడు.

'మా అమ్మీ అబ్బాలను బుష్ చంపేశాడు... నా రెండు చేతులూ పోయాయ్. యుద్ధంలో గాయపడ్డవాళ్లకి నేనిపుడు మంచినీళ్లెట్లా ఇవ్వగలను? అమ్మీ నాకోసం కళ్లల్లో వత్తులేసుకుని ఎక్కడో ఎదురు చూస్తూ ఉంటుంది' అబ్బాస్ జీవం లేని స్వరంతో అన్నాడు.

'నీకు నయమవుతుంది. నువ్వు మళ్లీ మామూలు మనిషవుతావ్ అబ్బాస్....నిన్ను అమెరికాకు పంపి అక్కడ మంచి వైద్యం చేయిస్తాం. నీకు మళ్లీ చేతులొస్తాయిగా' ఆ సైనికుడు పిల్లాడి తలపై చేయి వేసి ప్రేమగా ఓదారుస్తున్నాడు.

'వద్దు. నాకు అమెరికా చేతులు వద్దే వద్దు' కాళ్లను నేలకేసి కొడుతూ ఎంతో కోపంగా అన్నాడు అబ్బాస్.

'నే అమెరికా వెళ్లనుగాక వెళ్లను. ఆ దేశంతో యుద్ధం చేస్తా. యుద్ధంలో ఇరాకీ సైనికులకు మంచినీళ్లిస్తూనే ఉంటా' ఆ కుర్రాడు తెగేసి చెప్పాడు.

'నీ చేతులు తెగిపోయాయ్ కదా... ఇక నువ్వెట్లా పోరాడతావ్ అబ్బాస్?'

నెత్తుటి మడుగులో పడిఉన్న అబ్బాస్ అతికష్టంమీద లేచి, పట్టరాని కోపంతో బిగ్గరగా అరుస్తూ అన్నాడు.

'బుష్ నాకు చేతులైతే లేకుండా చేశాడు... నాకు కాళ్లున్నాయిగా. వాటితో అతన్ని కసితీరా తంతాను'

'ఇరాక్ యుద్ధానికి సంబంధించి ఈ ఆఖరి బులిటిన్ ఇంతటితో సమాప్తం. ఇక సెలవ్...నమస్కారం...'

గవాక్ష న్యాయం!

'కిటికీ మూసేయ్!' ఇంటిపై కప్పు ఎగిరిపోయేలా అరిచాడు డాక్టర్ షాహిద్ హుసేన్. ఆ హుంకరింపుకి గదంతా దద్దరిల్లింది.

'వద్దు వద్దు....కిటికీని తెరిచే ఉంచండి!' అమీనా మెల్లగా చెప్పింది. ఆయనగారు అస్సలు వినేరకం కాదుకదా! షాహిద్ పురుషాధిపత్యం ముందు ఆమె వేడికోళ్లూ, మొత్తుకోళ్లూ నీరుగారతాయ్. ఆమె రెండు చేతులూ చుబుకంపై ఆన్చి ఎవరికీ వినిపించకుండా వెక్కివెక్కి ఏడుస్తోంది. పెళ్లాన్ని అమితంగా ప్రేమించే అందరి భర్తల్లాగే షాహిద్ కూడా భార్య ఏడిస్తే ఏ మాత్రం తట్టుకోలేడు మరి. అందుకే భర్తకు కూడా తెలియకుండా ఈ దేశంలోని ధర్మపత్నులందరి మాదిరే ఆమె మనసులోనే కుళ్లికుళ్లి ఏడుస్తోంది!

డాక్టర్ షాహిద్ గొప్ప సామాజికవేత్త. అనేక విషయాలపై ఆయన పేపర్లలో వ్యాసాలు రాసేటప్పుడు తనను తానొక గొప్ప వ్యక్తిగా ఊహించుకుంటాడు. షాహిద్ ఏం రాసినా దానికి పాఠకుల నుంచి గొప్ప స్పందన వస్తుంది. అంతా ఆయనకు బ్రహ్మరథం పడుతున్నప్పుడు ప్రపంచమంటే ఆయనలో తీవ్ర నిర్లక్ష్యధోరణి కనిపిస్తుంది. అదే అమీనా విషయాని కొచ్చేసరికి కథ అడ్డం తిరుగుతుంది. ఉల్లిగడ్డలో ఎన్ని రేకలుంటాయో అంతకన్నా ఎక్కువ బాధలే పడింది అమీనా. చాలా త్యాగాలే చేసింది! కష్టాల కొండల్ని అవలీలగా దాటేసింది. కానీ, ఆమె యాత్రకు అంతూదరీ కనిపించడం లేదు.

సూటీపోటీ మాటలు ఎదుటివారి గుండెల్ని చీలుస్తాయ్! షాహిద్ కూడా పగటి పూట అమీనాను మాటలతో కుళ్లబొడుస్తుంటాడు. చీకటిపడ్డంతోనే ఆమెను దగ్గిరకి లాక్కుంటాడు. ఆమె చక్కెర ముద్దలా అతనిలో కరిగిపోతుంది. దాంతో ఆ రాత్రికి కథ ముగుస్తుంది. కాని తెలవారుతూనే ఆమెకు కష్టాలు తిరిగి మొదలవుతాయి. పొద్దున్నే మంచమెక్కాల్సిన పరిస్థితి వస్తుంది.

సామాజికవేత్త షాహిద్ సెల్లార్ గదిలో తలుపులు మూసేసుకుని, భారతదేశ సామాజిక స్థితిగతులపై కీలకమైన అధ్యయన పత్రం తయారుచేస్తున్నాడు. భీకరంగా వీచే పెనుగాలులకి ఆ కాగితాలన్నీ చెల్లాచెదురైపోతున్నాయ్!

'కిటికీ మూసేయ్...' షాహిద్ హుసేన్ ఆచితూచి, సంయమనంతో ప్రతి మాట మాట్లాడతాడు.

'తెరిచే ఉంచండి...' అమీనా బతిమాలుకుంటోంది.

కిటికీ మూసేస్తే తాజా గాలి రాదన్న సంగతి గొప్ప సామాజికవేత్త అయిన షాహిద్ హుసేన్‌కు ఎందుకర్థం కాదో తెలీదు! కాస్త చల్లగాలి గదిలోకి రాకపోతే ఏ ఆడదయినా ఎలా మనుగడ సాగిస్తుంది?

ఈ మగరాయళ్లు ఇంతే. వీరి సంగతే సెపరేటు. ఈ సమాజంలోని సమస్యలను అర్థం చేసుకోడానికి ఒక సిగరెట్ చాలనుకుంటారు! కానీ, స్త్రీలు కిటికీలు మూసుక్కూర్చుంటే కొత్త విషయాలు ఎట్లా తెలుస్తాయి? కొత్త సంగతులు వారికెలా అర్థమవుతాయ్?

కొత్తగా వీస్తున్న ఈ తాజా గాలితో ఇంట్లో ప్రశాంతంగా బుద్ధిగా కూచుని పనిచేసుకునే మగ మేధావులందరికీ ప్రమాదమొచ్చి పడింది. ఇపుడు అందరికన్నా ఎక్కువ డేంజర్ అమీనాకే! ఆమె గుండె బాగా దెబ్బతిందో... లేక లివర్, కిడ్నీలు మార్చాలో... లేక రక్తమార్పిడి చేయాలో... డాక్టరే ఏ విషయమూ తేల్చుకోలేకపోతున్నాడు.

'నన్నడిగితే, అసలు కిటికీలు తెరవడం వల్లే ఈ దరిద్రపు రోగాలన్నీ వస్తున్నాయంటాను!' అమీనాకు వైద్యం చేసే డాక్టర్లతో ఆమె భర్త ఎప్పుడూ అంటుంటాడు. వైద్యం చేయించమని పెళ్లాం మొత్తుకున్నప్పుడల్లా షాహిద్ తనకు తెలిసిన వైద్య పరిజ్ఞానాన్నంతా ప్రదర్శించి ఈ ఒక్క మాటతో ఆమె నోరు మూయిస్తాడు!

షాహిద్ హుసేన్‌తోపాటు ఈ ప్రపంచంలోని మగ మేధావులంతా ఓ విషయంలో తప్పకుండా ఏకతాటిపై నిలుస్తారు. అదే.....కిటికీని తెరిస్తే ఎన్నో కష్టనష్టాలను ఎదుర్కోవలసి వస్తుందనేది. అందుకే వారు ఎపుడూ కిటికీలను మూసుక్కూర్చుంటారు.

ఒకవేళ బస్తీల్లోని బాధితులు తమ బాధలు ఎవరికైనా చెప్పుకోవాల్సి వస్తే కాలనీలో పెట్టిన బంగారు గంటను మోగించాల్సిందే. ఆ గంటల శబ్దం విని జనమంతా అక్కడ పోగవుతారు.

ఇపుడో అనూహ్య పరిణామం చోటుచేసుకోబోతోంది...

ఇపుడు న్యాయం జరగబోతోంది!

అయితే, ఎవరికనేదే ప్రశ్న!

స్నేహితుడు కావలెను!

'అరవై ఐదేళ్ల రిటైర్డు ఉద్యోగికి ఓ స్నేహితుడు కావాలి. ఆయనకు పెళ్లాం, పిల్లలూ ఉన్నారు. రోజూ పుస్తకాలు చదువుతాడు. సాహిత్యం, చిత్రకళ, సంగీతమంటే ఎంతో ఇష్టం. ఒకవేళ మిత్రుడిలో చిన్నపాటి లోటుపాట్లున్నా సర్దుకుపోయి స్నేహం చేయాలను కుంటున్నాడు...'

ఆ రోజు పేపర్లో వచ్చిన అడ్వర్‌టైజ్‌మెంట్ చూసి ముసిముసిగా నవ్వుకున్నాడు డాక్టర్ నాయక్.

'అర్వై అయిదేండ్లు వొచ్చినంక గూడ గీన్కి ఒక్క దోస్తు గూడ దొర్కనె లేదా?'

'జిందగిల కొట్లాటలు బెట్టుకోని ఎంతమంది దోస్తులను దూరం జేస్కున్నడో.... ఏమో....?' పేకముక్కలు పంచుతూ రాషిద్ అన్నాడు.

'గందుకె గీన్కి ఒక్క దోస్తు గూడ లేడు' వారంతా జోకులేసుకుని పగలబడి నవ్వుకున్నారు.

'దోస్తే లేకుంట ఏక్‌దమ్ 65 ఏండ్లు గుజ్రాయించిండంటె నా లెక్క ఎంతగనం ఎన్నేండ్లు ఒక్కడే ఉన్నడో!' స్వరణ్‌సింగ్ తలొంచుకుని చుబుకంపై చేయిపెట్టుకుని ఆలోచనలో పడ్డాడు.

ఆ ఐదుగురూ ప్రాణ స్నేహితులు. కార్డియాలజిస్టు డాక్టర్ నాయక్, లాయర్ స్వరణ్ సింగ్, పోలీసాఫీసర్ రమేశ్ చందర్, ఉర్దూ ప్రొఫెసర్ డాక్టర్ ఇంతియాజ్ అలీ, కవి రాషిద్ నియాజీ వారానికోసారి కలుసుకుని ఎంజాయ్ చేస్తుంటారు. ఆదివారం వచ్చిందంటే చాలు ఒకచోట చేరి సిట్టింగ్ వేస్తారు. ఆ రోజుకూడా సండే. వారంతా రమేశ్ ఇంట్లో పేకాట్లో మునిగి పోయారు. పందేలు వేసుకుని మరీ మందుకొడతారు. ఇంటి గొడవలూ, ఆఫీసు ఒత్తిళ్లూ, బయటి రాజకీయాలు మర్చిపోయి, మస్తు మజా చేస్తారు. అంతా ఫుల్‌జోష్‌లో

గడుపుతారు! ఆ టైమ్‌లో పక్కన లేని ఫ్రెండ్ గురించి చెడుగా మాట్లాడుకుంటూ సంతృప్తి చెందుతుంటారు.

'అరే, నీతీర్గ గానిగ్గూడ బోర్ గొడుతున్నట్లున్నది', బీరు గ్లాసును ఎత్తుతూ అన్నాడు నాయక్.

'గట్లయితె నువ్వే గానితోని సోపతి జేస్కో. నువ్వు డాక్టర్‌వాయె. గాని బాదేందో ఎర్క జేస్కోని మంచి మందు గూడ ఇయ్యొచ్చు' –రమేశ్ చందర్ ఆ మాటలకు అంతా గొల్లున నవ్వారు.

'గీడెవడో నౌకర్ గావాలె, దేవర్ గావాలన్న తీర్గ యాడ్ ఇచ్చిండేందే?!'

'అవులగాడు! దోస్తులు గూడ అంగట్ల దొరుకుతరనుకుంటున్నడు!'

ఈవేళ మనసారా నవ్వుకోడానికి వాళ్లందరికీ పెద్ద టాపిక్ దొరికింది. అంతా కబుర్లలో పడిపోయి చాలాసేపు టైము కూడా మర్చిపోయారు. రాత్రి బాగా పొద్దుపోయాక అంతా ఇళ్లకెళ్లి పోయారు.

* * *

మళ్లీ సండే వచ్చింది.

అది అందమైన బంగళా. దాని ముందు చాలా లగ్జరీ కార్లు రీవిగా ఆగి ఉన్నాయి. ఆ ఐదుగురు మిత్రులూ ఒకరికి తెలియకుండా మరొకరు అక్కడికొచ్చారు. ఒకరినొకరు చూసుకుని ఆశ్చర్యపోయారు. ఏం మాట్లాడుకోవాలో తెలియక ఒక్కసారిగా పగలబడి గట్టిగా నవ్వుకున్నారు.

'ఇప్పటిదాన్క ఒక్క దోస్తు గూడ దొర్కని గా అవులగాన్ని సూసిపోదామని వొచ్చిన'

'అవ్! నేను సుత గిదే అనుకున్న. దోస్తులు లేకుంట మిగిలిన గాన్కి ధైర్నం జెబ్దామనుకుంటున్న'

వాళ్లంతా ముందుకు కదిలారు నవ్వుకుంటూ.

ఆ ఇల్లు రాజభవంతిలా అద్భుతంగా ఉంది. పూలగుత్తులతో ఆ లాన్ కళకళలాడుతోంది. పూలపరిమళంతో వాతావరణం ఆహ్లాదకరంగా ఉంది. మెయిన్‌గేట్ వద్ద నించున్న వాచ్‌మెన్ వారందరి పేర్లూ అడిగి ముందు కెళ్లి నెమ్మదిగా కాలింగ్ బెల్ నొక్కాడు.

నీటుగా డ్రెస్ వేసుకున్న ఓ పెద్దాయన తలుపు తీశాడు. వయసు మళ్లిన ఆ పొడుగాటి వ్యక్తి తెల్లని ఖాదీ కుర్తా పైజామా వేసుకుని మొహంపై పడుతున్న తెల్లని జుట్టును సరిచేసుకుంటూ బయటకొచ్చాడు. అతని చేతిలో తెరచిన పుస్తకం ఉంది. ఒక్కసారిగా వారందర్నీ చూసేసరికి కంగారు పడ్డాడతను.

30 గుప్పిట జారే ఇసుక

'మీరు....మీరెవరు? సారీ! మిమ్ములను నేను గుర్తుబట్టలే' పైకీ కిందకీ ఎగాదిగా చూస్తూ అన్నాడు.

'మంచోల్లే! మీదోస్తుల్లెక్క ఒచ్చినంక గూడ మీరు మమ్ములను గుర్తుబట్టకపోతె ఎట్ల సార్?' స్వరణ్‌సింగ్ మాటలకు అంతా చిన్నగా నవ్వారు.

'మంచిది....మంచిది. ఓహో....మీరందరు నాతోని దోస్తి జేసెతందు కొచ్చిండ్రా! రాండ్రి ప్లీజ్ రాండ్రి!' అతను వినయంగా వంగి ఎంతో ప్రేమగా అందర్నీ లోపలికి తీసుకెళ్లాడు. అందమైన డ్రాయింగ్ రూమ్‌లో వారిని కూచోబెట్టి చెప్పడం మొదలెట్టాడు.

'నా పేరు శ్యామ్. ఆర్కిటెక్ట్‌గ పనిజేషిన. నేను గట్టినయేం లెవ్వు. నేను డిజైన్ జేసిన బంగ్లలు గట్టినంక సర్కారోల్లు కూలగొట్టిండ్రు. ఇంగ జెప్పెతందుకేం లేదు, ఇంగేం జెప్పాలె?' అతను అటూ ఇటూ చూసి సాలోచనగా అన్నాడు.

'నేనెవరో నాకే ఎర్కలేదు' - అన్న అతని మాటలకు వారికి నవ్వాగలేదు.

డ్రాయింగ్ రూమ్‌లో పెద్ద పెయింటింగ్‌లు ఉన్నాయి. చుట్టూరా విలాసవంతమైన ఫర్నిచర్. పాలరాతితో మలచిన అందమైన బొమ్మలు షెల్ఫుల్లో కొలువు తీరాయి. టీపాయ్‌పై ఖాళీ బీరు బాటిల్, గ్లాసు నిండా బీరు, సెల్ ఫోను, పేపర్ ఉన్నాయి.

అందర్నీ కూర్చోబెట్టాక శ్యామ్ బీరు బాటిల్, గ్లాసు తీస్తుండగా వణుకుతున్న అతని చేతుల్లోంచి గ్లాసు జారిపడింది. భళ్లున పెద్ద చప్పుడుతో గాజు ముక్కలు చెల్లాచెదురుగా పడిపోయాయి.

అతను కొంచెం నొచ్చుకుని వారివైపు ఇబ్బందికరంగా చూశాడు.

'సారీ! ఇయాల్రేపు మా ఇంట్ల పతొక్క వస్తువు పది పచ్చలైతున్నది!'

'ఏం ఫర్వలేదు. గాజు గిలాస మీ చేత్లకెల్లి జారిబడ్డది. గంతే.....'నాయక్ సర్దిచెప్పే ప్రయత్నం చేశాడు.

'అవ్. ఏందోగని గీనడ్మ నా చేత్లకెల్లి అన్ని వస్తువులు జారిపోతున్నయి. ఎప్పుడు ఏదో ఒక కత జెప్పుకునే పనిబడ్తున్నది.....' శ్యామ్ విచారంగా అన్నాడు.

గాజుగ్లాసు పగిలిన శబ్దం విని పనివాడు హడావుడిగా పరుగెత్తుకొచ్చాడు. గాజు ముక్కల్ని జాగ్రత్తగా అక్కడి నుంచి తీసేసి మార్బుల్ ఫ్లోరింగ్ శుభ్రం చేశాడు.

కొన్ని నిమిషాలపాటు ఎవరూ ఏమీ మాట్లాడలేదు. డాక్టర్ నాయకే కల్పించుకుని అన్నాడు.

'మీరొక దోస్తు కోసం జూస్తున్నరు. మాకు ఇంకో దోస్తు దొరికిందని మేమందరం అనుకుంటున్నం..'

'ఇంకొక దోస్తా?' నర్మగర్భంగా శ్యామ్ అనగానే అంతా ఆశ్చర్యపోయారు.

'నేను ఉర్దూ ప్రొఫెసర్‌ను. నా పేరు డాక్టర్ ఇంతియాజ్ అలీ.......'

ఇంతియాజ్ షేక్ హ్యాండివ్వగానే శ్యామ్ ఎంతో ప్రేమగా అతన్ని దగ్గరికి తీసుకుని చేతుల్ని ముద్దు పెట్టుకున్నాడు.

'నా పేరు డాక్టర్ నాయక్.....సిటీలో కార్డియాలజిస్ట్‌ను'

'నేను స్వరణ్ సింగ్‌ను.....లాయర్ను....'

'అయామ్ రమేశ్‌చందర్......పోలీస్ డీఐజీని. నన్ను జూసి మీరు బుగులుబడే పనిలేదు. కావాల్నంటె గీ యూనిఫామ్‌ను గిప్పుడే బద్లాయించుకోని వొస్త......'

'నా పేరు రాషిద్ నియాజీ........' రాషిద్ అతనితో చేతులు కలిపాడు.

'నిజాన్కి గీయిన అప్పుడప్పుడు షాయిరీ రాసుడు దప్పిచ్చి వేరె పనేం జెయ్యడు' ఇంతియాజ్ చిన్నగా నవ్వుతూ అన్నాడు.

'గఫ్లత్ల గూడ గీయినకు గండ్లబడొద్దు! కండ్లబడ్తె కొత్త గజలనుకుంట షాయిరీ ఇనిపిస్తడు!'

ఆ మాటలకు అంతా గొల్లున పడిపడి నవ్వారు.

'మీ అందరికన్న సమాజంకు రాషిదే మంచి జేస్తున్నడు. మనుసులు, ప్రేమలు, బంధాలు తెంచుకుంటున్న గీ దునియల ప్రేమ, శాంతి అసువంటి భావాలు మీరా పాటలల్ల గండ్లబడ్తయి. గసువంటి భావాలు గాయిన గజలల్ల కండ్లబడ్తయి' – రాషిద్‌తో చేయి కలుపుతూ శ్యామ్ ప్రశంసాపూర్వకంగా అన్నాడు. మిగిలినవాళ్లంతా ఒకరి మొహం మరొకరు చూసుకున్నారు.

'గీయనేమీ చెడ్డోడు గాదు' వారంతా శ్యామ్‌కు వినపడకుండా మెల్లగా అనుకున్నారు.

'మిమ్ములను గల్సుడు మాకు మంచిగనిపిస్తున్నది' స్వరణ్‌సింగ్ మొహంలో చెప్పలేనంత ఆనందం.

'మాకు గూడ మస్తు ఖుషీగుంది మీ ఇంటికొచ్చినందుకు' నవ్వుతూ అన్నాడు ఇంతియాజ్.

'అవ్ మల్ల. సుట్టాలెవ్వరు లేనోని ఇంటికి ఎవ్వరన్న వొస్తె హాయిగనే ఉంటది' శ్యామ్ చాలా ఉదాసీనంగా అన్నాడు. అతని గొంతులో ఏదో జీర! భావోద్వేగంతో మాటలు పెగలకపోవడంతో పట్టిపట్టి మాట్లాడుతున్నాడు. శ్యామ్ మొహంలో రంగులు మారడంతో ఆశ్చర్యపోయిన రాషిద్ అతనివైపు తేరిపార చూశాడు. ఐదుగురు మిత్రుల మనసుల్లో దాగిన భావాలను అతను చదివినట్టున్నాడు.

'నిజాన్కి మిమ్ముల నాత్రి టైమ్ల గల్వాలనుకున్నం. గని నాత్రి మీరు ఏదన్న పోగ్రాంల బిజీగ ఉండొచ్చని గిప్పుడొచ్చినం'

'ఏం పర్వలే.....మీరు గీ నాత్రికి గూడ రాండ్రి. దినానికి నాత్రికి ఫరకేముంటది జెప్పుండ్రి. నాకైతె ఒక్కోపారి నాత్రి వొస్తది...ఒక్కోపారి రానేరాదు!' అతను సిగరెట్ తీసుకోడానికి చేయి ముందుకుచాచి స్వరణ్‌సింగ్‌ను చూసి ఒక్కసారి ఆగిపోయాడు.

'సారీ!' శ్యామ్ మళ్లీ నౌకరును పిలిచి చాయ్ తెమ్మని చెప్పాడు.

'మీరు బలె మాట్లాడ్తరు' కళ్లు పెద్దవి చేస్తూ అన్నాడు రమేశ్.

'అవ్.......నాకు మాటలొక్కటే బాగ చెప్పొస్తయి'

'సార్, మీరు తప్పకుంట మా క్లబ్‌ల మెంబర్గ షరీక్ గావాలె. ఆడ అప్పుడప్పుడు మేమందరం చెస్ గూడ ఆడుతుంటం'

'అయామ్ వెరీ సారీ.....నాకు ఏ ఆట రాదు. పతొక్క బిట్‌ల ఓడిపోతుంట......' శ్యామ్ అటూఇటూ చూస్తూ నిస్సహాయంగా అన్నాడు.

"టివి చాలు జేస్తె మతం, సైన్స్, రాజకీయ వార్తలు దప్పిడ్సి ఏముండవు. కాలనిల చోరీలు బెర్గినయి. దునియల యాడ జూసినా దోస్కునుడే.....పగ....కొట్లాటలు.....సూస్తుంటె బుగులైతున్నది. ఏం జెయ్యాలె?'

'నిజమే, మీరు జెప్పేది కరెక్టే.......' రాషిద్, శ్యామ్ చేతిమీద చేయివేసి అన్నాడు.

'పిల్లలు నాకు దూరమైండ్రు. చిన్నప్పుడు నాతోని హెూలి ఆడిన దోస్తులు గిప్పుడంత యాది మర్సిండ్రు. నా పెండ్లానికి ఎప్పుడు నా తప్పులే గండ్లబడ్తయి. గుజ్రాయించిన బతుకే గామెకు గుర్తుంటది. దినం, నాత్రి లెక్క మేము గల్వం. ఎవ్వరి తొవ్వ గాల్లదే!' శ్యామ్ సీలింగ్ వైపు చూస్తూ బాధగా చెప్పుకుపోతున్నాడు.

'సార్! యాడ జూసినా గిట్లే ఉన్నది. గిప్పుడు ప్రేమ, నిజాయితీలకు యాడ జాగ లేదు' శ్యామ్‌ను అనునయిస్తూ అన్నాడు రాషిద్.

'మన దునియ గూడ గాలి, రోష్ని లేని సీకటి గ్రహాలల్ల ఒకటైనట్లు గొడ్తున్నది!'

'సార్, మీ ఫ్యామిలి యాడుంది? గీ ఇంట్ల మీతోని ఎవరెవరుంటున్నరు?' సీరియస్ వాతావరణాన్ని తేలికపరిచేందుకు స్వరణ్‌సింగ్ టాపిక్ మార్చే ప్రయత్నం చేశాడు.

'మా పోరడు రాం. పెద్ద సాఫ్ట్‌వేర్ ఇంజినీర్. దఫ్తర్ల కంప్యూటర్ ముంగట గూసోని హెడ్‌ఫోన్ బెట్టుకోని గీ దునియతోని సంబంధం లేనట్లుంటడు. మా బిడ్డ నైనాకు పెండ్లి అయ్యింది. మొగనితోని అమెరికా బోయింది. నా భార్య నిర్మలా శ్యామ్. శాన పేరున్న ఆర్టిస్ట్'

'నిర్మలా శ్యామ్?' వారంతా ఒక్కసారిగా ఆశ్చర్యపోయారు.

'గామె చాన పేరున్న పెయింటర్ గద. గామె మీ పెండ్లామా?'

'అవ్. గీనడ్మనే గామె దోస్తు రాజన్ సిన్హాతో గల్సి కశ్మీర్ బోయింది. గాయిన టాప్ సింగర్. రాజన్ పాట గామెను యాడికైన దీస్కబోతది'

'అంటె గిది నిర్మల శ్యామ్ మేడం ఇల్లన్నట్టు. మీ ఇంటికొచ్చుడు మాకెంత ఖుషీగుందో మాకైతె జెప్పొస్తలేదు', ఇంతియాజ్ అన్నాడు.

'గీదున్న మీ పోట్రయిట్ గూడ గామెనే దించిందా?' గోడలపై ఉన్న శ్యామ్ పెయింటింగ్స్‌ను వారు తదేకంగా చూస్తూ అడిగారు.

'అవ్. గామె తీరుతీర్ల రంగులు కలిపి నా భావాలను, నా మనస్తత్వాన్ని కాన్వాస్ మీద షాన్‌దార్గ దించుతది' శ్యామ్ చిర్నవ్వుతో చెప్పాడు.

'గింత సక్కని ఫ్రేమ్‌లను లోపటుంచి ఒక మొలకు యాలాడ దీసి నన్నెంత ఎత్తుల ఉంచిందో సూడుండ్రి! నిజం జెప్పాల్నంటె, ఆమె శాన గొప్ప పెయింటర్!"

శ్యామ్ మాటలు విని వారంతా మౌనంగా ఉండిపోయారు.

'ఒక సంగతి జెప్పాల్నా. గీ ఇంటి వాతావరణమంత వింతగుంటది. యాక్టర్లంత యాక్టింగ్ జేసి, ఎక్కడోల్లక్కడ బోయినంక సున్‌సాన్ గున్న తేటర్ లెక్కుంటది'

'శ్యామ్ సార్! మీ మాటలు ఇంటుంటె మీరొక గొప్ప కవి అయి ఉంటరని మాకనిపిస్తున్నది' రాషిద్ ఉండబట్టలేక అన్నాడు.

'లే రాషిద్ సాబ్, మనకు మంచి షాయిరీ రాయరాదు. కమస్కం దిల్ కులాయించి మనకు నవ్వరాదు. అన్మానం, అవకాశవాదం, అతి జాగ్రత్తలసుంటి చట్రంల ఇర్కపోయి జిందగీ అంత బందీలైతం. దునియ గురించి ఆలోచన జేస్తమేగాని, మనం బాదల గురించి ఆలోచన జెయ్యం. బాదల్ని దాస్కోని బత్కుతం'

'వాహ్! ఎంత మంచిగ జెప్పిండ్రు సార్!' ఇంతియాజ్ షేక్‌హ్యాండిస్తూ శ్యామ్‌ను పొగిడాడు.

'మీరంత మేదావులు. గందుకె మీకు నా మాటలు చెడ్డగనిపించయి..'

'ఏం సార్, మాతోని మాట్లాడనీకి ఫికర్ జేస్తున్నరు? బయమా?'శ్యామ్ మొహంలోకి సూటిగా చూస్తూ స్వరణ్‌సింగ్ అడిగాడు.

'లే....గట్లేం లేదు. నేను ఎవ్వరికి బుగులుబడెటోన్ని గాదు. నిజాన్కి నేనంటేనే నాకు బయం. ఒక్కోపారి నాకు బగ్గ కోపమొస్తది. నా జుట్టు బీక్కోని బట్టలు జింపి ఇసిరేస్త. నిమ్మలమైనంక నన్ను గల్సెతందుకు ఎవరన్న వొస్తరేమోనని ఇంట్ల గూసోని ఎదురు జూస్త.

ఒక్కొన్నే ఉండబట్కె టైంపాస్ గాదు. దాంతోని గటిటు దిర్గుతుంట' అతని మాటలకు అంతా దంగయ్యారు.

'గిప్పుడు సమజైంది. ఒంటరితనమే మీ సమస్యన్నట్లు?' డాక్టర్ నాయక్ శ్యామ్ వ్యాధిని గుర్తించినట్లు కనిపించాడు.

'నేనెన్ని రోగాల్తోని బాదపడ్తున్ననో మీకేమెర్క డాక్టర్? నేను కతలల్ల పూర్తిగాని పాత్రను. రాసెటోడు నా అసువంటి పాత్రలను తయారుజేసి నడ్మిట్లనే కతం జేస్తుంటడు' కిటికీ వైపు చూస్తూ శ్యామ్ చెప్పుకుపోతున్నాడు నిర్వేదంగా.

'గందుకె మీకొక దోస్తు గావాలనుకున్నరు. శ్యామ్ సార్, మీకు గిప్పుడు ఐదుగురు దోస్తులు దొరికింద్రు గదా'స్వరణ్‌సింగ్ ఎంతో ప్రేమగా అతన్ని దగ్గరకి తీసుకున్నాడు.

'మేమంత ఉన్నం. మీకు ఇగ ఒక్కన్నే అనేటి ఫీలింగే ఉండదు' శ్యామ్ చేతిలో చెయ్యేసి భరోసాగా చెప్పాడు రాషిద్.

'అవ్, సార్! ఇంట్ల గిట్ల ఒంటిగుంటె మీకు టైంపాస్ ఎట్లయితది?'

'టైమ్ ఎప్పుడాగుతది? అది ఎప్పుదురుక్తనే ఉంటది. నేనైతె పుస్తకాల షెల్ఫ్ కులాయించి, గుజ్రాయించిన సైమాన్ని లెంకి పట్టుకొనేతందుకు కోషిస్ జేస్త'

'గుజ్రాయించిన కాలం కోసం నేనుగూడ లెంకుత. గని నిన్నటి దినం మర్ల ఎట్లొస్తది?' రాషిద్ నిర్వేదంతో అన్నాడు.

'ఎవరన్న యాదితోని గడీని రుకాయిస్తె గది తప్పకుంట దొరుక్తది' శ్యామ్ సాలోచనగా అన్నాడు.

ఈ సంభాషణ వింటున్న మిగిలిన వారంతా ఏం మాట్లాడాలో తెలీక మౌనంగా ఉండిపోయారు.

కొంచెంసేపయ్యాక ఇంతియాజ్ చొరవ తీసుకుని అడిగాడు.

'సార్, ఫైనల్ల జెప్పుండ్రి. మేమందరం వొస్తె మీకెట్లనిపిస్తున్నది?'

'శాన బాగుంది' శ్యామ్ నలువైపులా చూస్తూ అన్నాడు. 'ఇంట్ల అన్ని వస్తువులు ఇంతకు ముందెట్ల ఉన్నయో గిప్పుడు గూడ గట్లే ఉన్నయి'

అతని మాటలు అర్థంగాక వాళ్లు మొహం చిట్లించారు.

ఇంతలో రమేశ్ టాపిక్ మతం వైపు మార్చే ప్రయత్నం చేశాడు.

'శ్యామ్‌జీ, మాఫ్ కరో... గిట్ల అడ్గుతున్నందుకు. మీరు దేవున్ని నమ్ముతరా?'

'ఓ......నమ్ముత' అతను తలొంచి నెమ్మదిగా చెప్పాడు.

'నేను దేవున్ని ఎందుకు నమ్ముతనో ఎర్కేనా? నా లోపాలకు, తప్పులకు, నేను జేసిన ద్రోహానికీ అన్నిట్కి దేవుడే బాధ్యుడని జెప్పేతందుకె'

'దేవుడంటె మీకు బయం లేదా?' రమేశ్ మళ్లీ ఆసక్తిగా అడిగాడు.

'లేదు. దేవుడంటె అస్సల్ బయం లేదు. నేనెవ్వర్కి బయపడ. నిజాన్కి నేనంటెనే నాకు బయం. ఎదురుంగునోల్లను మోసం జేస్తె జెప్పరానంత ఆనందం కలుగుతది. గని నన్ను నేను మోసం జేస్కుంటె గా పాపం జిందగంత ఎంటబడ్తది' శ్యామ్ ఏదో కోర్టు బోనులో చేతులు కట్టుకుని తలొంచుకుని, చేసిన తప్పులన్నీ ఒప్పుకుంటున్నట్టుగా కనిపించాడు.

'సరే, మీరందరు నాతోని దోస్తి జేయాలనుకుంటున్నరు. మీకు కొన్ని సంగతులు కుల్లకుల్ల జెప్త. నేను శానమందిని జంపిన. అన్యాలం జేసి మస్తుపైసల్ కమాయించిన. ఎంతోమందిని మోసం జేసిన. లేని ప్రేమను సూబెట్టుకుంట నా పెండ్లాంను గూడ మోసం జేసిన. పిల్లలు యాడికన్న బోవాలనుకుంటె అడ్డం దల్గిన. ఆకర్కి నాకు గూడ నేను న్యాయం జేస్కో లేదు. నా కలలన్ని అబద్దాలైనయి, నా కోర్కెలు తీరనె లేదు...'

'ఏంది, మీరు మర్డర్లు గూడ జేసింద్రా?' వారంతా షాకయ్యారు.

'అవ్, నా బాదంత నా గర్ల్ ఫ్రెండ్ రోషన్కు జెబ్దామనుకున్న. గని అహంకారం అడ్డదల్గితె ఊకున్న. అటెంకల నా బాదను జెప్పుకుంట ఆమెకు శాన కారట్లు రాసిన. గని గవ్విటిని పోస్టు జెయ్యకుంట అల్మరల గాలిబ్ కవితా సంపుటిల బద్రంగ దాసి పెట్టిన. నేనేమన్న జెబ్తె ఇందామని రోషన్ శానసార్లు నాతాన్కి వొచ్చింది. నా కండ్లల్ల అపరాధ భావన జూసి, నా వైఖరికి తంగై పాకిస్థాన్ బోయింది. అబద్దాలు, మోసాలు, అన్యాలంతోని గీ దునియను సీకట్లు గమ్మినయి. నా ఇంట్ల ఉన్న నిజం, ప్రేమ అనేటి దీపాలు, గా సీకట్లను పోడగొడ్తయనుకున్న. గని అబద్దాలు, మోసం, స్వార్దం సుడిగాలిల గిప్పుడు నా ఇంటిదీపాలే మల్గిపోయినయి. నా బత్కంత సీకటైంది. నా చేత్లకెల్లి పతొక్క వస్తువు జారి పచ్చలైతున్నది'

శ్యామ్ మాటలు విన్న వారికి నోటమాట రాలేదు.

కొద్దిసేపయ్యాక రమేశ్ అతనికి నచ్చచెప్పడం మొదలెట్టాడు.

'సార్...ఒక మాట జెప్త. మనమంత ఇష్టమున్నా, లేకున్నా జిందగీల కొన్ని పనులు బల్మీకి చేయాల్సొస్తది'

రాషిద్ శ్యామ్ దగ్గరకెళ్లి ఎంతో ప్రేమగా చేయి నిమురుతూ వంచిన అతని తల పైకెత్తి అన్నాడు –

36 గుప్పిట జారే ఇసుక

'గీ చిన్న విషయానికే మీరెందుకు బాదపడుతున్నరో మాకు సమజైత లేదు!'

'మీకు గియన్ని చిన్న విషయాలు తీర్గ గండ్లబడుతున్నయా?'శ్యామ్ తలదించుకునే మాట్లాడుతున్నాడు.

'ఇంతకుముంగట నేను ఆర్కిటెక్ట్‌గా ఎన్నో డ్యాంలు, బ్రిడ్జిలకు డిజైన్ జేసిన. గోల్‌మాల్ జేసి లక్షలు కమాయించిన. చెత్తగ కట్టుడుతోని ఒక బ్రిడ్జి గూలింది. ఇద్దరు కూలోల్లు సచ్చిండ్రు'

'గియన్ని మామూలే సార్. ఇసువంటి మస్తు తప్పులను మనమంత జేస్తనే ఉంటం. అన్ని మర్సి దైర్నంతోని ఉండుండ్రి'

డాక్టర్ నాయక్.......శ్యామ్ మొహంలోకి పరీక్షగా చూశాడు.

'రేపు మీరు మా క్లినిక్‌కు రాండ్రి. మీకు అంజియోగ్రాం జేపిస్త'

'వామ్మో. వద్దు. వద్దు' అతను హడలిపోయాడు.

'డాక్టర్, నా గుండె బుగులుకు మీకు ఏం మందియ్యొస్తది?' శ్యామ్ మాటలకు అందరూ నవ్వుకున్నారు.

'నా బాద నాకే జెప్పుకోవాలనుకుంటున్న' అతను తనలో తానే గొణుకున్నాడు.

కొన్ని నిమిషాలపాటు మౌనం. మళ్లీ శ్యామ్ చేతులు కట్టుకుని నించుని నెమ్మదిగా తన గురించి తానే చెప్పుకుపోతున్నాడు.

'పేపర్ల గీ యాడ్ ఎందుకిచ్చిననో జెబ్తె మీరంత నవ్వుతరు! కాలింగ్ బెల్ సప్పుడిని తల్పుదీస్తె వొచ్చినోల్ల ఎదురుంగ నేను నిలబడి ఉంట!'

ఆ ఐదుగురికీ ఏమీ అర్థంగాక ఒకరి మొహం ఒకరు చూసుకున్నారు. ఆ పెద్దమనిషి ఇంకా ఏంచెప్తాడోనని ఆసక్తిగా అతనివైపు చూశారు. శ్యామ్ అసహనంగా కుర్చీలో కూలబడ్డాడు. నెత్తిపై రెండు చేతులూ పెట్టుకుని నేలచూపులు చూస్తూ తనలో తానే గొణుక్కోవడం మొదలెట్టాడు.

'ఫకర్‌ను ఇడ్సిపెట్టి, నేను జేసిన తప్పులను ఒప్పుకోని, పాపాలను గడుక్కోని, నాతోని నేను రాజికొస్తనా? అసల్ గది జరిగే పనేనా?'

ఆమెని చంపిందెవరు?

రోడ్లమీది గాలికి దిరిగే బిచ్చపామె ఎట్లనో సచ్చింది! పులీస్ ఎంక్వైరి కొచ్చింద్రు. కాలనిల పెద్దమనుసులను ఒకతాన నిలబెట్టింద్రు.

'గామెను ఎవ్వరు సంపింద్రు?'

'ఒక ఆడామె మామూల్గ సావదా? ఆమెనెప్పుడు ఎవరో ఒకరు చంపాల్నా?'

'గట్లయితె దీని గురించి మమ్ములెందుకు అడుగుతున్నరు ఇన్స్పెక్టర్ సాబ్?'

'ఇన్స్పెక్టర్ సాబ్, అల్లా దయఉండె బట్కె గీ కాలనిల ఉండెటోల్లంత మంచిగ సదుకున్నోల్లే. గిది మంచి ఇలాక. గాల్లంత మర్యాదున్నోల్లు. ఎవరి తెరువుబోరు..'

కాలనీ వాళ్లంతా ఓ చోట చేరి తమ అభిప్రాయాలను పోలీసాఫీసరుకు చెప్తున్నారు.

ఆ బిచ్చగత్తె అస్తవ్యస్తంగా గుడ్డలేసుకుని రోడ్లపై అసహ్యంగా తిరిగేది. ఆ పిల్లకు ఉండేందుకు ఇల్లూ లేదు, 'నా' అన్న వాళ్లూ లేరు. నిన్న రాత్రి బహుశా కాలనీలోని కొంతమంది ఆవారాగాళ్లు ఆమెపై అఘాయిత్యం చేసి చంపేసి ఉంటారు. శవాన్ని ఈడ్చుకొచ్చి ఇక్కడ ఫుట్పాత్పై పడేశారు.

'గామెను సంపిందెవరని మీరు మమ్ములను అడుగుతున్నరెందుకు?'

'నేనైతె ఒకపారి మా ఇంటికొచ్చినప్పుడు కర్రతోని గొట్టి గేటవుతలకు గా పిల్లనెల్లగొట్టిన......'

'చపాతీలు బెట్టుమనుకుంట ఊకె మాఇంటి సుట్టూత దిర్గేది. ఎన్నిపార్లు గాదాన్ని ఎల్లగొట్టిన్నో లెక్కే లేదు.'

'ఇన్స్పెక్టర్ సార్, నేనైతె గా పిల్లను మా ఇంటిదిక్కు అస్సలు రానిచ్చేదాన్ని గాదు, ఎర్కేనా?' ఒకావిడ గొప్పగా చెప్పుకుంది.

'లాన్లో కుక్కల కోసం అన్నం పడేస్తె గీ పిల్ల కూడా వచ్చి తినేడిది......'

'గంతేకాదు మమ్మీ, మనింటి దగ్గర చెత్తకుప్పలో మామిడి పళ్లూ, అరటిపళ్ల పొట్టును కూడా తినేడిది, ఎర్కేనా?'

38 గుప్పిట జారే ఇసుక

'మున్నీ నోర్మూసుకో, చెత్తగ మాట్లాడకు!' కూతుర్ని ఆ తల్లి గట్టిగా తిట్టింది.

'గీ ఇలాకల గొప్పోల్లు, విఐపీలె ఉంటరు. గీ అడ్కతినే పిల్లనెవ్వరు సంపుతరు జెప్పుండ్రి. నేనొక ప్రొఫెసర్‌ను. గీలొల్లితో మాకేం సంబంధం?'

'సిగ్గు లేకుంట బర్వాతల దిర్గేడిది. మసీదుల నమాజ్‌జేసి వొచ్చినంక ఇది కండ్లబడిందంటె మల్ల వజూ చేయాల్సి వొచ్చేది. ఓరి దేవుడో, గంద్కెనేమో ఆడోల్లంత మొకం గండ్లబడనీయకుంట పర్దల ఉండాలని కట్టుబాటు బెట్టిండ్రు...'

'గిట్ల బర్వాతల కండ్లబడితె మగోల్లకు సెక్స్ కోర్కెలు బుట్టయా?'

'రాత్రి మేమంత ఇంట్ల టివిల "కౌన్ బనేగా కరోడ్‌పతి" సూస్తుండంగ గీ పిల్లొచ్చింది. చపాతిలు బెట్టమ్మా అన్కుంట లాసిగ వొల్లుడు మాకు వినొచ్చింది...'

'గాదాని తెరువుబోవద్దని మా పిల్లలకు శానసార్లు జెప్పిన. రోగాలొస్తయని బయపెట్టిన. గని గా బిచ్చపామె మా కాలనిల పిల్లలతోని కలిసి ఆడిపాడేది.'

'మా పాప బేబి ఎవరికి ఎర్కలేకుంట దానికి చపాతీలు ఇస్తుండేది.'

'ఒకసారి గాదాని నెత్తికి పెద్ద దెబ్బదాకి నెత్తురొస్తుంటె మా బేబిబోయి మందేసింది.'

'వామ్మో! ఇది శాన ఉషారైంది. ఒక్కోసారి పిచ్చిదానిలెక్క యాక్టింగ్ జేస్కుంట అందర్ని తన దిక్కు మల్పుకొనేది. ఎర్కేనా?.'

'ఒక దినం కాల్కి దెబ్బ తాక్తె బూమి మీద చేతులానిచ్చి నడ్సింది.....'

'బహుశా నిన్న రాత్రి కొందరు పనోల్లు గీ పిల్లను కరాబ్ జేసి సడక్ మీద పడేసుంటరు.'

'నిన్న ఏదన్న మోటర్ గామెను గుద్ది ఉంటది. రాత్రి పొద్దుబోయినంక కాలనిల శానమంది కుత్కెదాంక తాగి ఇంటికొస్తుంటరు. తాగిన మత్తుల ఎవడో యాక్సిడెంట్ చేసుండొచ్చు.'

'ఏమంటున్నరు ఇన్‌స్పెక్టర్ సాబ్! నడిరాత్రి ఆడామె ఆపతిల ఇర్కపోయి వొల్లుతుంటె మేము తల్పుతీసి అవుతలకు బోయి ఏమైతున్నదో చూస్తమా?'

'సార్, నిన్నరాత్రి పొద్దుబోయె దాంక గీడ ఆడోల్లు మగోల్లు అనేటి ఫరక్ లేకుంట అందరు తాగిండ్రు. ఆడి పాడిండ్రు. డ్యాన్సులు జేసిండ్రు. కోరుకున్నోల్లు కోరుకున్నోల్లతోని మస్తు మజా జేసిండ్రు!'

'రాత్రి గీడ పెద్ద వాన బడింది. ఆ టైమ్‌ల గీ పిల్లొచ్చి బండరాయితోని మా ఇంటి గేటు గట్టిగ గొట్టింది. సెక్యూరిటీ గార్డు గామెను కొట్టి బగాయించిండు.'

'ఇన్‌స్పెక్టర్ సాబ్, గా పిల్ల హిందువు. ఒక ముస్లిం ఇంటి ముంగట ఆమె మర్డర్ జరిగింది......'

'అరె, ఏం మాట్లాడుతున్నరు? గీ కాలనీల హిందూముస్లింలు కొట్లాడుకుంటరని మీతో ఎవరు జెప్పింర్రు? అయ్యయ్యో., అల్లా మన మతాన్నీ, విశ్వాసాన్నీ రక్షించుగాక!' ఒక పెద్దాయన లెంపలేసుకున్నాడు.

'సడక్ మీద బర్వాతల దిర్గేటి గీ బిచ్చపామె గొడవతోని మనకేం సంబంధం?'

'సార్, మేం బ్రాహ్మిన్స్.....ఆ అంటరాని పిల్లెవరో, యాడికెల్లి వొచ్చిందో, ఎట్ల సచ్చిందో మాకైతే తెల్వదు. ముంద్గాల గా పీన్గను గుడి ముంగట నుంచి తీపిస్తం!'

'ఇన్స్పెక్టర్ సాబ్, గిటు సూడుంర్రి. గీ బిచ్చపామెను కాలనీవాళ్లెవరూ చంపలేదని మీకు గిప్పటికే ఎర్కైందనుకుంట. అయితె గీమెను సంపిందెవరు? పాంర్రి మీతోని గల్సి మేము గూడ గిప్పుడే సంపిదెవరో లెంకుతం!'

ఇంతలో బిచ్చగత్తె శవం దగ్గరకి ఓ ముసలామె వచ్చి భోరున ఏడుస్తోంది.

'లే..లే... గామె బిచ్చపామె అమ్మగాదు! మాకెర్కుండి గామెకు సుట్టాలెవ్వరు లేరు.'

'మౌలానా సాబ్! మీకెర్క లేదు. దిక్కులేని గీమె సావు చేస్తమని శానమంది ముంగట్కి వొస్తరు. గాల్లు గిప్పుడు మీ తాన్నుంచి గూడ చందలు వసూల్ జేస్తరు. సర్కారుగూడ ఎంతనో కొంత సాయం జేస్తది.'

'సచ్చిన బిచ్చపామె అమ్మను అనుకుంట వొచ్చినందుకు కాలనిల ఉన్నోల్లందరు గా ముసలిదాన్కి పైసలిస్తరు.'

'మమ్మీ, నా మాటిను!' బేబీ అరుస్తూ వాళ్ల అమ్మతో అంది.

'బిచ్చపామెకు అమ్మను గానని గా ముస్లామెనే చెబుతున్నది మమ్మీ!'

'గట్లయితె నువ్వెవ్వరు?' నేనడిగా.

వెంటనే ఆ వృద్ధురాలు గోలుగోలున ఏడుస్తూ చెప్పింది.

'దిక్కులేని కుక్కసావు సచ్చి, సడక్ మీద గీ పిచ్చిపొల్ల పీన్గయింది. గీ దిక్కులేని దాని కోసం ఎవ్వరేడ్వాలె? ఒక్కల్లకు గూడ కండ్లల్ల నీల్లు రాకపాయె. గందుకె నేను ఏడుస్తున్న.... గంతేనే!'

బంతాట!

ఆటగాడు మెరుపు వేగంతో బంతిపైకి ఉరికాడు. నిమిషంలో వెయ్యో వంతులో బంతి అతని చేతిల్లోంచి జారిపోయింది.

ఎట్లా? ఎట్లా? ఇదంతా ఎట్లా జరిగింది....?

సడెన్‌గా కెమెరా ఆగిపోయింది. నేలక్కొట్టిన బంతి గాల్లోకి లేచినట్టు, ఆటగాడు కూడా వాయువేగంతో పరుగులు తీస్తూ బంతిని పట్టుకునేందుకు ప్రయత్నిస్తున్నాడు. గాల్లో ఎగురుతున్న బంతి అతని చేతికి చిక్కినట్లే చిక్కి అందనంత దూరానికి పోతోంది. ఒకసారా, రెండుసార్లా....ఏకంగా పదిసార్లు! అదే తంతు!

ఇప్పుడు మనం చూస్తున్న ఆటలో కూడా సితార ఒక బంతి లాంటిది! వేటగాడి ఉచ్చునుంచి తప్పించుకున్న లేడిలా, అతగాడి కబంధహస్తాలకు చిక్కినట్టే చిక్కి, అంతలోనే బయటపడి పారిపోతోంది! తలదాచుకోడానికి దారులు వెతుకుతూ పదేపదే పడిపోతోంది. చటుక్కున మళ్లీ లేచి పారిపోతోంది. కాని గ్యాలరీలో కూచుని ఆ ఆటను చూసి చప్పట్లు కొడుతూ ఎంజాయ్ చేసే వారు ఎంతసేపూ ఆ ఆటగాడిని అభిమానిస్తారేగానీ, ప్రాణాలు దక్కించుకున్న ఆమె సాహసాన్ని మెచ్చుకోరు కదా!

'లేదు, లేదు, ప్రమాదం నుంచి బయటపడలేదు. ఇంకా ఆటగాడి పంజాలోనే ఉన్నా.' సితార మళ్లీ ఆవేదనతో అనుకుంది పైకి.

'నేను ఆఫీసులో టాయ్‌లెట్‌కెళ్లి తలుపేసుకున్నా. అప్పటికే వాడు లోపల నక్కి ఉన్నాడు. నన్ను తన వైపుకి... అంతలో నా చీర కొంగు టాయ్‌లెట్ మురికి నీట్లో పడిపోయింది'

అప్పుడు లక్షలాది కళ్లు టీవీ స్క్రీన్‌పై అదే దృశ్యాన్ని చూస్తున్న ఫీలింగ్ కలుగుతుంది. ఉద్యోగులు పనిచేస్తున్న కంప్యూటర్ సిస్టమ్‌ను ఆపి మరీ మాటిమాటికీ ఆ సీన్‌ను టీవీపై చూసేందుకు ఉత్సాహం చూపిస్తారు. ఆటగాడు బంతిపైకి దూకుతున్న దృశ్యం! టాయ్‌లెట్

మురికినీటిలో ఆమె చీర కొంగు తడిసిపోయింది. లోపల నుంచి పెద్దగా అరుపులు విని ఆమె కొలీగ్స్ చాలా మంది అక్కడికి పరుగెత్తుకొచ్చారు.

'చూడండి ఇటు.... చేతిపై దెబ్బలు.....' ఆమె పగిలిన గాజులను వాళ్లందరికీ చూపించింది.

* * *

ఆ రోజు సితార రావణుడ్ని చంపి, కాల్చేసినంత ఆవేశంతో ఆఫీసు నుంచి ఇంటికొచ్చింది.

నిలువెల్లా వణికిపోతూ భర్త ఖాలిద్‌ను పెనవేసుకుపోయింది.

"ఈ వేళ మా ఆఫీసులో ఏమైందో తెల్సా......"

ఆమె ఆయాసపడుతోంది. చెదిరిపోయిన జుట్టుతో, ఆమె ముఖం మండుతున్న అగ్నిగోళంలా ఉంది. ఆఫీసులో జరిగిన సంఘటన తలుచుకున్నాక సితార కళ్లల్లో నీళ్లు తిరిగాయి.

కెనడా నుంచి వచ్చిన లెటర్‌ను అప్పటిదాకా తాపీగా చదువుకుంటున్న ఖాలిద్ భార్యను గమనించి వెంటనే దాన్ని గప్‌చుప్‌గా మడిచి జేబులో దాచేశాడు. కెనడాలోని ప్రియురాలు రిజ్వానా రాసిన ఉత్తరమది. ఒకవైపు ఆ లెటర్ చదివిన ఆనందంలో, మరోవైపు భార్య కౌగిలిలో అతను ఉక్కిరిబిక్కిరయ్యాడు.

'అరె.. అసలేమైంది?' ఖాలిద్ చాలా కూల్‌గా అడిగాడు. అతని మనసు సితారకు చాలా దూరంగా, ఇంకా ఎక్కడో కెనడాలోనే రిజ్వానాతో విహరిస్తోంది.

'ఖాలిద్..... ఖాలిద్....' ఆమె మొగుడి గుండెలపై వాలిపోయింది. జనాలంతా కర్రలు పట్టుకుని తనను కొట్టడానికి వస్తున్నట్టుగా ఆమె భయపడిపోయి మొగుడ్ని పెనవేసుకుంది.

'అసలేమైంది.....?'

'మా ఆఫీసులో ఆదిల్‌గాడు ఉన్నాడు కదా......'

'ఏ ఆదిల్........'

'ఉన్నాడులే ఓ నీచుడు.....నికృష్టుడు..... కుక్క.... వాడీరోజు నాపై....... నన్ను........"

సితార వెక్కివెక్కి ఏడుస్తోంది. మైళ్ల దూరం పరుగెత్తినంతగా ఊపిరి ఎగబీలుస్తూ ఆయాసపడుతోంది. జీవితంలో నేడు ఆమెకో చేదు అనుభవం ఎదురయ్యింది. మగాడిలోని అత్యంత క్రూరమైన రూపాన్ని చూసింది. ఖాలిద్ కంగారుగా తన భుజాలపై ఉన్న ఆమె తలను విసురుగా పక్కకు తిప్పాడు. భయంకరమైన ఆలోచన అతన్ని వణికించింది.

'నేను ఆఫీసులో టాయ్‌లెట్‌కు వెళ్లగానే...... వెళ్లగానే.......'

'అరె.....ఏమైంది....ఏం చెప్పవూ......' సహనం కోల్పోయిన ఖాలిద్ గట్టిగా అరిచాడు. అసలు విషయం చెప్పకుండా పెళ్లాం ఇలా నాన్చడం ఏ భర్తకైనా సహనాన్ని పరీక్షించడమే కదా! అది సితారకేం తెలుసు? మండుతున్న అగ్నికీలలను దాటుకుంటూ ఆమె క్షణాల్లో తారాజువ్వలా ఇంటికొచ్చేసింది. ఎంతో నమ్మకంతో భర్త తనను బయటకి ఉద్యోగానికి పంపుతుంటే ఆఫీసులో ఆదిల్ నలుగురిలో పరువు తీశాడు. ఇపుడు తానో స్త్రీ శరీరాన్ని మాత్రమే.

'వాడు బాత్రూమ్ లోపల నుంచి బోల్టు పెట్టి నాతో ఛండాలంగా..........'

నమ్మలేనట్టు ఖాలిద్ కళ్లు పెద్దగా చేశాడు. సితార మొహంలో కనిపిస్తున్న భయాందోళనలను అతను గమనించాడు.

'వాడు నన్ను తనవైపు లాక్కునేందుకు ప్రయత్నించాడు. వాడ్ని చాలాసార్లు కొట్టా. కాలితో తన్నా. ఎడాపెడా చావగొట్టా. పెద్దగా కేకలు పెడితే ఆఫీసులో వాళ్లంతా పోగయి అక్కడికొచ్చారు. ఈరోజు అల్లాయే నన్ను కాపాడాడు. మా బాస్ కూడా వచ్చాడు....' ఆమె జరిగినదంతా పూసగుచ్చినట్టు చెప్పింది. సితారలో ఇంకా వణుకు తగ్గలేదు. మొగుడ్ని వాటేసుకుంది. ఖాలిద్ పక్కనుంటే ఆమెలో కొండంత ధీమా. తనకే ప్రమాదమూ రాదనుకుంటుంది.

'ఎంత ధైర్యం ఆ నీచుడికి? ఉరిశిక్ష వేయిస్తా వాడికి....' ఖాలిద్ సితారను విసురుగా ఒక వైపుకి నెట్టేసి వీరావేశంతో కత్తికోసం అన్ని వైపులా వెతుకుతున్నాడు. కనబడితే పొడిచిపారేద్దామన్న కసితో ఊగిపోతున్నాడు.

'చూడు....ఇదిగో ఇలా చూడు....' సితార పెనుగులాటలో పగిలిపోయిన గాజులు, బాగా గీరుకుపోయి చేతికి తగిలిన దెబ్బలను భర్తకు చూపించింది.

కానీ, ఖాలిద్ వాటిని చూడలేదు. అతను నేలమీదికే తదేకంగా చూస్తున్నాడు. టాయ్‌లెట్ మురికినీటిలో మలినమైన సితార పైటచెంగునే గమనిస్తున్నాడు. అంతలో కిందపడ్డ రిజ్వానా లెటర్‌ను కంగారుగా జేబులో దాచిపెట్టుకున్నాడు. పెళ్లాన్ని చాలాసార్లు దగ్గరకు తీసుకుని ధైర్యం చెప్పే తొందరలో ఆ లెటర్ కాస్తా పడిపోయింది.

'చంపేస్తా.....ఆ రాస్కెల్‌ని.....'ఆవేశంతో ఖాలిద్ అంటున్న మాటలు మండుతున్న ఆమె హృదయ వేదనకు కొంత ఉపశమనం కలిగించాయి.

'ఇంత జరిగితే....అప్పుడే ఫోన్ చేసి నాకెందుకు చెప్పలేదు?'

'నువ్వతన్ని చంపేస్తావేమోనని భయమేసింది....'

'అసలు నువ్వేమనుకుంటున్నావ్? వదిలిపెడ్తానా వాడ్ని......ఆ లంజకొడుకు ప్రాణాలు తీస్తా....' ఖాలిద్ ఒక నరహంతకుడిలా అరుస్తూ వీరంగం వేస్తున్నాడు.

కొద్దిసేపటికే ఖాలిద్ మిత్రులు, చుట్టాలొచ్చారు. బస్తీలోని ఆడాళ్లు, సితార అత్తను పలకరించడానికొచ్చారు.

'పోనీ బయ్....జర నిమ్మలంగ, తెల్విగా పోవాలె. గిసుంటి కొట్లాటలు కోర్టుదాకా పోరాదె....' ఖాలిద్ స్నేహితులు అతనికి నచ్చచెప్పసాగేరు, మెల్లగా.

'ఆంటీ....సడెన్‌గా వాడు నాచేయి పట్టుకుని.....'

'మరేం చెప్పొద్దు........' ఆమె అత్త గొంతులో నీళ్లుపోసుకుని పుక్కిలించే వంకతో ఆమెను ఇంకేమీ చెప్పనీయకుండా చేసింది. కాని సితార గుండెల్లో ఆక్రోశం, ఆగ్రహం ఉప్పెనలా ఎగసిపడుతున్నాయ్. ఆమె కళ్ల నుంచి అశ్రుధారలు కారుతున్నాయి. ఒక ఆడదానిగా మానమర్యాదలను కాపాడుకునేందుకు ఈరోజు తానెంత తెగువ చూపిందీ ఈ ప్రపంచానికంతటికీ చాటిచెప్పాలనుకుందామె. ఉద్యోగం ద్వారా వచ్చే డబ్బూ, స్టేటస్సూ, ఇతర అవసరాలూ, రాజీలూ ఏవీ ఆమెను ఇక ఎంతమాత్రం ఆపలేవ్.

'ఈ కుక్కకు ఉరిశిక్ష పడేలా చేస్తా. ఎంతదూరమయినా వెళ్తా. ఇష్టమొచ్చిన దాన్నల్లా పాడుచేసి తప్పించుకోవచ్చనుకుంటున్నారా ఏంటి ఈ చెత్తగాళ్లు! నాతో హద్దుమీరినందుకు ఏమవుతుందో వాడికి తెలిసొచ్చేలా చేస్తా.....' – ఆమె మాటలు ఖాతరు చెయ్యకుండా పక్కగదిలోకి విసవిసా వెళ్లిపోయింది అత్తమ్మ.

పక్క గదిలోంచి అత్త గట్టిగా అరుస్తోంది..

'ఎర్రగాబుర్రగా ఉన్న పెళ్లాన్ని జాబ్ చేయించొద్దని నెత్తీనోరూ బాదుకుని చెప్పా. అయినా విన్నాడు కాదు దౌర్భాగ్యుడు. రెండు వేలకి కక్కుర్తి పడ్డాడు. ఇదిగో కోడలు సంపాదించి తెచ్చిన డబ్బు తీసుకో....ఇంటికి అప్రతిష్ఠ వచ్చిపడింది.....'

'పరువు పోయినా సరే... వాడినొదిలే సమస్యే లేదు....'

సితార కోపంతో ఊగిపోతోంది. సలసలకాగుతున్న నూనెలో వేగుతున్న పూరీలా ఉంది ఆమె పరిస్థితి.

'వాడ్ని నేను కచ్చితంగా ఉరికంబానికి ఎక్కించి తీరుతా.....' ఆయాసపడుతూ అంది సితార.

'వదినా, కూచో.....కొంచెం కూల్‌గా ఉండు. వాటర్ తాగు.....' ఆమె ఆడబిడ్డ భుజాలు పట్టుకుని సోఫాలో కూచోబెట్టింది.

'డాడీ! ఆదిల్ ఓ నీచుడని ఆఫీసులో లేడీసంతా చెపుతుండేవాళ్లు. నేనసలు నమ్మేదాన్ని కాదు. కానీ ఈ రోజు వాడు... వాడు...' ఆమె తన మామ ఎదుట వెక్కివెక్కి ఏడుస్తూ చెపుతోంది.

'చాల్చాలు.....ఇకఆపు.....మాట్లాడకుండా కూచో' ఆమె మామ కసురుకుని మొహాన్ని విసురుగా వెనక్కి తిప్పేసుకున్నారు. టాయిలెట్ మురికినీటిలో పడ్డ సితార పల్లూ నుంచి వచ్చే దుర్వాసన భరించలేనట్టుగా ఆయన ముక్కు మూసుకున్నారు! మళ్లీ ఎవరికీ వినబడకుండా ఖాలిద్ చెవిలో గొణిగారు.

'నువు సితార ఆఫీసుకెళ్లొచ్చావా?'

'వెళ్లా... వాడ్ని పోలీసులు మూసేశారు. ఆఫీసువాళ్లు కేసుని పోలీసులకు అప్పగించేసి చేతులు దులుపుకొన్నారు'

'ఊ! ఇదంత సవ్యంగా సాగడం లేదు...' సితార మామగారు ఆకాశంలోకి చూస్తూ అన్నాడు.

'ఖర్మకాలి ఇట్లాంటివి జరిగినప్పుడు అక్కడే తేల్చేసుకోవాలి. ఇపుడు సిటీ అంతా టాంటాం అవుతుంది కదా!'

'అయితే కానివ్వండి డాడీ...' కాకమీద ఉన్న ఖాలిద్‌లో వివేకం కొరవడిందనుకున్నారు అతని తల్లితండ్రులు.

'ఇంత జరిగాక చౌరస్తాలో ఢంకా బజాయించి చెప్తా. నాతో హద్దుమీరి ప్రవర్తించిన వాడ్ని వదిలిపెట్టను. దీని పర్యవసానం ఎంత తీవ్రంగా ఉంటుందో తెలిసేలా చేస్తా...' సితార మాటల్లో ఆవేశం ఉన్నంతగా ఆలోచన కనిపించలేదు ఇంట్లోవాళ్లకి.

'సితారా, ఎందుకలా గొంతుచించుకుని అరుస్తావ్?' మొదటిసారి ఖాలిద్ భార్యను మందలించాడు.

ఆమె భయపడి నలువైపులా చూసింది. అంతా దూరం దూరంగా నించున్నారు. ఆఫీసులో జరిగినదాన్ని తలుచుకుని ఆవేదనతో కుమిలిపోతుంటే, తనను ఓదార్చే వారే లేరే? ఎక్కడో ఏమూలో ఆదిల్ నక్కి అకస్మాత్తుగా తనపై ఎప్పుడైనా దాడి చేస్తాడేమోననే భయం ఆమెను పదేపదే వెన్నాడుతోంది.

అంతలో ఆమె తల్లీ తండ్రీ ఇంట్లో అడుగుపెట్టారు.

'అమ్మీ.... అబ్బా...' అమ్మానాన్నలను చూసి దుఃఖం ఆపుకోలేక సితార గట్టిగా ఏడ్వసాగింది.

'అల్లా ఈ రోజు నా మానమర్యాదలను కాపాడాడు. నీకూతురు ఆ దుర్మార్గుడిపై ఎంత ధైర్యంగా పోరాడిందో తెల్సా.' అంటూ ఆమె తల్లి గుండెలకు హత్తుకుపోయింది. ఆ క్షణంలో తల్లి కన్నా సితార ఎంతో ఎత్తుకు ఎదిగిపోయినట్టనిపించింది. తన జీవితంలో ఎదురైన ఆటుపోట్లను ఆమె ఎంతో సాహసంతో ఎదుర్కొంది.

'ఏంటి నాబిడ్డ కిట్లాంటి పరిస్థితి వొచ్చింది? యా అల్లా....మేమేం పాపం చేశామని మాకీ శిక్ష వేశావ్?' సితార తల్లి బిడ్డను తన ఒడిలోకి తీసుకుని ఏడ్చింది.

'అమ్మీ... నాకేమీ కానందుకు నువ్వు అల్లాకు థ్యాంక్స్ చెప్పాల్సిందే. పరాయి మగాడి చేయి తగిలినా నేను సహించలేను. అలాంటిది నాకే ఇలా... ఆఫీసులో జనాలు రావడం కొంచెం లేటయినట్లయితే... నేను తల గోడకు కొట్టుకుని చచ్చిపోవాల్సి వచ్చేది!'

ఆ భయానక దృశ్యాన్ని తలుచుకుని ఆమె మళ్లీ వణికిపోయింది. శోకసంద్రంలో మునిగిపోయింది.

'జరిగిందేదో జరిగిపోయింది – ఈ కేసును వాపస్ తీసుకోడం అందరికీ మంచిది' సితార తండ్రి నెమ్మదిగా మనసులో మాట బయట పెట్టాడు.

'కేసెందుకు విత్‌డ్రా చేసుకోవాలి....?' ఖాలిద్ ఉగ్రుడయ్యాడు.

'ఈ వ్యవహారాన్ని కోర్టుదాకా తీసికెళ్లి తీరుతా! ఆ నీచుడికి కఠిన శిక్షే పడుతుంది. ఉన్న ఉద్యోగం కూడా ఊడి ముష్టెత్తుకుంటాడు దరిద్రుడు!' ఖాలిద్ మాటల్లో కసి దాచినా దాగడం లేదు.

'కాస్త నిదానంగా ఆలోచించు బేటా.... ఇలాంటి కొట్లాటలు పెద్దవి చేస్కుంటే ఫాయిదా ఏముంటది చెప్పు?' తండ్రి ఖాలిద్ భుజంపై చెయ్యేసి సున్నితంగా చెప్పాడు.

'వాహ్! అబ్బా, ఏం శలవిచ్చారు? నడిబజారులో ఆ ఆదిల్‌గాడు నా ఇజ్జత్ తీస్తే వాడికి శిక్ష పడకూడదంటారా మీరు?' ఖాలిద్ కడుపుమంట అదుపుచేసుకుంటూ వెటకరించాడు.

'సితారా.....చివరికి వాడికే శిక్షా పడదమ్మా.....' ఆమె తండ్రి తలొంచుకుని కూతురికి సర్దిచెప్పే ప్రయత్నం చేశాడు. తప్పు ఆదిల్ చేసినా, శిక్ష అనుభవించడానికి తాను సిద్ధమేనన్నట్లు ఆయన మాట్లాడుతున్నాడు.

'ఈ సమాజంలో మగపురుగులకి ఇదో మజాక్ అయిపోయిందమ్మా. నిర్దోషినని నిరూపించుకోడానికి వాడికి వేలాది దొంగ సాక్ష్యాలు దొరుకుతాయి....'

'లేదు....లేదు....వాడ్ని వదిలే ప్రసక్తే లేదు... సమయానికి అందరూ వచ్చివుండకపోతే, ఈపాటికి తలబాదుకుని చావాల్సిన పరిస్థితి!' సితారలో ఆవేశం తన్నుకొస్తూనే ఉంది. అంతలో డాక్టర్ వచ్చి ఆమెకు నిద్ర మాత్ర ఇచ్చాడు. తల్లి వేడి పాలిచ్చి పడుకోబెట్టింది.

'నేనెందుకు, ఎవరికి భయపడాలి....' అనుకుంటూ ఆమె నిద్రలోకి జారిపోయింది.

* * *

సాహసానికీ, ఆత్మగౌరవానికీ నిలువెత్తు నిదర్శనం సితార. ఈ రెండు లక్షణాలనూ పుణికిపుచ్చుకున్న ఆమె ధైర్యంగా ముందడుగు వేస్తోంది. పెళ్లయ్యాక ఇరుకింట్లో కాపురం, సౌకర్యాలేవీ లేకపోవడం ఆమెకు కొంత అసంతృప్తిని కలిగించాయి. పెళ్లయిన కొత్తలోనే ఖాలిద్, రిజ్వానాతో తన లవ్‌స్టోరీ గురించి సితారతో చెప్పాడు. అతను బాధపడ్డం చూసి సితార ఏడ్చిందికూడా. ఓ ఆడదాని చేతిలో మోసపోయిన ఆ మగాడికి మరో ఆడదే ఓదార్పయింది. ఖాలిద్‌కి చిన్న మాట మాట్లాడినా కోపం కమ్ముకు వస్తుంది. దానికి తోడు పెనుభూతం లాంటి అనుమానం ఒకటి! తన దురదృష్టానికి, తలుచుకుని తలుచుకుని ఏడ్వడం, దేనిమీదా ఆసక్తి లేకపోవడంతో, ఖాలిద్ జీవితం నిస్సారంగా మారింది. సితార అతని చేయి పట్టుకుని ఖాలిద్‌కి మెల్లిగా జీవితపాఠాలు నేర్పించాల్సి వచ్చింది. ముళ్ల గులాబిలాంటి ఖాలిద్ కోసం ఆమె నానాపాట్లూ పడాల్సి వచ్చింది.

పిల్లలు కలిగాక ఆమె బాధలు మరింత పెరిగాయి. చంటిపిల్లను సాకుతూ బండెడు ఇంటి చాకిరీ చేస్తూ సితార ఎంతో కష్టపడి బీఏ చేసింది. రిజల్ట్స్ రాగానే జాబ్ కోసం ఆఫీసుల చుట్టూ కాళ్లరిగేలా తిరగడం చూసి ఆమె అత్త బుగ్గలు నొక్కుకుంది. ఇప్పటిదాకా తమ ఇంట్లో ఆడది గడప దాటలేదనీ, అంత ఖర్మ ఏమొచ్చిందనీ ఆమె తెగ మధనపడింది. కానీ, ఖాలిద్ మౌనంగా ఉండిపోవడంతో సితార ఉద్యోగంలో చేరింది. ఇంట్లో వెయ్యి రూపాయల ఆదాయమూ పెరిగింది. దాంతో కట్నం తక్కువ తెచ్చిందన్న బాధ కూడా కొంత తగ్గింది. ఉద్యోగంలోకి చేరగానే ఆఫీసులో పనీ, ఇంట్లో చాకిరీ ఒకేసారి నెత్తినపడడంతో తట్టుకోలేక నీరసించి, విరగ్గాసిన చెట్టు కొమ్మలా, వంగిపోయింది సితార! ఆమె ముఖంలో మునుపటి కళాకాంతులు లేవు. మెరుపూ తగ్గింది. ఆఫీసు నుంచి ఇంటికొచ్చాక కూడా కల్పించుకుని పనులు చేయడం, అత్తను ఉట్టినే ఉబ్బేయడం, అప్పుడప్పుడు ఖాలిద్ గట్టిగా కేకలేసినా నవ్వుతూ భరించడం అలవాటు చేసుకుంది. ఆఫీసు నుంచి సాయంత్రం ఇంటికొచ్చేటప్పుడు బాస్కెట్ నిండా పళ్లూ, కూరగాయలూ తీసుకొస్తుంది.

సితారకు అటు ఆఫీసులోనూ మంచి పేరే ఉంది. ఆమె బాస్ చండశాసనుడు. అయినా, ఇచ్చిన వర్క్ చక్కగా, బాధ్యతగా చేస్తుండడంతో ఆమెని అతను మెచ్చుకునేవాడు.

* * *

'మమ్మీ! నిన్నెవరు కొట్టారు?" ఆమె పక్కలో వాలిపోతూ తల్లిని అడిగింది బేబీ.

'ఒక రౌడీ వెధవ ఇవాళ నన్ను......'

'ఏదీ నీ చేతులు చూపియ్యి.....బాగా బ్లడ్ వస్తోందా!' బేబీ, తల్లి చేతి గాయంపై ఆయింట్‌మెంట్ పూసింది.

కోపంతో మండిపడుతూ ఖాలిద్ గదిలోకి వచ్చాడు.

'నీ దౌర్భాగ్యం గురించి బేబీకెందుకు చెప్పడం?' అన్న అతని ప్రశ్నకు ఆమె మనసు చివుక్కుమంది.

'ఆడపిల్లలకు ఇట్లాంటివి ఇపుడే చెప్పాలి. భవిష్యత్తులో అడుగడుగునా ఎంతమంది ఆదిల్‌గాళ్లు వారిని అటకాయిస్తారో ఏమో! అంచేత వాళ్లని తప్పకుండా హెచ్చరించాలి'- ఈ మాటలు సితార ఖాలిద్‌తో అనాలనుకున్నవి- అనలేకపోయినవి!

ఖాలిద్ బెడ్‌పైకి రాగానే సితార అతని గుండెలపై వాలిపోయింది. భర్తను అంటిపెట్టుకుని ఉంటే ఈ ప్రపంచంలో తనకే ప్రమాదాలూ, కష్టాలూ ఉండవను కుంటుందామె. కాని ఖాలిద్ ఆమె నుంచి దూరంగా జరిగిపోతూ కోపంగా అన్నాడు.

'ఆఫీసులో లేడీసంతా వాడో నీచుడని అంటుంటే నీకెందుకు అట్లా అనిపించలేదు? నీ జాగ్రత్తలో నువ్వుండి ఉంటే ఇదంతా జరిగేదా??' సితార తన మెడచుట్టూ వేసిన చేతుల్ని విసురుగా తీసేస్తూ అన్నాడు ఖాలిద్. ఊరట కోసం మరెవరిని ఆశ్రయించాలో సితారకు ఒక్క క్షణం అర్థం కాలేదు!

'కలిసినప్పుడల్లా మర్యాదగా మాట్లాడేవాడు. హుందాతనం నటించేవాడు. చాలాసార్లు నాకు ఓటీ కూడా ఇచ్చాడు. నా ప్రమోషన్ ఫైల్ రెడీ చేశాడు.....'

'అచ్ఛా......అలాగా! అయితే, ఈ వ్యవహారం ఎంతకాలంగా సాగుతోందేం?' ఖాలిద్ సీలింగ్ ఎగిరిపోయేలా అరిచాడు.

"వ్యవహారమా? ఏ వ్యవహారం?" ఆమె గాభరాగా అడిగింది.

* * *

యాక్షన్.......రీప్లే.....

'కాపాడండి.....కాపాడండి....' టాయ్‌లెట్ మురికినీటిలో చీర కొంగు నానుతోంది.

ఒక రాక్షసుడు ఆమె మీదకు ఉరికాడు.

'ఆమెతో మీ వ్యవహారం మళ్లీ ఎపుడు మొదలయ్యింది?' ఖాలిద్ జేబులోంచి ఈ రోజు పొద్దున రిజ్వానా రాసిన లెటర్ చూసి షాక్‌తో సితార మొగుడ్ని నిలదీసింది. అతను ముసిముసి నవ్వులు నవ్వుతూ దాన్ని దాచేసేందుకు ప్రయత్నం చేశాడు.

48 గుప్పిట జారే ఇసుక

'కెనడా నుంచి ఇప్పటికే రెండు మూడు లెటర్లొచ్చాయ్. రిజ్వానా నన్ను మరిచిపోలేకుండా ఉందిట.'

సితార మౌనం దాల్చింది. ఏ ఆడదయినా మొగుడ్ని అంతకన్నా ఏం అడగ్గలదు?

'నా సంగతి నీకు తెలుసు కదా. నేను ఏదీ నీ దగ్గర దాచను' ఖాలిద్ భార్యతో అన్నాడు.

'నేను మాత్రం దాచింది ఉందా? నేనూ ఏం దాచలేదు కదా?'

'బహుశా నీ అందం, వైఖరి ఆ ఆదిల్‌గాడికి కిర్రెక్కించి ఉంటాయి. పోలీసులకు వాడు ఏ స్టేట్‌మెంట్ ఇస్తాడో ఏమో?' ఖాలిద్ తల దిండుకేసి బాదుకుంటూ అన్నాడు.

కన్నుపొడుచుకున్నా కానరాని చిమ్మచీకటిలో స్వైరవిహారం చేసే పిచ్చికుక్కల మధ్య చిక్కుకుపోయిన నిస్సహాయ స్త్రీలా ఉన్నట్లు అనిపించిందామెకి. వాటి నుంచి తప్పించుకుని పక్కనున్న ఎత్తయిన చెట్టెక్కేసినట్లూ, అక్కడ పోగైన జనమంతా తనను వింతగా చూస్తున్నట్లూ ఊహించుకుందామె!

ఖాలిద్ మరోవైపుకి ఒత్తిగిలి నిద్రలోకి జారుకున్నాడు.

గదంతా నిశ్శబ్దం.... సితారను పట్టించుకోకుండా– పక్కన భార్య ఉందన్న స్పృహయినా లేకుండా – ఉత్సవ విగ్రహంలా ఆ పతిదేవుడు గుర్రుకొట్టి నిద్రపోతున్నాడు. అతను కోరుకున్నప్పుడే ఆమె ఆనందించాలి. ఆమె శరీరం, ఖాలిద్ కోర్కెలు తీర్చుకోడానికి ఉపయోగపడే జీవం లేని భోగవస్తువు! ఆమె ఓ నడిచే గాయం! గాయాలు కనిపించకుండా అందమైన చీర కట్టుకుంటుంది. ఆమె తన మనసుని ఏనాడో చంపేసుకుంది!!

ఇక్కడ ఇద్దరు నీచులున్నారు. ఇద్దరూ మగాళ్లే. ఒకడు, ఆత్మగౌరవంగల ఆడదానిపై కన్నేసి, ఆమెను టాయ్‌లెట్‌లోని మురికినీటిలో ముంచుతాడు. ఖాలిద్‌లాంటి మరొకడు, పక్కనే పడుకునివున్న భార్యను సైతం పట్టించుకోకుండా బెడ్‌రూమ్‌లో మొహం తిప్పేసుకుని పడుకుంటే ప్రపంచమంతా చీకటైపోక ఏమవుతుంది? అతన్ని కాలర్ పట్టుకుని నిలదీసేవారే లేరు. ఆ రోజున ఇల్లంతా నీరవనిశ్శబ్దం ఆవరించింది. అందరూ సిగ్గుతో తలదించుకున్నారు!

* * *

'మీ ఆయన చానా మంచోడు'– ఆఫీసులో ఆమెతో పనిచేసే క్లర్క్ నర్గీస్ అంది.

'నాకె గన్క గిసువంటిది జరిగితె మా హజ్బెండ్ ఈపాటికి తలాక్ ఇచ్చేసేటోడు. గాయన ప్రతి ఇష్యూ చాన ప్రెస్టేజిగా తీస్కునే టైప్‌లే'

సితార తలొంచుకుని తెల్ల కాగితంపై నల్ల గీతలు గీస్తోంది.

'నాకే ఇలాంటిదేమయినా జరిగితే, అసలా మాట ఆయనదాకా ఎందుకు పోనిస్తా?' టైపిస్ట్ మేరీ నవ్వుతూ అంది.

'నా ఉద్దేశంలో... పాపం, ఆదిల్‌కు నువ్వో చాన్స్ ఇచ్చుండాల్సింది....' మరొకామె సానుభూతి కురిపిస్తూ అంది.

ఇంతలో పులిమీద పుట్రలా... ఆదిల్ భార్య కొత్త ప్రచారం మొదలెట్టింది. తన భర్తకి సితారతో వ్యవహారం ఎన్నాళ్ల నుంచి నడుస్తోందో తెలియదనీ ఆదిల్ పెళ్లాం కనిపించిన వారందరితో చెప్తోందట. ఇప్పుడు రెడ్‌హ్యాండెడ్‌గా దొరికిపోవడంతో, తన మొగుడు కేసులో ఇరుక్కున్నాడన్నది ఆమె కథనం!

* * *

రాత్రి భోజనానికి అంతా డైనింగ్ టేబుల్ దగ్గర కూచున్నారు. ఖాలిద్ తండ్రి నెమ్మదిగా విషయం కదిపాడు.

'ఎటు తిరిగీ కేసు కోర్టుకెళుతుంది కదా, దాన్ని వాపస్ తీసుకోకూడదూ?'

'వాడ్ని ఎంతమాత్రం క్షమించను. ఉరి కంబానికి ఎక్కించి తీరతా. వాడు నా సర్వస్వాన్నీ దోచుకున్నాడు. ఇక నా దగ్గరేమీ లేదు' సితార తలను డైనింగ్ టేబుల్‌కేసి బలంగా కొట్టుకుని పెద్దపెట్టున ఏడ్వసాగింది. ఆమె ముఖమంతా రక్తంతో తడిసిపోయింది. అక్కడున్నవారంతా భయపడిపోయారు. పక్కనే ఉన్న ఆమె మరిది బలవంతంగా సితారను చేయిపట్టుకుని ఆపి బెడ్‌పై పడుకోబెట్టాడు. కళ్లెదుట ఇంత జరుగుతున్నా ఖాలిద్ కుర్చీలోంచి కదల్లేదు. నెత్తిన చేతులు పెట్టుకుని డైనింగ్ టేబుల్ వద్దే తలొంచుకుని కూచున్నాడు.

ఇల్లంతా భయంగొలిపే నిశ్శబ్దం.

రాత్రి పడుకునే టైమ్‌కి ఖాలిద్ బెడ్‌రూమ్‌లోకి వచ్చాడు. సితార ముఖంమీద చేయేసి గాయాలు చూశాడు.

'ఏమైందీరోజు నీకు! ఆదిల్ చెయ్యి మాత్రమే పట్టుకున్నాడని మొదట్లో నాకు చెప్పావ్. వాడు నీ సర్వస్వం దోచుకున్నాడని ఈవేళ నువ్వు అందరిముందూ అంటున్నావ్.'

ఖాలిద్ వేసిన ప్రశ్నకు ఆమె ఎప్పట్లాగే భయపడిపోలేదు, వణికిపోలేదు. షాక్‌కు గురైన మూగ, చెవిటిదానిలా ఇంటి సీలింగ్ వైపు తదేకంగా చూడసాగింది.

* * *

యాక్షన్.......రీప్లే.......

ఉన్నట్టుండి ఏదో అదృశ్య శక్తి తనకు చెంబుడు విషం తాగిస్తున్నట్టుగా ఆమెకు అనిపించింది. కాని, అదంతా క్రమంగా తియ్యగా మారి, గొంతులోకి జారిపోతోంది!

అవి భయంకరమైన క్షణాలు! ఆదిల్ కబంధ హస్తాలలో తాను గిలగిలలాడడం... తన చీరకొంగు టాయ్‌లెట్ మురికినీటిలో పడిపోవడం...

ఈ పరిణామాలు కళ్లు చెదరగొట్టే గొప్ప సత్యాన్ని ఆమెకు తెలియచెప్పాయి. ప్రపంచంలోని పరమ నిగూఢమయిన రహస్యాలను బయటపెట్టాయి.

ఆమెలో ఇప్పుడిక ఏ ఆలోచనలూ లేవు. పిచ్చిపట్టిన దానిలా దిగ్గున లేచింది. అప్పటిదాకా బిగించిపెట్టివున్న సంప్రదాయాల బంధనాలను తెంచుకుని, ఆదిల్ ఇంటివైపు పరుగుపెట్టడం మొదలెట్టింది.

ఆదిల్ ఆమెను తన ఇంటి ముందు చూసి భయంతో గజగజ వణికిపోయాడు.

'మీరా? ఇక్కడ......!'

'అవును నేనే! మీకు థ్యాంక్స్ చెప్తామని వచ్చా. మీ పుణ్యమాని ఈ లోకం గురించి బాగా తెలుసుకోగలిగా......' అంది సితార స్థిరంగా.

ప్రామిస్

'అమ్మూ...అమ్మూ... అప్పుడే కాళ్లూ చేతులూ చల్లబడిపోయాయ్.. ఇక ఆశ వదిలేసుకోవల్సిందే...' విచారం నటిస్తున్న రషీద్ ఉలిక్కిపడ్డాడు. అమ్మూలో ఏదో చలనం!

ఆమె పక్కనే నిలబడి ఉన్న కొడుకులూ, కోడళ్లూ, మనవలూ, బంధువుల మొహాల్లో భయం తొంగి చూసింది.

'ఐ థింక్, ఐ థింక్.... అమ్మూ బతికే ఉంది. అంతా అయిపోయిందనుకున్నాం. కానీ... కానీ...ఆమె కొనప్రాణంతో ఉంది...' అంటూ నసిగాడు రషీద్.

అమ్మూ నెమ్మదిగా కళ్లు తెరిచి, విషణ్ణ వదనంతో అందరివైపు చూస్తోంది.

పెద్ద కొడుకు రషీద్ తల్లి పోయిందనుకుని తెల్లగుడ్డ కప్పేందుకు తొందరపడ్డాడు. కొనప్రాణంతో కొట్టుమిట్టాడుతున్న అమ్మూ, లేని శక్తి కూడదీసుకుని దాన్ని పక్కకు నెట్టేయకపోయివుంటే.... బహుశా ఈపాటికి వారంతా ఆమె అంతిమ సంస్కారానికి ఏర్పాట్లు మొదలెట్టేసి ఉండేవారు!

గదిలోని వాళ్లంతా ఏదో తప్పుచేసినట్టు తలొంచుకుని నేల చూపులు చూస్తున్నారు. తన ప్రాణంపోతున్నా వాళ్లల్లో ఒక్కరూ ఒక్క బొట్టు కన్నీరు కూడా కార్చకపోవడం అమ్మూని హతాశురాల్ని చేసింది!

రెండేళ్ల నాటి మాట. అమ్మూకి కేన్సర్ వచ్చిందనీ, ఇకామె ఎంతో కాలం బతకదనీ డాక్టర్ ఆరిఫ్ తేల్చేశాడు. ఈ విషయం తెలిశాక ఆమె కోడళ్లు అమ్మూ ఆరోగ్యాన్ని శ్రద్ధగా పట్టించుకోవడం మొదలెట్టారు. ప్రతి నెలా ఫోన్లమీద ఫోన్లు చేసి ఆమె గురించి వాకబు చేస్తున్నారు. రెండో కోడలు పదహారణాల అమెరికన్. పాపం, ఆమె ఇండియా ఎండలు తట్టుకోలేదు. అయినా, ప్రతి ఏడాదీ ఇండియా వస్తుంది. మాంచి ఫైవ్‌స్టార్ హొటల్లో దిగుతుంది. ఆమె హైదరాబాద్ యాత్ర చిన్న సైజు విహారయాత్ర! యాత్ర మధ్యలో అమ్మూని చుట్టపుచూపుగా పలకరించిపోతుంది - అదయినా టైముంటేనే. ఏమాటకామాట

చెప్పుకోవాలి- ముగ్గురు కొడుకులూ తల్లి వైద్యం కోసం నెలనెలా ఠంచన్‌గా డాలర్లు, రియాల్స్ పంపిస్తారు. డబ్బుకు వెనకాడకుండా వైద్యం చేయిస్తున్నారు. అమ్మీ ఇంట్లో అన్ని రకాల సౌకర్యాలూ, హంగులూ ఉన్నాయి. కొడుకులు ఆమెకు ఏ లోటూ లేకుండా చేశారు. అమ్మీని పగలూ రాత్రీ కనిపెట్టుకుని ఉండేందుకే ప్రత్యేకంగా పనిమనిషి ఖాజాబీని కూడా పెట్టారు.

అకస్మాత్తుగా, ఓ రోజు షికాగోలోని అమ్మీ పెద్ద కొడుకు ఇంట్లో పొద్దున్నే ఫోన్ మోగింది. అది ఖాజాబీ చేసిన కాల్.

'బేగమ్‌సాబ్ ఆరోగ్యం ఖరాబయ్యింది. పిల్లలందర్నీ పిలిపించమని డాక్టర్ సాబ్ చెప్పిండు...'

ఖాజాబీ ఫోన్‌తో ఇంట్లో హంగామా మొదలయ్యింది. అందరి ప్రోగ్రామ్‌లూ డిస్టర్బయ్యాయ్.

'వామ్మో......అమ్మీ ఎప్పుడూ ఇట్లాగే పరేషాన్ చేస్తుంది. ఇండియా పోడానికి ఇది టైమా? అక్కడ ఎండలకి మాడి చస్తాం!' ఆమె అమెరికా కోడలు నసీమ్ గాభరాగా అంది. ఇండియాకి వెళ్లక తప్పని పరిస్థితి ఏర్పడినందుకు నసీమ్ సుకుమార హృదయం విలవిల్లాడింది.

'హలో.....హలో.......'

అన్ని చోట్లనుంచి అదేపనిగా ఫోన్లు వస్తూనే ఉన్నాయ్.

న్యూయార్క్ నుంచి జెమ్షెద్ ఫోన్లో మాట్లాడుతున్నాడు.

'భయ్యా! ఇప్పుడే ఖాజాబీ ఫోన్ చేసింది...ఇక 24 గంటలే అంటోంది..కానీ, నాకు లీవ్ దొరకడం చాలా కష్టం.....'

'కానీ జెమ్షెద్, అమ్మీకి మనమిచ్చిన మాట గుర్తుందా? ఆమె డెడ్‌బాడీని మన నలుగురమూ మోస్తామనీ, దగ్గిరుండి అంతిమ సంస్కారం జరిపిస్తామనీ ఆమెకు ప్రామిస్ చేశాం. అంచేత, మనం వెంటనే ఇండియా వెళ్లక తప్పదు!' తేల్చి చెప్పేశాడు రషీద్.

రషీద్ అతనికి నచ్చచెపుతుండగానే, దుబాయ్ నుంచి మూడో తమ్ముడు ఖుర్షీద్ ఫోను చేశాడు.

'భయ్యా..... మేమంతా అమెరికా టూర్‌కి రెడీ అయి కూర్చునుండగా ఖాజాబీ ఫోన్‌చేసి తగలడింది. టూర్ మాన్పించి, నఫీని ఇండియాకి తీసుకురావచ్చు గానీ, అక్కడ ఎండలు భరించలేం. మా కోసం అక్కడ ఏదైనా స్టార్ హోటల్లో రిజర్వేషన్ చేయించి పెడుదురూ...'

'నిజమే మరి.. ఈ ఎండల్లో ఇండియాకు పోవాలంటే ఎవరికయినా కష్టమే మరి... కానీ, అమ్మీ పరిస్థితి అలా ఉన్నప్పుడు...'

'భయ్యా! అమ్మాకు బానే ఉండి ఉంటుంది. అనవసరంగా బెదిరిపోయి ఖాజాబీతో ఫోన్ చేయించిందేమో అనిపిస్తోంది.......'

'అలాక్కాదులే... నేనిపుడే డాక్టర్ ఆరిఫ్‌తో మాట్లాడా. మహా అయితే 24 గంటలంటున్నాడాయన.....'

'అదే నిజమయితే నేనొస్తా! దిల్లీలో ఒక సెమినార్‌కు రమ్మనమని నాకు ఇన్విటేషన్ కూడా ఉంది.'

'అంటే, వారంలో తిరిగొచ్చేస్తాం కదా డాడీ?' పింకీ రషీద్‌ని అడిగింది.

'ఎస్ బేబీ! మేం నలుగురం చిన్నప్పుడు అమ్మాకు ఓ ప్రామిస్ చేశాం. మేమంతా కలిసి ఆమెకి అంత్యక్రియలు జరిపిస్తామన్నదే మా ప్రామిస్....'

'ఓకె ఓకే! లైఫంతా ఎంజాయ్ చేయమంటూ గ్రాండ్‌మామ్ మీచేత ప్రామిస్ చేయించుకోలేదా డాడీ?' – పింకీ నవ్వుతూ అడిగింది.....

* * *

అమ్మాకి శ్వాస తీసుకోవడం కష్టమయ్యింది. మనవరాలు తన డాడీని అడిగిన ప్రశ్న గురించి ఆమె కూడా ఆలోచించింది. హృదయాన్ని మెలిపెట్టే బాధతో అమ్మాకి ఏడ్చే ఓపిక కూడా లేకపోయింది.

లంకంత కొంప... ఖాళీ గదులు... ఒక్క పురుగు కూడా లేని పెరడు... చీకటి గదిలో ఒంటరిగా మంచానికి అతుక్కునిపోయి పడరాని బాధలు అనుభవిస్తోంది ఆ మాతృమూర్తి! ఇపుడామెకు ఏ మందూ పనిచేయదు! నవనాడులూ కుంగిపోయి చిక్కిశల్యమయ్యింది అమ్మా. ఏ అవయవమూ సరిగ్గా పనిచేయడం లేదు. వణికే చేతులతో మంచినీళ్లు తాగడానికి బాటిల్ పైకెత్తబోతే అదికాస్తా కిందపడి పక్కంతా తడిసిపోతుంది.

'మంచినీళ్లు....మంచినీళ్లు కావాలి....ఖాజాబీ....ఖాజాబీ....ఇదెక్కడ చచ్చింది...?'

ఖాజాబీ తలుపేసుకుని మొగుడి పక్కన నిద్రపోతోంది. ఆమెకు నిద్రాభంగమయ్యింది.

'ఈ ముసలిదానికి నోరుపారేసుకోవడం ఈమధ్య బాగా ఎక్కువయ్యింది. ఇంకా ఇక్కడే ఉంటే నాకు పిచ్చెక్కేట్టుంది....మరేదైనా కొలువుంటే చూడరాదూ' మొగుడితో మొత్తుకుంది ఖాజాబీ. అమ్మా కొడుకులిచ్చే జీతానికి మరిగిన ఖాజాబీ మొగుడు ఆమె మాటల్ని ఈ చెవితో విని అదే చెవితో వదిలేస్తుంటాడు.

ఆస్తులమ్మించి మరీ కొడుకులను డాక్టర్లూ, ఇంజినీర్లను చేసింది అమ్మా. మంచి డిగ్రీలతోపాటే పిల్లలకి రెక్కలొచ్చాయి. వలస పక్షుల్లా తలో దిక్కుకూ ఎగిరిపోయారు. అమ్మాకి ఇదెంత మాత్రం నచ్చలేదు.

'బతకడం కోసం అంతంత దూరాలు వెళ్లాల్సిన అవసరమేముంది? పోనీ, మనం కూడా అమెరికాపోయి అక్కడే సెటిలై పోదామా?' ఓ రోజు భర్తతో అంది అమ్మూ.

'ఇపుడు నిన్నెవరు తీసుకుపోతారు యూఎస్‌కు?' ఆ పిల్లల తండ్రి నవ్వుతూ అడిగాడు. 'అమెరికన్ల ఇళ్లలో అమ్మానాన్నలుండరు తెల్సా? అది కేవలం యూత్ మాత్రమే ఉండే దేశం'

'మరి అమ్మానాన్నలు ఎక్కడికి పోతారు? ఏమయిపోతారు??' అమ్మూ ఆశ్చర్యంగా అడిగింది.

'చెత్త కుప్పలే గతి!' అబ్బా పట్టరాని కోపంతో అన్నాడు.

* * *

అంతా ఖాళీ చేసి వెళ్లిపోయిన ఇంట్లో అమ్మూ ఒంటరిగా కూచుంది. వాకిట్లో పావురాలకు మేత వేస్తూ ఆలోచనల్లోకి జారిపోయింది. ఇల్లంతా పాడయి చెత్తకుప్పగా మారడం గురించి చింతిస్తోంది. ఎప్పుడు పడితే అప్పుడు కరెంట్ పోతుంది. చీకట్లో అగ్గిపెట్టె కనిపించదు. పోస్ట్‌మేన్ ఉత్తరాలు విసిరేసి పోతాడు. అవి పూలచెట్ల వెనకపడి అనేక నెలల తర్వాత బయటపడుతుంటాయి. అసలు ఆమె కొడుకులు పెద్దలకి ఉత్తరాలు   రాసే సంప్రదాయాన్ని ఏనాడో మర్చిపోయారు. ఎపుడైనా అవసరం పడితే ఫోన్ చేస్తారు. ఒక్కోరోజు పాలవాడు పొద్దునే పాల ప్యాకెట్ గేట్‌పై పెట్టిపోగానే, కుక్క దాన్ని ఈడ్చుకుపోతుంది! ఇంటి పెరట్లోకి బంతి వచ్చి పడితే.... పిల్లలు అమ్మూ ముఖం చూసి భయంతో బంతి వదిలేసి వెనక్కి చూడకుండా ఒకటే పరుగు లంఘించుకునేవారు. కారణం ఏంటోగానీ, అమ్మూ ఎన్నిసార్లు ఫోన్ చేసి పిలిచినా చుట్టాలు వచ్చేవారు కాదు. చుట్టపుచూపుగా రావడానికిక్కూడా వాళ్లకు తీరికే చిక్కేది కాదు.

ఒక రోజు ఆమె పెద్దకొడుకుతో మనసువిప్పి చెప్పుకుంది.

'రషీద్, ఇక నీ దగ్గరికొచ్చేస్తా. నాకు రోజూ జ్వరమొస్తోంది. దగ్గుతో ఊపిరాడడం లేదు. ఈ ఇంట్లో ఒక్కత్తినే ఉండాలంటే భయమేస్తోంది.....'

'నిజమే కాని...అమ్మూ! నీ వైద్యానికి ఇక్కడే బోలెడు ఖర్చవుతోంది. అక్కడయితే భరించనేలేం. అలాగే, ఇంట్లో కూడా నిన్ను కనిపెట్టుకుని ఉండేందుకు ఎవరూ లేరు. అక్కడ నీ బాగోగులు ఎవరు చూసుకుంటారు చెప్పు?' అంటూ రషీద్ తన నిస్సహాయత వ్యక్తం చేశాడు.

'సరే, ఇక చేసేదేముంది? అప్పుడప్పుడు పింకీ, తారిఖ్‌లను నాతో ఫోన్లో మాట్లాడమని చెప్పు. పిల్లల్ని చూసి ఏళ్లయ్యింది. బెంగగా ఉందిరా....'

మనవల్ని తలుచుకుని ఆమె కన్నీళ్లు పెట్టుకుంది.

'తప్పకుండా.....అయితే, ప్రాబ్లెం ఏంటంటే, నీ మనవలకు ఉర్దూ రాదమ్మా! అంచేత నీ మాటలు వారికేం అర్థం కావు....'

అమ్మూ ఫోన్ పెట్టేసింది విసురుగా.

'నా మాటలెవరికీ అక్కర్లేదు! కొడుకులకూ, కోడళ్లకూ ఆ మాటలు నచ్చవు.... మనవలకు అసలు అర్థమే కావు.. పీడాపోయె!' అమ్మూ బాధతో తనలో తానే కుమిలి పోయింది.

* * *

ముగ్గురు అన్నదమ్ములూ అమెరికాకు వెళుతూ తమ ఆఖరి తమ్ముడు హమీద్‌ను అమ్మూ, అబ్బా దగ్గర ఉంచేశారు. చిన్నప్పటి నుంచీ అల్లరి చిల్లరిగా తిరిగిన హమీద్‌కు చదువంటలేదు. రోజంతా బేకార్ దోస్తులతో టైమ్ పాస్ చేస్తూ అందరితో కొట్లాట్లకు దిగేవాడు. ఒక్కోసారి స్టూడెంట్ యూనియన్ జెండాలు పట్టుకుని రోడ్లపై ధర్నాలు చేసేవాడు, మరోసారి ఏదో రాజకీయ పార్టీ నినాదాలు చేస్తూ ప్రదర్శనలలో పాల్గొనేవాడు. అతనో పార్టీలో చేరాడని తర్వాత తెలిసింది.

'నీ ఎగ్జామ్స్ వచ్చేస్తున్నాయ్. ఇక ఒక నెలే టైముంది. ఇపుడైనా పుస్తకం తీస్తావా?' అబ్బా....కొడుకుని పదేపదే ఒత్తిడి చేయసాగేడు.

'అబ్బా....! ఈ ఏడాది నేను ఎగ్జామ్స్ రాయను. ఎలక్షన్లలో పనిచేయాలి.......'

అబ్బాకు చిర్రెత్తుకొచ్చింది. కోపమాగలేదు. ఏం చేయగలడు. అమ్మూ మొత్తుకుని ఏడ్చింది. బతిమిలాడి హమీద్‌కు నచ్చచెప్పింది. చదువు లేకపోతే బతుకెంత దుర్భరంగా ఉంటుందో చెప్పింది. జీవితాంతం సొంత అన్నల దగ్గరే చేయి చాచాల్సి వస్తుందని కూడా హెచ్చరించింది. హమీద్ వినలేదు. కొడుకు చదువాగిపోయింది. దారితప్పిన హమీద్ ఇప్పుడు ఎక్కువ బయటే ఉంటూ, అప్పుడప్పుడు మాత్రమే ఇంటికొస్తున్నాడు. ప్రత్యర్థిపార్టీ కార్యకర్తపై దాడి చేసిన కేసులో హమీద్ అరెస్టయినట్లు ఓ రోజు ఇంటికి కబురొచ్చింది. ఆ వ్యక్తి ఆస్పత్రిలో చనిపోయినట్లు ఆ తర్వాత తెలిసింది....

బస్తీ అంతటా కలకలం. అబ్బా, అమ్మూలని ఓదార్చడానికి కాలనీలో వాళ్లంతా ఇంటికొచ్చారు. తామేం పాపం చేశామని హమీద్‌ను ఈ ఇంట్లో పుట్టించి దేవుడు తమకీ

శిక్ష వేశాడని ఆ తల్లిదండ్రులు కుళ్లికుళ్లి ఏడ్చారు. హత్యా నేరానికి అతనికి ఉరిశిక్ష పడడం ఖాయం. స్నేహితులూ, బంధువులూ వచ్చి అమ్మీ, అబ్బాలను ఓదార్చుతున్నారు.

'హమీద్‌కు ఉరిశిక్ష వేయించేందుకు అతని శత్రువులు అన్ని ప్రయత్నాలూ చేస్తారు. దాంతో, మనవాడో హీరో అయిపోతాడు.....' హమీద్ స్నేహితులు తమలో తాము అనుకుంటున్నారు. అతడి పార్టీ అధికారంలోకి వచ్చింది. దాంతో కొన్ని రోజులపాటు నడిచిన ఈ కేసు విచారణ తర్వాత ఆగిపోయింది.

ఓ రోజు హమీద్ స్నేహితుడు ఇంటికొచ్చి అమ్మీకి ఒక విషయం చెప్పాడు. 'మర్డరు కేసుల్లో ఇరుక్కున్న కార్యకర్తకి టికెట్ ఇవ్వక తప్పదు.! అంచేత మన హమీద్‌కి మంచిరోజులొచ్చాయమ్మా!!'

ఈ మాట విన్న తల్లి గుండె గుభేలుమంది. భయంతో నిలువునా వణికిపోయింది. ఆమె భయపడినదంతా అయ్యింది. హమీద్ ఘోరనేరాలు, పాపాలు అతడ్ని పార్టీలో టాప్ లీడర్ని చేశాయ్!

'నా నియోజకవర్గంలో ఇపుడు నాకు ఓటేయనివాడు బతికిబట్టకడతాడా.....? ఉంటే, వాడంతు చూస్తా!'

కొడుకు వీరంగం చూసి అమ్మీ, అబ్బా భయంతో నిశ్చేష్టులయ్యారు.

భారీ ఊరేగింపుతో హమీద్ అట్టహాసంగా ఇంటికొచ్చాడు. అభిమానులు వేసిన దండలతో అతని మెడ వంగిపోయింది. ఇదంతా చూడలేనట్టు అబ్బా రెండు చేతుల్తో మొహం దాచుకున్నాడు. అబ్బాను ప్రేమగా దగ్గరకి తీసుకునేందుకు హమీద్ కొంచెం వంగాడు. అబ్బా కింద పడిపోయాడు......!

ఎన్నికల్లో గెలిచాక హమీద్ మినిస్టరయ్యాడు. గట్టిగా పట్టుబట్టి అమ్మీని తనతోపాటే దిల్లీకి తీసుకుపోయాడు. మంత్రి తల్లిగా ఆమెకు అన్నీ రాజభోగాలే. మినిస్టర్ బంగళాలో మకాం, గవర్నమెంట్ కారులో తిరగడం, గౌరవంతోపాటు అంగబలం, అర్థబలం అన్నీ సమకూరాయి. అమ్మీ మినిస్టర్‌గారి అమ్మగా మారేందుకు అనేక జతల డ్రెస్‌లు, చెప్పులు కొనుక్కుంది. కాని ఆమె మినిస్టర్ బంగళాలో ఇమడలేకపోయింది. మటన్ కర్రీకి ఖర్చెంతయ్యిందో నౌకర్లను లెక్క ఆరాతీస్తుంది. చౌకీదారు, డ్రైవర్ నమస్కారంపెడితే 'చిరకాలం జీవించు నాయనా', క్షేమమా' అంటూ వారిని ఆశీర్వదించేది. బంగళా లాన్‌లో మండుటెండను కూడా లెక్కచేయకుండా అందరికీ అప్పడాలు ఎట్లా చేయాలో నేర్పించేది. అత్త వైఖరి మినిస్టర్‌గారి భార్యకు అస్సలు నచ్చలేదు. దాంతో అమ్మీ జీవితాంతం ఒళ్లొంచి వంటలు,పచ్చళ్లు,పొడులు ఎక్కడ చేసిందో మళ్లీ అక్కడికే ఆమెను పంపించేసింది!

* * *

మూడు రోజులు గడిచాయి... అంతా అమ్మూ చుట్టూ చేతులు కట్టుకుని నించున్నారు. మాటిమాటికీ ఆక్సిజన్ ట్యూబ్‌ను సరిచేస్తున్నారు. అమ్మూకి ఏదో అవుతోంది. ఆమె గుండెల్లోంచి తన్నుకొస్తున్న ఎడతెగని దుఃఖం ఆమె మొహంలో స్పష్టంగా కనిపిస్తోంది. అమ్మూ చాలా భారంగా కళ్లు తెరిచి అందరివైపూ ఓసారి చూసింది.

'హమీద్ రాలేదా? నా హమీద్...'

బహుశా, అమ్మూ ప్రాణం హమీద్ కోసమే ఆగినట్టుంది!

హమీద్ ఢిల్లీలో ఉన్నాడని ఖాజాబీ చెప్పింది. ఈసారి ఎలక్షన్లలో అతని పార్టీ ఓడిపోయింది కాబట్టి హమీద్‌కు మినిస్టర్ పదవి ఉండదు. ఇట్లాంటి సమయంలో అతను ఢిల్లీ నుంచి ఏదైనా ఊరికి ఎట్లా వెళ్తాడు?

'కానీ, మనమంతా అమ్మూకి మాటిచ్చాం గదా... ఆమె చివరి క్షణాల్లో...' రషీద్‌లో కోపం కట్టలు తెగుతోంది.

అమ్మూ మాటిమాటికీ కళ్లు తెరుస్తోంది.

'మిమ్మల్ని అందర్నీ ఎప్పట్నుంచో చూడాలనుకుంటున్నా. పిల్లలకి పులావు నేనే వండి, నా చేతుల్తో...'

'అయ్యయ్యో... ఇప్పుడు కూడా అమ్మూకి పులావుపై యావ పోయినట్టు లేదే!...అల్లా క్షమించు...' ఆమె పెద్ద కోడలు ఆశ్చర్యపోతూ బుగ్గలు నొక్కుకుంది.

'అమ్మూ...పవిత్ర యాసీన్ షరీఫ్ ఆయతు చదవండి... అల్లాను స్మరించుకోండి'

'నా కొడుకు హమీద్... ఇపుడు నా శవాన్ని మోయడానికి...' ఆమె మళ్లీ ఏడ్వసాగింది. 'మీ నలుగురు అన్నదమ్ములూ కలిసి నా పాడె మోస్తూ అంతిమయాత్ర జరుపుతామని నాకు మాటిచ్చారు గదా.'

'హలో... హలో... ఇపుడు అమ్మూకెలా ఉంది?...' హమీద్ ఢిల్లీ నుంచి ఫోన్‌లో అడిగాడు.

'ఏంటి? ఆక్సిజన్ ఇస్తున్నారా? కానీ, డాక్టర్ అసలు విషయం చెప్పేశాక ఇపుడు ఆక్సిజన్ ఇచ్చినా లాభమేంటి? భయ్యా, నా మాట విను. దేవుడి దయవల్ల ఏమీ కాదు. ఒకవేళ ఈరాత్రి అమ్మూకి ఏదైనా జరిగితే, నాకు సంతాపం చెప్పడానికి ప్రైమ్ మినిస్టర్ కూడా వస్తారు. కానీ, ఎల్లుండి మా గవర్నమెంట్ దిగిపోతుంది. కాబట్టి అమ్మూని అర్జంటుగా ఏదైనా బ్రహ్మాండమైన సూపర్ స్పెషాలిటీ హాస్పిటల్‌కు తీసుకెళ్లండి. చనిపోయినట్టు న్యూస్ టీవీలో వస్తే వెంటనే హాస్పిటల్ పేరు కూడా ఇవ్వండి... తెల్సిందా...'

మళ్లీ కొంచెంసేపు ఆగి అతను చెప్పాడు.

'ఓసారి వదినకు ఫోనివ్వు.'

'హలో, వదినా! మంచిగ ఏర్పాట్లు చేయండి. ఖర్చుకి వెనకాడద్దు. ఈ న్యూస్‌ని కవర్ చేయడానికి టీవీ చానల్ రిపోర్టర్లు కూడా మనింటికి రావచ్చు.'

'మీరేమీ టెన్షన్ పడొద్దు హమీద్ బయ్. నేనిక్కడ ఏర్పాట్లన్నీ చేశా......' ఆమె భరోసా ఇచ్చింది.

'హమీద్ ఏమంటున్నాడు...? ఎపుడొస్తాడు వాడు...?'

భారంగా మారిన శ్వాసను ఎగబీలుస్తూ అమ్మీ అడిగింది గంపెడాశతో.

అపుడు డ్రాయింగ్ రూమ్‌లోకి వెళ్లి ఖుర్షీద్ అన్నాడు.

'రేపు ఢిల్లీలో సెమినారుంది. నేను అర్జంటుగా పోవాలి'

'మరి... నేను మూడు రోజులే లీవు పెట్టుకుని వచ్చా'

'పిల్లలు ఎండలకు అల్లాడిపోతున్నారు. బయటకు వెళ్లాలంటేనే బెంబేలెత్తుతున్నారు' అమెరికన్ కోడలు మూతి మూడు వంకర్లు తిప్పింది, అసహనంగా.

ఇంకా పూర్తిగా తెల్లారకుండా అమ్మీ కళ్లు తెరిచేలోగా వాళ్లంతా గుట్టుచప్పుడుకాకుండా మెల్లగా గేటు తీసుకుని బయటకు జారుకున్నారు. వెళుతూ వెళుతూ, ఖాజాబీని పిలిచి, అమ్మీని బాగా చూడమని చెప్పి ఆర్డరేశారు. అంతేకాదు – బోల్డన్ని డాలర్లూ, రియాల్సూ, రూపాయలూ ఆమెకిచ్చారు.

'ఫోన్ చేసి, అమ్మీ క్షేమసమాచారాలు ఎప్పటికప్పుడు మాకు చెపుతుండాలి... సరేనా... బైబై...'

అందరూ వెళ్లిపోయాక ఖాజాబీ లోపలకొచ్చింది. అయితే అమ్మీ కళ్లు తెరిచి ఇదంతా చూస్తూ ఉండడాన్ని ఆమె గమనించి ఒక్కసారి కొయ్యబారి పోయింది. భయంతో నోటమాట రాలేదు. తన కొడుకులు తనను వదిలి వెళ్లిపోవడాన్ని బహుశా ఆమె చూసే ఉంటుంది.

ఇల్లంతా ఖాళీ అయినట్లు రూఢిచేసుకుని, ఖాజాబీ ఒక షాప్‌కు ఫోన్ చేసింది.

'హలో... హలో... శవాన్ని తీసుకుపోడానికి ఓ లారీని పంపండి. నలుగురు మనుషులు కూడా కావాలి. ఇంకేమీ అక్కర్లేదు. ఆమె కొడుకులు అన్ని ఏర్పాట్లూ చేసేశారు!'

స్వర్గానికి నిచ్చెన

నగరం నడిబొడ్డున అదో పేరున్న మసీదు. ఓ రోజు బస్తీలోని పిల్లలు కొందరు మౌల్వీ సాబ్‌ని కలిసేందుకు అక్కడికొచ్చారు.

'సలామ్ ఆలేకుమ్ మౌల్వీ సాబ్......!'

పిల్లలంతా కోరస్‌గా అన్నారు. పెద్దాయన్ని చూస్తే వారికి చెప్పలేనంత ఆనందం. మౌల్వీసాబ్‌కూడా పిల్లలంటే ఎంతో ఇష్టం. తన దగ్గరకొచ్చే వారికి స్వీట్లు, చాక్లెట్లు ఇస్తుంటారు. వారికి మంచీచెడ్డా చెపుతుంటారాయన.

'మౌల్వీసాబ్.... ఇయ్యాల అల్లాకు నేనొక కారటేసిన. అబ్బాకు ఎక్వ పైసల్ ఇప్పియమన్న......' మున్నీ ఎంతో హుషారుగ చెప్పింది.

'అల్లాకు కారట్లు రాసుడు కుద్రదు బేటీ......' ఆయన నవ్వుతూ నచ్చచెప్పారు.

'ఎందుకు కుద్రదు....? అల్లాకు గూడ ఉర్దు సద్వరాద....?' మున్నీ బోల్డెంత ఆశ్చర్యపోతూ కళ్లు పెద్దవి చేస్తూ అడిగింది.

మౌల్వీసాబ్ పైకి ఎంత గంభీరంగా కనిపించినా ఆయనది వెన్నలాంటి మనసు. ఈ భూమ్మీద పుట్టిన వాళ్లంతా వీలైనంతవరకు మంచి పనులే చేయాలనీ, ఎవరికైనా మేలు చేయాలనీ చెపుతుంటారు. అందుకే ఇస్లామిక్ సంప్రదాయాలూ, పద్ధతులూ అందరికీ నేర్పుతుంటారు. అడుక్కునే వారినీ, కూలీలనూ, గుడిసెల్లోని నిరుపేదలనూ, అనాథ పిల్లల్నీ చేరదీసి మసీదు లోపల కూచోబెట్టుకుని మౌల్వీసాబ్ వారికి ఇస్లామిక్ సంగతులన్నీ వివరంగా చెపుతుంటారు.

'నమాజ్ జేస్తె నువ్వు కోరుకున్నది తప్పక వస్తది బేటా!'

'బాబా......కండ్లులేనోణ్ణి. అల్లా పేరుతో ఒక్క రూపాయ్ దానం చేయుండ్రి. అల్లా మీకు వేల రూపాల్ ఇస్తడు.....'

మసీదు ద్వారం పక్కనే నిలబడ్డ ఓ ముసలి బిచ్చగాడు గొంతెత్తి అరుస్తున్నాడు.

'మౌల్వీ సాబ్.....గీ బిచ్చగాడి మాటల్ని అల్లా ఇంటడా...?' ఒక పిల్లాడు అడిగాడు కుతూహలంగా.

'అట్లయితే వేల రూపాల్ తనకే ఇప్పీయమని బిచ్చగాడు అల్లానే అడగొచ్చు గద....!'

పిల్లల ముదురు ప్రశ్నలు విన్న మౌల్వీ సాబ్ కొంచెం కంగారుపడ్డారు. ఏం చెప్పాలో తోచక కళ్లెరజేసి గట్టిగా మందలించడం ప్రారంభించారాయన.

'బక్వాస్ మాటల్ బంద్ చేయ్. నిన్న మీకేం జెప్పిన. టైమ్‌కి నమాజు చేయాల. అబద్ధాలాడొద్దు. చోరీలు చేయెద్దు. ఇయ్యన్ని చెప్పిన గద. యాద్ పెట్కున్నర.....?' మౌల్వీసాబ్ వాళ్ల వైపు తీక్షణంగా చూస్తూ అన్నారు.

'మౌల్వీసాబ్... మున్నీ అబద్దం జెప్తున్నది...'

ఓ పిల్లాడు మున్నీని ముందుకు తోసేశాడు.

'ఆమె నిన్న ఒక దుక్నంల మిఠాయి తీస్కపోయి తిన్నది'

'గప్పుడు అల్లా నన్ను కూడ చూసి ఉంటడ...?' మున్నీ గాభరాగా అడిగింది.

'ఆవ్, బేటీ.....అల్లా అన్నీ చూస్తడు. అంతా అల్లా ఇష్టప్రకారమే జరుగుతది...' మున్నీకి హితబోధ చేశారు మౌల్వీసాబ్.

'అట్లనా...?'

మున్నీ పక్కనే కూచున్న షాకిర్ ఎంతో ఆశ్చర్యపోతూ మౌల్వీసాబ్‌వైపు చూస్తూ అన్నాడు.

'అల్లా గిన్ని పన్లు ఎట్ల చేస్తడో నాకైతే సమజ్‌గాదు......'

'ఇస్కూల్ నుంచి వచ్చినంక హోంవర్కు గూడ జేయాలన్పియ్యదు నాకు. టీచర్ అడిగితే జరమొచ్చిందని చెప్త.....' పక్కనే కూచున్న ఫ్రెండ్స్‌తో షాకిర్ అన్నాడు.

అంతా పొట్ట చెక్కలయ్యేలా పడిపడి నవ్వసాగేరు. ఇదిచూసి మౌల్వీసాబ్‌కి చిర్రెత్తుకొచ్చింది. గట్టిగా కేకలేసి వారిని మందలించారు.

'బుద్ధిలే....పెద్దల ముంగట ఎట్ల ఉండల్నో గూడ మీకు తెల్వదు.... నోర్మూస్కొని కూసోండ్రి.....'

'అబద్ధం చెప్తె....చోరీ చేస్తె....అల్లా మిమ్ముల్ని నర్కమ్‌ల పడేస్తడు. మంచిగుండాలె బిడ్డా తెల్సిందా.....'

మౌల్వీసాబ్ కళ్లెర్రజేసి చూపుడు వేలు ఊపుతూ తీవ్రస్వరంతో హెచ్చరించారు.

పిల్లలంతా నిలువునా వణికిపోయారు. మున్నీ, షాకిర్‌లు భయంభయంగా అటూఇటూ దిక్కులు చూడసాగేరు.

'నర్కమ్‌ల ఏముంటది సార్.....?' ఒక పిల్ల మెల్లగా పీల గొంతుతో అడిగింది.

'చెడ్డ పనులు చేసినోళ్లంత ఆడికే పోతరు. చోరి చేసిన, అబద్ధాలాడిన అల్లా సక్కగ నర్కానికి పంపిస్తడు. ఈడ చేసిన తప్పులకు ఆడ శిక్షలు పడతయి......తెల్సిందా......' మౌల్వీ సాబ్ వారిని మరింత హడలగొడుతూ అన్నారు.

'ఆ నర్కలోకం ఏడుంటది సాబ్......?' ఓ కుర్రాడు బెదురుబెదురుగా అడిగాడు.

'నర్కమ్ మొగులుపైనే ఉంటది బేటా.....ఆడంతా సీకటే. చాన ఆకలయితది. తిననీకి ఏం దొర్కదు. తాగనీకి పానీ ఉండదు. పాములు, తేళ్లుంటయి. పండుకునేందుకు బిస్తరుండదు....కప్పుకునేతందుకు దుప్పటుండదు. అంత పరేషాన్....పరేషాన్‌గ...ఉంటది....'

ఆయన మాటలకు వాళ్లు నిజంగా భయపడిపోయారు. ఆ పిల్లలంతా ఒకరినొకరు కరచుకుని కూర్చుని మధ్యమధ్యలో ఆకాశంవైపు చూడసాగేరు.

'అమ్మో, నే నర్కానికి పోనే పోను.....' ఒక చిన్న పిల్ల అంది, మున్నీ వెనక దాక్కుంటూ.

కాని మున్నీ ఆమె చేయి పట్టుకుని ధైర్యం చెప్పింది.

'అరె.....రజియా.....భయమేమిటికి? మౌల్వీ సాబ్‌కేం తెల్వదు. నిజం చెప్పాల్నా. నర్కమ్ మొగులు మీద లేదు...' ఆమె చేయి పట్టుకుని అంది మున్నీ.

'అచ్ఛా..... నేనే అబద్ధం చెప్తానా...?' ఆ పెద్దాయనకు చుర్రున కోపమొచ్చింది.

'అట్లయితె నర్కమ్ ఏడుంటదొ నీకు తెల్సా.......?'

'అవ్.....నాకెర్కే......' మౌల్వీసాబ్ బెత్తానికి అందకుండా దూరంగా జరిగిపోతూ అంది మున్నీ.

'నాతో వస్తె...నర్కలోకమ్ మొత్తం సూయిస్త మీకు.....'

'బక్వాస్ బంద్ చేయ్.....'మౌల్వీసాబ్‌కు కోపం ఇంకా హెచ్చింది. ఏళ్ల తరబడి ఇస్లామిక్ గ్రంథాలు అధ్యయనం చేసిన ఆయనకు అహం దెబ్బతింది. ఎత్తిన బెత్తాన్ని అట్లనే పట్టుకుని పళ్లు కొరికారు.

'ఇండ్లల్ల బాసండ్లు తోమే గీ పిల్ల నాతోనే మజాక్ చేస్తదా? నన్నే నర్కానికి తీస్కపోతదా...' పట్టరాని ఆగ్రహంతో కనిపించిన మౌల్వీసాబ్ చేతిలో బెత్తం చూసి బెదిరిపోయిన మున్నీ తన స్నేహితురాలి పక్కకెళ్లి నక్కింది. రెండు చేతులూ చెవులపై ఉంచి ఏడుస్తూ అంది.

'నేనేం అబద్దాలు చెప్తలేను సాబ్. జంగంబస్తిల మా గుడ్సె నర్కంల ఉంది. రాత్రి అయ్య మస్తుగ తాగొచ్చి అమ్మని బాగ కొడ్తడు. గీ ఇల్లే నర్కమని అంటది. అమ్మీ రాత్రంత ఏడుస్తది.....'

'అట్లన.....మీ ఇల్లు నర్కలోకమ్‌ల ఉందని అమ్మ చెప్తద....?'

'అవ్.....మా ఇల్లు గూడ నర్కమ్‌లనే ఉంది సాబ్. నర్కలోకమ్‌ల అంతా సీకటిగా ఉంటదని, తిండీనీల్లూ దొర్కవని చెప్పిన్రుగద...మా గుడ్సెల కరెంటులేదు. కందిల్ల నూనె లేకుంటె రాత్రంత సీకట్లో పండుకోవాలె...'

మున్నీ మాటలు ఆపగానే మరో పిల్లాడు అందుకున్నాడు.

'మేం చాన దూరం నుంచి నీల్లు తేవాల... ఒక్కోపారి నడినాత్రి నీల్లయిపోతయి...'

'సీకటిపడినా అబ్బా బియ్యం తీస్కరాకపోతె గది ఎవలకీ తెల్వనీయకుండ అమ్మీ కుక్కర్ల రాళ్లేసి అన్నం వండినట్టు డ్రామ ఆడ్తది...' ఒక కుర్రాడు ఏడుస్తూ చెప్పాడు.

వాళ్ల మాటల్ని మౌల్వీసాబ్ జాగ్రత్తగా వినసాగేరు.

'మా గుడ్సెల పండుకుంటె ఎండగొడ్తది. వాన పడ్తది. తిననీకి ఏముండదు. గందుకె మా నాయినమ్మ ఊరి నుంచి ఈడికి రానే రాదు. మా ఇంటికి రావలంటే ఆమె బేజారయితది.'

'వాన పడితె మా గుడ్సెలకు నీల్లొస్తయి. ఒక్కోపారి రాత్రీల పాములు గూడ వొస్తయి......'

వాళ్లు చెప్పేవన్నీ విని మౌల్వీసాబ్ తలొంచుకున్నారు.

'ఇప్పుడేం చేస్తె గీల్లంత నా మాట ఇంటరు? ఏం శిక్ష ఇస్తె నేనంటె భయపడ్తరు?' మౌల్వీసాబ్ ఆలోచనలో పడ్డారు.

ఉన్నట్టుండి మసీదు బయట కలకలం మొదలయ్యింది. అంతటా ఒకటే గందరగోళం. ప్రజల ఆర్తనాదాలూ, గుండెలవిసేలా ఏడుపులూ మిన్నుముట్టాయి. తుపాకి కాల్పుల శబ్దాలు విని ప్రాణాలరచేతిలో పెట్టుకుని జనాలు పరుగులు తీస్తున్నారు. నలువైపులా ట్రాఫిక్ స్తంభించిపోవడంతో రోడ్లన్నీ జామ్ అయ్యాయి. సిటీలోని ఓ ఫైవ్‌స్టార్ హొటల్లో బాంబు పేలినట్టు వార్త దావానలంలా వ్యాపించింది. హొటల్ వెనుక ఉన్న కార్మిక నగర్ బస్తీలో అగ్ని ప్రమాదం సంభవించింది. పూరిళ్లన్నీ తగలబడుతున్నాయ్. ఎటుచూసినా నింగి కెగస్తున్న అగ్నికీలలు! మౌల్వీసాబ్‌తో ఇప్పటిదాకా మాట్లాడుతున్న పిలగాల్లంతా ఆ బస్తీవాళ్లే.

బహుశా ఆ పిల్లల ఇళ్లన్నీ మంటల్లో తగలబడుతూ ఉండొచ్చు. ఇదంతా చూసి వారు భయంతో గుక్కబెట్టి ఏడ్వసాగేరు. మౌల్వీసాబ్ వారిని ఆక్కడినుంచి తప్పించి మరో చోటుకి తీసుకుపోదామనుకున్నారు. కానీ, పోలీసులు అప్పటికే రోడ్లన్నీ మూసేశారు. పిల్లలంతా బెంబేలుపడి మౌల్వీసాబ్‌ని కరచుకుపోయారు.

'మౌల్వీసాబ్..... మాకు బయమ్‌బయమ్‌గా ఉన్నది....గిప్పుడు ఇంటికెట్ల పోవాల......?'

'సాబ్.....ఇయ్యాల నర్కమ్ సక్కగ రోడ్ల మీదకొచ్చేసిందా......?'

'మౌల్వీసాబ్....మమ్ముల్ని మల్ల నర్కమ్ దిక్కు తీస్కపోతున్నవెందుకు? సొర్గం వైపు తీస్కపోవచ్చుగద....'

పిల్లల మాటలు మౌల్వీసాబ్‌ని ఉక్కిరిబిక్కిరి చేశాయి. వారందర్నీ తన చేతుల్లోకి లాక్కొని ఒక మూలకు తీసుకుపోయి వారికి రక్షణగా నిలబడ్డారు. వారి భుజంపై చేయేసి ధైర్యం చెపుతున్నారు. సిటీలో భయానక వాతావరణం చూశాక మౌల్వీసాబ్‌కు కూడా వెన్నులో చలి మొదలయ్యింది. ఆయన కాళ్లూ, చేతులూ సన్నగా వణుకుతున్నాయ్.

'ఓ అల్లా....గీ పిల్లగాల్లను బయపెట్టుకుంట ఆకర్కి గీ బూమి మీదికే నర్కాన్ని దీస్కొచ్చినవు గదా. సొర్గాన్కి దీస్కబోతనని జెప్పి ప్రళయ దినాన మాట మార్చినవేంది.....? గీ పిల్లగాల్లను సొర్గాన్కి దీస్కబోయెతందుక్కు నాకు తొవ్వ సూపియ్యి......!' అనుకుంటూ చేతులు అరమోడ్చి ప్రార్థించారు.

షూటింగ్ స్క్రిప్ట్

'ఆకాశ్! నిజం చెప్పడానికి అరచి గీపెట్టనక్కర్లేదు. సత్యమెప్పుడూ చేదు కషాయంలా ఉంటుంది. అది ఓ పట్టాన గొంతు దిగదు.' డైరెక్టర్ భూషణ్, ఆకాశ్‌కు సీన్ వివరిస్తున్నాడు. మంత్రి పాత్రలో నటిస్తున్న ఆకాశ్ మేకప్ వేసుకుని బిగ్గరగా అరుస్తూ, డైలాగులు బట్టీబడుతున్నాడు.

'నువ్వొక మినిస్టర్‌వి కాబట్టే అబద్ధాలాడుతున్నావ్. కానీ, ఓ నిజాయితీపరుడిలా నాటకాలాడుతున్నావ్. ఇలా.......చేతులు పైకి లేపి కళ్లు మూసుకుని, కొంచెం కెమెరా ముందుకు రా......'

డైరెక్టర్ భూషణ్, ఆకాశ్ భుజాలు పట్టుకుని అతని తల పైకెత్తి చెప్పాడు.

వెంటనే ఆకాశ్ ఆవేశంతో రెచ్చిపోయి గుండెలు పొంగించి చేతులు పైకిలేపి అన్నాడు.

'అపోజిషన్ పార్టీవోళ్లంతా అబద్ధాలాడుతున్నారు. నేనేం చెప్పినా నిజమే చెప్తా. సత్యం తప్ప మరేదీ......'

ఆకాశ్ చేస్తున్న ఈ యాక్షన్ చూసి మేకప్‌మేన్, స్క్రిప్ట్ రైటర్, స్పాట్ బాయ్, కెమెరామేన్.....అంతా ఒక్కసారి గొల్లుమని నవ్వేశారు.

'ఆకాశ్ బాబూ......నువ్వు మంత్రివయ్యావ్......అయినా నిజం మాట్లాడతావా....'?

ఆకాశ్‌కూ నవ్వాగలేదు. కాసేపట్లో షూటింగ్ ప్రారంభం కానున్నది.

డైరెక్టర్ భూషణ్ అలవాటు ప్రకారం ఎప్పట్లాగే ఎంతో టెన్షన్‌తో ఉన్నాడు. కాలుగాలిన పిల్లిలా అటూఇటూ పచార్లు చేస్తున్నాడు. గట్టిగా గావుకేకలు పెడుతున్నాడు. ఒకసారి కెమెరామేన్‌ను రమ్మంటాడు. మరోసారి ఆర్ట్ డైరెక్టర్‌ను పిలుస్తాడు.

ఆర్ట్ సినిమాలు తీయాలని చాలా ప్లాన్లు వేసి అతను గడ్డం బాగా పెంచేశాడు. అందరి ఆర్ట్ డైరెక్టర్ల స్టయిల్లో నెత్తికి టోపీ, భుజానికో సంచీ తగిలించుకుని తిరుగుతాడు. హాఫ్ ప్యాంట్‌పై మాసిబోయిన షర్టేసుకుని నోట్లో సిగరెట్ పెట్టుకున్నాడంటే అచ్చం ఆర్ట్

ఫిల్మ్ డైరెక్టర్‌లానే కనిపిస్తాడు! సెట్లో ఓసారి కెమెరామేన్ వైపు పరుగులు తీస్తాడు. మరోసారి ఆకాశ్‌ను ఒక మంత్రిగా హైలైట్ చేసేందుకు తంటాలు పడుతుంటాడు.

'ఈ సీన్‌తో ఎపిసోడ్ మొదలవుతుందన్నమాట. రోడ్లపై పడున్న శవాలను పోలీసులు తీసుకువెళుతుంటారు. అదే సమయంలో దోపిడీదొంగలు కాలిపోయిన ఆడాళ్ల శవాలపై ఉన్న నగల కోసం వెతుకుతుంటారు...... మరి కొందరు....'

'స్టాప్ సార్!......' స్క్రిప్ట్ రైటర్ చేతులు పైకెత్తి గట్టిగా అరిచాడు.

'ఇక్కడ మనమీ ఎపిసోడ్‌ని క్లోజ్ చేయాలి. మనం నలువైపులా మృతదేహాల భాగాలను చూపిస్తాం. ఆ శవాలను హడావుడిగా లారీల్లో ఎక్కించి తీసుకుపోయేవారినీ. వారివద్ద నుంచి డబ్బులు గుంజే పోలీసు కానిస్టేబుల్స్.......'

'అట్లాగా!.....మంచిది! అయితే ముందు మేం మంత్రిగారి షాట్స్ తీసుకోవాలి!' స్క్రిప్ట్ రైటర్ తన ఫైల్ తెరిచి చూశాడు.

'సరే, మంత్రిగారి ప్రెస్ కాన్ఫరెన్స్ జరుగుతుంది. తర్వాత ఆయన టీవీ ఇంటర్వ్యూ.......ఆ సెట్ రెడీగా ఉందిగా? ఆకాశ్! నువ్వు చెప్పాల్సిన డైలాగులు గుర్తున్నాయ్ కదా.......'?

డైరెక్టర్ భూషణ్ బాగా టెన్షన్‌పడి సిగరెట్ వెలిగించబోయాడు. కాని అతని లైటర్ పనిచేయలేదు. వెంటనే పక్కనే ఉన్న స్పాట్‌బాయ్ అగ్గిపెట్టె అందించాడు.

'యాక్టర్లంతా ఎక్కడ?' భూషణ్ ఆందోళనతో అటూఇటూ తిరుగుతూ అడిగాడు.

'అంతా రెడీ సార్.....అందరికీ మేకప్ అయ్యింది. ఇన్‌స్పెక్టర్......ఒక యువకుడు, ప్రెస్ రిపోర్టర్, ఐదుగురు యాక్టర్లు ఉంటారు. వీరంతా శవాలను లారీల్లోకి ఎక్కించేందుకు వెళ్తారు. పదిమంది ఆడాళ్లకు మృత దేహాలుగా మేకప్‌వేసి గ్రౌండ్‌లో పడేశారు....' మేకప్‌మేన్ జాన్ ఫాస్ట్‌గా భూషణ్‌కు తను చేసే పని చెప్పుకుపోతున్నాడు.

'సెట్ రెడీ సార్......!' కెమెరామేన్ ట్రాలీపై కూచుని కింద ఉన్న సీన్‌ను ఫోకస్ చేస్తున్నాడు.

మరోవైపు ఆకాశ్‌లో మంత్రిగారి దర్జా, గాంభీర్యం తెచ్చేందుకు మేకప్‌మేన్ ఇప్పటిదాకా ఆయన ముఖానికి బ్రష్‌తో రంగులు పూస్తున్నాడు.

'ఇదిగో, ఆకాశ్......విను....' డైరెక్టర్ భూషణ్ చెప్పడం మొదలెట్టాడు.

'అపోజిషన్ వాళ్ల విమర్శలు వింటున్నప్పుడు కెమెరా నీపై......ఇట్లాగే.....ఫోకస్ చేస్తాం' భూషణ్ రెండు చేతుల్తో కెమెరా పోజిస్తూ మెల్లమెల్లగా ఆకాశ్‌వైపు నడిచాడు.......

'ఇపుడు నువ్వింకా క్లోజప్‌కు రావాలి......'

'అపోజిషన్ లీడర్ మాటలు వింటుంటే నాకు ఒళ్లు మండుతోంది' ఆకాశ్ ఒక మినిస్టర్‌లా దర్పంగా మాట్లాడుతూ, ఎక్కడలేని హుందాతనాన్ని ప్రదర్శిస్తున్నాడు. 'నేనేం చెప్పినా నిజమే చెప్తా. గుజరాత్ మారణకాండలో చనిపోయింది రెండు వేలమంది పిల్లలు కాదు....కేవలం వెయ్యిమందే. కానీ, ఆ దుర్మార్గులు ఆడాళ్లపై అత్యాచారాలు చేశాక వారినెవర్నీ ప్రాణాలతో విడిచిపెట్టకుండా చంపేశారు. ఈ ఘోర నేరాలకు పాల్పడిన వాళ్లకు నేనెలాంటి శిక్షలు విధిస్తానంటే....'

'కానీ, నిజం చెప్పేటపుడు మరీ ఇంతగా అరవకూడదు'.....భూషణ్ అతని ఓవర్‌యాక్షన్‌కు కొంచెం బ్రేకులేశాడు.

'స్టాప్........' భూషణ్ వద్దకు స్క్రిప్ట్ రైటర్ వచ్చి తన ఫైల్ తెరిచి చూసి చెప్పాడు.

'ఆకాశ్‌గారూ.... మీరు చెప్పాల్సిన డైలాగ్స్ ఇవీ......'ఆడాళ్లను ఎపుడూ ఇలాగే అణచేస్తూనే ఉంటారు కదా! ఇది మన దేశంలో ఒక ఆనవాయితీ అయిపోయింది. భవిష్యత్తులో కూడా ఇది కొనసాగే ప్రమాదముంది.'

ఆకాశ్....డైరెక్టర్ భూషణ్ వైపు చూశాడు. మళ్లీ స్క్రిప్ట్ రైటర్‌కు చెప్పాడు.

'ఈ మాటలను కొంచెం మార్చండి. లేడీస్ గురించి ఒక మినిస్టర్ ఇలాంటి డైలాగులు చెపితే బాగోదు...'

'సైలెన్స్ ప్లీజ్...మిస్టర్ ఆకాశ్.....ఇంకొంచెం ముందుకు రండి...' కెమెరామేన్ ట్రాలీపై కూచుని అరుస్తున్నాడు. అతను తన తలమీద ఉన్న గుడ్డను తొలగించి మేకప్‌మేన్‌తో అన్నాడు.

'ఆకాశ్ ముఖానికి మీరు ఓవర్‌గా మేకప్ వేశారు. మంత్రిగారి ఫేస్ మామూలు మనిషిలా సింపుల్‌గా కనిపించాలి. మేకప్ కొంచెం తగ్గించండి.'

'అబ్బే....లేదు....మినిస్టర్ అందరిలా 'ఆమ్‌ఆద్మీ' కాదు!' భూషణ్ నవ్వాడు. మళ్లీ ఆకాశ్ వైపు తిరిగి అన్నాడు.

'ఈ డైలాగులు చెప్పేటపుడు నువ్వు కళ్లు మూసుకోవాలి....తెల్సిందా.....నడిరోడ్డుపై ప్రాణాలు విడిచి సర్కారుకు చెడ్డపేరు తెచ్చిన ఆడాళ్లను తలుచుకుంటేనే నీకు కోపం వచ్చేస్తుంది....ఇట్లా....ఇట్లా....చూడు....'భూషణ్ తలపై కెత్తి అటూఇటూ చూశాడు........

అతనెంత ధైర్యంగా......ఆగి ఆగి...కళ్లార్పుతూ నవ్వుతూ మాట్లాడుతున్నాడు......?

భూషణ్ మళ్లీ మేకప్‌మేన్‌ని పిలిచి చెప్పాడు.

'ఈ క్లోజప్ షాట్ కోసం ఆకాశ్ ముఖానికి ఇంకాస్త నల్లరంగు పూయండి.......'

'సెట్ ఓకే సార్...లైట్సాన్...సైలెన్స్ ప్లీజ్.....రోల్...యాక్షన్......'

లైట్లన్నీ ఆన్ కాగానే....డైరెక్టర్ యాక్షన్ అనగానే ఓ సెక్యూరిటీ గార్డు అరుస్తూ కెమెరా ముందుకొచ్చాడు....

'సార్!..సార్!!..మినిస్టర్ సార్ వస్తుంద్రు!....ఇట్ల స్టూడియోకి వస్తుంద్రు!!.......'

'దారికడ్డంగా నిలబడకు....మాట్లాడకు....ఇపుడు మంత్రిగారు సెట్లోకొస్తున్నారు....' స్పాట్‌బాయ్, గార్డుని వెనక్కి తోసేశాడు.

'మినిస్టర్‌సార్ ఈ దిక్కే వస్తుంద్రు....' గార్డు గట్టిగా అరుస్తున్నాడు.

కెమెరామేన్ కెమెరా అటువైపు ఫోకస్ చేసి చూశాడు. అతను లాంగ్‌షాట్‌లో చూస్తున్నాడు. మంత్రిగారు నడుస్తూ సరిగ్గా కెమెరా ముందుకి వస్తున్నారు. తెల్లని పంచెపై మెరిసిపోయే కుర్తా వేసుకుని కుండలాంటిపొట్టతో ఆయాసంతో నడవలేక నడుస్తూ వస్తున్నారు.

'చల్....ఈడ్నించి....పొండి....అసల్ మినిస్టర్ సార్ వస్తుంద్రు.....' గార్డు గట్టిగా అరుస్తున్నాడు.

కెమెరామేన్ మరోసారి కెమెరా ఫోకస్ చేసి చూశాడు. లాంగ్‌షాట్‌లోంచి చూస్తే ఆయన నడుస్తూ ముందుకురావడం కనపడింది.

'ఎవడీ సన్నాసి! డైరెక్ట్‌గా సెట్లోకే వచ్చేశాడు...'.? అసిస్టెంట్ డైరెక్టర్ ట్రాలీపై నుంచి కోపంతో గట్టిగా అరిచాడు.

'నమస్తేజీ... నమస్కారం....కంగ్రాట్స్ సార్.......మీరు మంత్రి అయినందుకు అభినందనలు.....'

స్టూడియోలోని వీఐపీలంతా పరుగుపరుగున అక్కడికి చేరుకున్నారు.

వారందర్నీ ఒక్కసారిగా సెట్‌పై చూసేసరికి కెమెరామేన్, భూషణ్, అంతా కంగారుపడిపోయారు.

'ధన్యవాదాలు.... తమరి దయ.....' వారిద్దరూ వినయంగా చేతులు జోడించి నవ్వుతూ అన్నారు.

కెమెరామేన్ ఆందోళనతో భూషణ్ వైపే చూస్తున్నాడు. లాన్‌లో నించుని చూస్తున్నవారి దృష్టి మాత్రం ఒక్కరి మీదే ఉంది. ఆకాశ్‌కు ఫుల్‌గా మేకప్ చేసి తలెత్తి అటూఇటూ చూస్తున్న వ్యక్తి పైనే ఉంది. పిస్టల్ చేతిలో రెడీగా పట్టుకుని ఇద్దరు బాడీగార్డులు, నలుగురు పోలీసులు అతని వెంట నడుస్తున్నారు. మంత్రిగారిపై కాల్పులు జరపడానికి నలువైపులనుంచీ ఎవరైనా వస్తున్నారా.....అన్నట్టు బాడీగార్డులూ, పోలీసులూ మాటిమాటికీ అటూఇటూ సీరియస్‌గా చూస్తూ ముందుకు సాగుతున్నారు.

ఎటు చూసినా తొక్కిసలాట వాతావరణం. హడావుడి. ఏదో పెద్ద ప్రమాదం జరిగినట్టుగా, అంతా కంగారుగా ఒకరి మొహం ఒకరు చూసుకుంటున్నారు. షూటింగ్ జరిగే ఫ్లోర్‌కు మంత్రిగారెందుకు వచ్చారో అర్థంగాక షూటింగ్ చేస్తున్న స్టూడియో సిబ్బంది తలలు పట్టుకున్నారు.......!

'ఈయన మన కొత్త మంత్రిగారు. సాబ్ ఈమధ్యే అగ్రికల్చర్ మినిస్టర్‌గా చార్జి తీసుకున్నారు.'

'చప్పట్లు కొట్టి మినిస్టర్‌గారికి స్వాగతం చెప్పండి....' ఆయన వెంట నడుస్తున్న ఒక పోలీసాఫీసరు స్టూడియోలో నలువైపులా చూస్తూ అందరికీ చెప్పాడు.

షూటింగ్ చేయాల్సిన వారంతా ఏం చేయాలో తెలియక గందరగోళంలో పడిపోయారు. డైరెక్టర్ భూషణ్ కూడా కెమెరామేన్‌తోపాటు ట్రాలీపైనే కూచున్నాడు. కిందికి దిగి మంత్రిగారికి స్వాగతం చెప్పడానికి బదులు పైనే ఉండి ఆయన ఎపుడు వెళ్లిపోతాడా అని చూస్తున్నాడు. మంత్రి అక్కడి నుంచి వెళ్లిపోతే వెంటనే షూటింగ్ స్టార్ట్ చేయాలన్నది అతని ఆలోచన.

'షూటింగ్ టైమ్‌లో అసలు మినిస్టర్ని లోనికెందుకు రానిచ్చావ్?' కెమెరామేన్ స్పాట్‌బాయ్‌ని గద్దించాడు.

'మీ మేకప్‌మేన్ ఎక్కడ.....?' బాడీగార్డులలో ఒకడు స్క్రిప్ట్ రైటర్‌ని అడిగాడు.

'అతను స్టూడియోలో మేకప్‌రూమ్‌లో ఉన్నాడు సార్. మా యాక్టర్లకు మేకప్ వేస్తున్నాడు.'

'అతన్ని అర్జంటుగా పిలవండి......మా మినిస్టర్ గారిపుడు ఓ ప్రెస్ కాన్ఫరెన్స్‌లో మాట్లాడతారు. చాలా మంది టీవీ చానల్స్ వాళ్లు వచ్చి విజువల్స్ తీసుకుంటారు.......!'

'అది కూడా ఇపుడేనా......?' అసిస్టెంట్ డైరెక్టర్ కంగారుపడిపోయాడు.

'మీరు స్టూడియో ఆఫీసుకెళ్లి అడగండి. ఈ వేళ అన్ని ఫ్లోర్లలోనూ షూటింగ్ జరుగుతోంది.'

పరిస్థితి చూశాక డైరెక్టర్ భూషణ్ ట్రాలీ నుంచి దిగిరాక తప్పలేదు. మంత్రిగారిని ఏదో రకంగా మాయచేసి, అక్కడి నుంచి పంపేస్తే ఎంచక్కా షూటింగ్ మొదలు పెట్టవచ్చన్నది అతగాడి ప్లాన్.

'మినిస్టర్‌గారూ, నమస్కారం......మీ దర్శన భాగ్యం కలిగినందుకు చాలా ఆనందంగా ఉంది సార్......' భూషణ్ రెండు చేతులూ జోడించి నమస్కారం పెట్టాడు. వెంటనే ఒక ఆఫీస్ బాయ్‌ను పిలిచాడు. టీవీ చానల్ వాళ్లు మినిస్టర్ గారిని ఏ ఫ్లోర్లో ఇంటర్వ్యూ చేస్తారో కనుక్కొని ఆయన్ని ఆ ఫ్లోర్‌కి తీసుకెళ్లమని భూషణ్, బాయ్‌కు ఆర్డరేశాడు.

ఆకాశ్ ఎంతో ఇష్టంగా మంత్రి పాత్రలో లీనమయ్యేందుకు ప్రయత్నిస్తున్నాడు. కుండలాంటి తన పొట్టను ఇంకా పెద్దది చేస్తూ....మెడను పొడుగుచేసి స్వరం పెంచి మాట్లాడుతూ రిహార్సిల్ చేస్తున్నాడు.

స్టూడియో అంతా కోలాహలంగా ఉంది. మూవింగ్ కెమెరాలు, ఆ రంగురంగుల లైటింగ్ అంతా చూశాక మంత్రిగారికి అక్కడి నుంచి అస్సలు కదలబుద్ధి కాలేదు.

'నేనెక్కడికీ వెళ్లేది లేదు. ప్రెస్ కాన్ఫరెన్స్ ఇక్కడే పెడతా.....'

'మీ మేకప్‌మేన్ ఎక్కడున్నాడు....?మినిస్టర్ సార్‌ని ఫస్ట్ మేకప్‌రూమ్‌కి తీసుకెళ్లాలి...' మంత్రిగారి పీఏ డైరెక్టర్ భూషణ్‌ను అడిగాడు.

'నమస్కారం మినిస్టర్ గారూ.....నేనిక్కడే ఉన్నా.....' మేకప్‌మేన్ రెండు చేతులూ వినయంగా జోడించి ముందుకెళ్లాడు.

తర్వాత వాళ్లంతా మంత్రిగారిని మేకప్ రూమ్‌లోకి తీసుకుపోయారు.

'ముందు నువ్వు లోపలకెళ్లు....' మంత్రిగారి పీఏ, ఓ బాడీగార్డుతో అన్నాడు.

అతను మేకప్‌మేన్‌తో కలిసి లోపలకు రాగానే, బ్యాగ్‌లోంచి మెటల్ డిటెక్టర్ తీసి అన్ని మూలలూ తనిఖీ చేయడం మొదలెట్టాడు. తర్వాత మేకప్‌మేన్‌ను నిలబెట్టి అతని ఒళ్లంతా మెటల్ డిటెక్టర్‌తో చెక్ చేశాడు. మేకప్ మేన్ జేబుల్లో ఏదైనా బాంబు దాచిపెట్టాడేమో అనే అనుమానంతో అతని దుస్తుల్నీ అణువణువునా గాలించాడు.

'ఏంటి ఇదంతా?....ఎందుకు వెతుకుతున్నారు? నా దగ్గరేం లేదు......!' మేకప్‌మేన్ కంగారుపడ్డాడు.

'మినిస్టర్‌గారు ఏ రూమ్‌లో బసచేసినా......ఆయనకు ఫుల్ సెక్యూరిటీ మేమిస్తాం....ఆయన్ని చంపడానికి ఎవరో ఒకరు ఈ రూమ్‌లోనే నక్కి ఉండొచ్చు కదా.....! ఎవరికి తెలుసు.....?'

'అట్లాగా.....?' మేకప్‌మేన్ ఆ మాటలకు షాక్ తిన్నాడు.

'అయితే....అసలు ఇట్లాంటివాళ్లని ప్రభుత్వం మంత్రులుగా ఎందుకు చేస్తుందో నాకైతే తెలీదు?'

'ష్....మెల్లగా మాట్లాడు....' బాడీగార్డు నోటిపై వేలేసుకుని అటూఇటూ చూసి అన్నాడు.

'ఎర్ర బస్సెక్కి ఊరి నుంచి వచ్చావా ఏంది?......నీ వాలకం చూస్తే ఏమీ తెలీనట్టుందే.....! మినిస్టర్ సార్ బంగళాపై కూడా సెక్యూరిటీ అలారం ఉంటుంది. సార్ బయటకు వెళ్లినప్పుడల్లా మేమంతా ఆయనవెంబడే పిస్టల్ పట్టుకుని ఫాలో అవుతాం. రోడ్డుపై మినిస్టర్ కాన్వాయ్ పోతుంటే నువ్వెపుడూ చూడలేదా....?కాన్వాయ్‌లో పదకొండు కార్లుంటాయ్ తెల్సా. మినిస్టర్‌గారు వస్తున్నారంటే ఓ గంట ముందే ట్రాఫిక్‌ను ఆపేస్తారు.'

'కానీ, ఒక మనిషి కోసం ఇన్ని కార్ల అవసరమేంటి.....?'

మేకప్‌మేన్ త్వరగా టేబుల్‌పై మేకప్ సామాన్లు పెడుతున్నాడు.

'ఎందుకంటే.....ఒకవేళ ఎవరైనా మంత్రిగారిపై ఫైరింగ్ చేస్తే, ముందు ఆ 11 మందీ చనిపోతారు.....'

'ఓర్నాయనో.....' మేకప్‌మేన్ హడలిపోయాడు.

'అయితే, మంత్రి కూడా వీరప్పన్‌లాంటివాడా......?'

బాడీగార్డు ఎంతో దర్పాన్ని ప్రదర్శిస్తూ నవ్వాడు.

'మా మినిస్టర్‌గారు ఎక్కడికైనా వెళుతున్నారంటే ఆఫీసర్లంతా ముందుగానే ఆ రోడ్లన్నీ నీట్‌గా సాఫ్ చేయించి మందులు చల్లిస్తారు'

'ఎందుకు.....?' మేకప్‌మేన్ పనిచేస్తూ చేస్తూ ఆగిపోయాడు.......

'కొంపదీసి మినిస్టర్‌గారు వెళ్లినచోటుకల్లా అంటు రోగాలొస్తాయా ఏంటి....?'

ఇద్దరూ పగలబడి నవ్వారు. కానీ, బాడీగార్డు నోటిపై వేలేసుకుని మాట్లాడవద్దని సైగచేశాడు.

'జల్ది కానీయ్.......సార్ బయట వెయిట్ చేస్తున్నారు. అలసిపోతారు.......'

'మంత్రిగారికి ఒంట్లో బాలేదా? ఆయన ఫేస్‌కు బాగా మేకప్ వేయాల్సి ఉంటుంది!' మేకప్‌మేన్ అన్నాడు.

'అట్లాంటిదేమీ లేదు, రోజూ పొద్దున్నే నలుగురు డాక్టర్లు మినిస్టర్ గారికి చెకప్ చేస్తుంటారు.'

'ఎందుకు.....? మంత్రిగారికి ఎన్ని రోగాలు ఉన్నాయేంటి......?'

'రోగాలూ లేవూ, పాడూ లేవు. ఆలోచనలతో, ఆందోళనతో తెగ టెన్షన్ పడిపోతూ ఉంటారు. భయం, పని ఒత్తిడితో ఆయనకు బీపీ పెరిగిపోతూ ఉంటుంది.'

'మినిస్టర్ గారు లోపలకొస్తున్నారు.....' మరో బాడీగార్డు రూమ్‌లోకొచ్చి అటూ ఇటూ పరీక్షగా చూశాడు.

మేకప్‌మేన్ ఇంకా హడలిపోయాడు. మంత్రి వెంట ఆకాశ్‌కూడా వచ్చి ఓ మూల నించున్నాడు. ఎందుకొచ్చావంటూ కెమెరామేన్ సైగలు చేస్తూ అతన్ని అడిగాడు. 'ఎట్లాగూ షూటింగ్ సాయంత్రమే జరుగుతుంది. మంత్రిగారిని స్వయంగా చూసి యాక్టింగ్ నేర్చుకోవాలని ఉంది' ఆకాశ్ మెల్లగా అతని చెవిలో చెప్పాడు. మేకప్ వేసుకున్నాక మంత్రిగారు కాన్ఫరెన్స్ హాలులోకి మేకప్‌మేన్‌ను వెంటబెట్టుకుని వచ్చారు. ఇంటర్వ్యూతీసుకునే ఎడిటర్, న్యూస్ రిపోర్టర్‌తో సమానంగా డైరెక్టర్ భూషణ్‌కు గౌరవమర్యాదలిస్తూ మంత్రిగారు తన పక్కనే కూర్చోబెట్టుకున్నారు. అనేక టీవీ చానల్ రిపోర్టర్లు తమ కెమెరాలతో నలువైపులా

నిలబడి ఉన్నారు. ఇంతలో ఒక అమ్మాయి కిసుక్కున నవ్వు వినిపించింది. వయ్యారం ఒలకబోస్తూ ఓ అందాల భామ లోపలకొచ్చింది. ఆమెను చూడగానే మినిస్టర్‌గారి మొహం విప్పారింది. తన పక్కనే కూచోమని సైగచేశారు. మళ్లీ ఆయన అక్కడున్న వారందరికీ ఆమెను పరిచయం చేశారు.

'ఈమె మిస్ సల్మా అలీ.......సోషల్ వర్కర్......సమాజ సేవ కోసం మహిళలతో సేవా మండలి కూడా పెట్టారు.' వెంటనే సల్మా మంత్రి వైపు తిరిగి అంది.

'సార్....సిటీలో రెండు రోజులుగా కర్ఫ్యూ నడుస్తోంది.....ఏం చేయాలో నాకేం అర్థం కావడంలే.....పబ్లిక్ చానా పరేషాన్లో ఉన్నారు...అన్ని వైపులనుంచీ ఫైరింగ్ జరిగింది. జనాల అరుపులూ, రోదనలతో బస్తీలు అట్టుడికిపోతున్నాయ్. రోడ్లపై శవాలు గుట్టలు గుట్టలుగా పడున్నాయ్. మా ఇంట్లో పాలూ, కూరగాయలూ ఏవీ లేవ్. రెండ్రోజులుగా మేం చాయ్ కూడా తాగలేదు.....'

సల్మా అలీ ఎంతో బాధతో చెపుతున్న మాటలను మంత్రిగారు విచారవదనంతో వింటూ తలొంచుకున్నారు.

'మినిస్టర్‌గారూ.....గుజరాత్ నరమేధంలో వెయ్యిమంది పిల్లలు చనిపోయారు. దీనిపై మీరేమంటారు.....?' ఓ రిపోర్టర్ ఎక్స్‌క్లూజివ్ కామెంట్ కోసం ఆయన వైపు కెమెరా ఫోకస్ చేసి, మైక్ పెట్టాడు.

'పోయింది వెయ్యి మందే కదా...?' మంత్రిగారు ఎంతో ఊరటగా అన్నారు. 'కాని మీ మీడియావాళ్లేమో అల్లర్లలో ఏకంగా ఐదు వేలమంది పిల్లలు చనిపోయారని నానాయాగీ చేస్తున్నారే!.'

'మినిస్టర్ గారూ.....! నేను కూడా మిమ్మల్ని ఓ ప్రశ్న అడగదల్చుకున్నా' మరో రిపోర్టర్ ఉత్సాహం చూపించాడు.

'ఆంధ్రప్రదేశ్‌లో ఒక ఊళ్లో ఓ లీడర్ 15 అడవిపక్షుల మాంసంతో వంటకాలు వండించి భారీగా డిన్నర్ ఇచ్చాట్ట! ఓ సినిమా స్టార్ జింకను వేటాడాట్ట......ఇది నిజమేనా?'

'అట్లనా.....? దీనికి మీ దగ్గర సాక్ష్యాలుంటే ఆ ఫైలు మా ఆఫీసుకి పంపీయండి. అటవీ పక్షులను చంపడం చానాచానా అన్యాయం. దీన్ని మేం ఎంతమాత్రం సహించం.' మంత్రిగారు ఎంతో దుఃఖంతో కళ్లుమూసుకుని తలాడిస్తూ అన్నారు.

మంత్రిగారు ఇంకా ఏదో చెప్పబోతుండగా సల్మా అలీ రాసుకున్న సెంట్ గుప్పుమనడంతో ఆయన ఆ మైకంలో పడిపోయారు.

'మీరంతా కొంచెంసేపు బయట కూసోండి...పది నిమిషాలయ్యాక మీకందరికీ ఎక్స్‌క్లూజివ్ ఇంటర్వ్యూలిస్తా.....'

మంత్రి మాటలకు వారంతా బయటకు వెళ్లిపోగానే ఆయన సల్మా చెవిలో గొణిగారు.

'ఎపుడూ కనపడనే కనపడరు...! ఇంతకీ స్టూడియోకి ఇలా సడెన్‌గా వచ్చారేంటి.....?'

'మీతో కలవాలంటే మీ పీఏ నాకు టైమివ్వడు సర్.....మహిళా కార్మికులతో ధర్నా, ఊరేగింపు ఆర్గనైజ్ చేయాలనుకుంటున్నా సర్.......'

'మరట్లయితే మళ్లీ అపోజిషన్‌వాళ్లు నిరసనలు చేస్తారు కదా!.....'

'నిజమే.... సర్!.....అపుడు రెండు పార్టీల ప్రదర్శనలూ నేనే ఆర్గనైజ్ చేస్తే పోలే!......'

'హ్హా....హ్హా....హ్హా.....' సల్మాకు ఇంకా దగ్గరయ్యేందుకు మంత్రిగారికో చాన్స్ దొరికింది. ఇంతలో ఫోను మోగింది.

'మా శాఖ ఆఫీసు వాళ్లే ఫోను చేశారు. ఇళ్లను కూలగొట్టి డ్యామ్ కట్టినందుకు ఊళ్లోవాళ్లంతా రోడ్డుపై బైఠాయించి ధర్నా చేస్తున్నారట. ఇపుడా డ్యామ్‌ని కూల్చేయమని వాళ్లంతా డిమాండ్ చేస్తున్నారట.'

'మరి అయిన ఖర్చంతా ఎవరు భరిస్తారు........?' సల్మా ఆశ్చర్యపోయింది.

'ఇదంతా గవర్నమెంట్ నుంచి వస్తుందిలే. కానీ, డ్యామ్‌కు నష్టం కలిగించినందుకు ఊరోళ్లపై పోలీసులు ఫైరింగ్ చేస్తారు. పది, ఇరవై మంది దాకా చనిపోతారు. దీనికంతటికీ అపోజిషన్ వాళ్లే కారణమని చెప్పి మేమే వాళ్లపై ఉల్టా కేసులు బనాయిస్తాం......'

మంత్రిగారి మాటలు విన్నాక సల్మా మౌనంగా ఉండిపోయింది.

'ఆ కూలీల కుటుంబాలను ఆదుకుంటాం' ఆయన సల్మాకు భరోసాగా చెప్పారు.

'సర్....ఆ కూలీలు పోలీసు ఫైరింగ్‌లో పోతే, ఆ చెడ్డ పేరంతా మీకే వస్తుంది. చాలా కష్టాల్లోపడతారు. అపోజిషన్ పార్టీలో ఉండే ఖాన్ సంగతి మీకు తెలీనట్టుంది......?'

'అట్లాగే చూస్తూ...ఉండు....అతన్ని మరో స్కామ్‌లో ఇరికిస్తాం......'

'ఎక్స్‌క్యూజ్‌మీ సార్......' ఒక బాడీగార్డు లోపలకొచ్చాడు.

'ప్రెస్ కాన్ఫరెన్స్ తర్వాత పెడుదురుగాని, లంచ్ రెడీ అయ్యింది సార్...' స్టూడియో మేనేజర్ తలొంచుకుని వినయంగా చెప్పాడు.

'మంచిది....మంచిది.....!'

నాన్‌వెజ్ వంటకాల ఘుమఘుమలతో మినిస్టర్‌గారిలో ఆకలి ఒక్కసారిగా పెరిగింది. లంచ్‌లో మినిస్టర్ గారిని చూడ్డానికి దిలీప్‌సింగ్, ఆకాశ్, భూషణ్, కెమెరామేన్ అంతా వెళ్లారు.

'రానివ్వండి..... వాళ్లందర్నీ రానివ్వండి.....' మంత్రిగారు ఆనందంగా అన్నారు. ఫిల్మ్ స్టూడియోలో ఆయన ప్రెస్ కాన్ఫరెన్స్ కొద్దిసేపట్లో లైవ్ ఇవ్వబోతున్నారు. అందుకే ఆయన ఆనందానికి హద్దుల్లేవు.

మినిస్టర్‌గారు డైనింగ్ టేబుల్ దగ్గరకు రాగానే అంతా అక్కడికి చేరారు. పసందైన రకరకాల వంటకాలు ముందు పెట్టారు. నోరూరించే ఆ డిష్‌లను చూడగానే..... మేకప్‌మేన్ వేసిన రంగులతో మంత్రిగారి ఫేస్ మరింత అందంగా మెరిసిపోతోంది!

'వావ్! రోస్ట్ చికెన్....మా కోసం శ్రమపడి మీరు చాలా ఐటెమ్సే చేశారే!' మంత్రిగారు మొహమాటపడుతూనే రోస్ట్ చికెన్ ప్లేటును అందుకున్నారు.

'మినిస్టర్‌గారూ......ఇదేమీ మరీ అంత ఖరీదైన మాంసం కాదు.....ఈమధ్య హొటల్ వాళ్లంతా గుజరాత్ నుంచే మాంసం తెప్పించుకుంటున్నారు. అక్కడి నుంచి ఫ్రెష్ మాంసం తెచ్చుకుని ఇక్కడ అమ్ముతున్నారు.' హొటల్ యజమాని అసలు సంగతి బయటపెట్టాడు.

'మత కలహాలు గుజరాత్ ప్రజల్ని నాశనం చేశాయి. పాపం...వారేం చేస్తారు.....? ఇంట్లో గొడ్డూగోదా కూడా తెగనమ్ముకుంటున్నారు.......' మంత్రిగారు కెమెరా వైపు చూస్తూ విచారవదనం పెట్టారు. మళ్లీ ఆయన వంగి డిష్‌లోంచి ఒక మంచి ముక్కను తీసుకునేందుకు ప్రయత్నిస్తున్నారు.

'అరే? ఇది.....ఇది....ఇదేంటి?' ఎవరో కత్తితో పొడవడానికి ఎదురుగా వస్తుంటే ప్రాణభయంతో మినిస్టర్‌గారు వెనక్కి పారిపోతున్నట్టుగా ఉంది ఆయన మొహంలో ఫీలింగ్! నెత్తిపై బాంబుపడినట్టుగా ఒక్కసారి గట్టిగా అరిచారు!

ఆయన బాడీగార్డు ఒక్క ఉదుటన పరుగుపరుగున వచ్చి డిష్‌లో ఏముందో పరిశీలనగా చూశాడు. మంత్రిగారి ప్లేట్‌లో రోస్ట్ చేసిన మనిషి చేతులు రెండు ఉన్నాయ్...! రెండు చేతులూ కలివిడిగా ఉన్నాయ్. ఒక చేతిపై 'ఓమ్' అని రాసి ఉంది........

'ఇవి....ఇవి....మనుషుల చేతుల్లా ఉన్నాయే...!' వాటిని చూసి బాడీగార్డు భయంభయంగా వెనక్కి తగ్గాడు.

అప్పటిదాకా ధైర్యంగా కబుర్లు చెప్పిన మంత్రిగారికి కూడా వణుకు పుట్టింది.

మినిస్టర్‌గారు తినే బిర్యానీ ప్లేటులోకి రోస్ట్ చేసిన రెండు మనిషి చేతులు వచ్చిన సంగతి ఆనోటాఈనోటా అందరికీ తెలిసిపోయింది. అందరికీ ఒళ్లు గగుర్పొడిచింది. అక్కడ గుమిగూడినవారంతా మంత్రిగారి ప్లేట్లో ఏముందో చూడ్డానికి ఎగబడ్డారు. స్టూడియోలోని ఆర్టిస్టులూ, హొటల్ ఓనరూ....వంటవాడూ.....ఒకరేమిటి, చాలామంది ఆత్రంగా డైనింగ్ హాల్లోకి తోసుకుంటూ వచ్చారు.

'ఇక్కడ చాలా మర్డర్లు జరుగుతాయ్...... ఆ రెండో చేయి బ్రాహ్మడిదా?'

అక్కడ ఉన్న వాళ్ల గోల చూశాక డైనింగ్ హాలు మేనేజర్‌లో టెన్షన్ మొదలయ్యింది. ఈసంగతి పోలీసులకు కనక తెలిస్తే, స్టూడియోకు వచ్చి మర్డర్ కేసు కింద అందర్నీ మూసేస్తారు. మినిస్టర్‌గారు అందర్నీ జైలుకి పంపిస్తారు......

'ఇయ్యాల మటన్ కర్రీ చేయడం చాన కష్టమైంది సార్....! రెండు చేతులు కట్ జేసి సెపరేట్ జేయాలని మస్తు సార్లు ట్రై జేసిన......కాని....కాని....అది నాతోని కాలె.....' కిచెన్‌లోని కుక్ భయంతో అటూఇటూ పిచ్చి చూపులు చూస్తూ అన్నాడు.

'ఇవి హిందూ,ముస్లింల చేతులు...నరికి పోగులుపెట్టినా, తగలబెట్టినా వేరుకావు...తెలిసిందా......' దిలీప్‌సింగ్ అన్నాడు. ఒక ప్రెస్ రిపోర్టర్‌కు మేకప్ వేయడానికి అతనక్కడ నిలబడ్డాడు. వెంటనే అతను భయంతో నిలువునా వణికిపోతున్న మంత్రితో అన్నాడు.

'మినిస్టర్‌గారూ......ఈ రెండు చేతుల్నీ ఒకేసారి ఆరగించండి.....బ్రహ్మాండంగా ఉంటుంది. గొప్ప మజా వస్తది'

'వామ్మో....ఇదంతా తింటే సార్‌కు ఫుడ్ పాయిజినింగ్ అయితది' ఆయన బాడీగార్డు దిలీప్‌సింగ్‌తో అన్నాడు.

'ఏం గాదు.....మినిస్టర్‌గారు అదంతా తిని అరాయించుకుంటారులే.....'

అంతా విన్నాక మంత్రిగారు కంగారుగా సీట్లోంచి లేచారు. అక్కడ ఉన్న వారంతా అటూఇటూ పరుగులు తీస్తున్నారు.

మంత్రిగారి వెనక నిలబడ్డ డైరెక్టర్ భూషణ్ తన కెమెరామేన్ చెవిలో ఏదో గొణిగాడు.

'రెడీ.......మినిస్టర్‌గారు ఇక్కడి నుంచి వెళ్లిపోయిన వెంటనే ఇదే లొకేషన్లో షూటింగ్ చేద్దాం. ఆ చేతుల్ని అలా క్లోజప్‌లో చూపిస్తూ ఆకాశ్ ఇదే డైలాగ్ చెప్తాడు.....'ఇది హిందూ....ముస్లింల సఖ్యతకు నిదర్శనం. ముక్కలు ముక్కలుగా తెగ్గోసినా, నిలువునా కాల్చేసినా వారెప్పటికీ కలిసే ఉంటారు... రా......చేయిచేయి కలుపు'

భూషణ్ మెల్లగా చెప్పిన మాటలు మంత్రిగారి చెవినపడ్డాయి. పాదరసంలాంటి ఆయన బుర్రకు వెంటనే ఓ కొత్త ఐడియా తట్టింది. నలువైపులా నించున్నవారితో మంత్రిగారు ఓ మాట అన్నారు.

'చూడండి...హిందూ....ముస్లిమ్‌ల మైత్రికి ఈ చేతులే నిలువెత్తు సాక్ష్యాలు. ఇవి ముక్కలుగా తెగిపడినా, మంటల్లో తగలబడినా....నా ప్లేటులో ఒకదానితో మరోటి కలిసున్నాయ్...'

'ఇపుడే టీవీ చానల్ రిపోర్టర్లను పిలవండి.....కెమెరామేన్ ఎక్కడున్నాడు?'

మంత్రిగారు మళ్లీ మేకప్‌మేన్‌ను సైగచేసి పిలిచి, తన మొహానికి ఇంకాస్త నల్లరంగు పూయమని చెప్పారు.

అనగనగా ఓ మమ్మీ!

చాలా కాలం కిందటి మాట!

భాస్కర్ తనింట్లో, వరండా మధ్యలో, ఓ అందమైన బొమ్మను గొలుసులతో వేలాడదీసి ఉంచాడు. పిల్లల సరదా కోసం ఆ బొమ్మను తెచ్చాడు.

గాలి వీచినప్పుడల్లా ఆ బొమ్మ నెమ్మదిగా అటూఇటూ ఊగుతూ ఉంటుంది. నిజంగా నడిచొస్తున్నట్టుగా అనిపిస్తుంది, మమ్మీలా. బాగా గాలేయడంతో ఆ బొమ్మ జుట్టంతా చెదిరిపోయింది. బట్టలన్నీ దుమ్ముతో మురికి పట్టిపోయాయి... ఆ బొమ్మ కాస్తా పగిలి కుండ పెంకులు మమ్మీ నెత్తిన పడ్డాయ్!

ఎపుడైనా టీవీలో కామెడీ ప్రోగ్రామ్ వచ్చిందంటే ఇంట్లోవాళ్లంతా పగలబడి నవ్వుకుంటూ ఉంటారు. అది విని ఒక్కోసారి మమ్మీకూడా గబగబ డ్రాయింగ్ రూమ్‌లోకి వచ్చి కూర్చుంటుంది. మరోసారి లాన్‌లోకి వెళ్లి పోవడం వింతనిపిస్తుంది. మమ్మీ అక్కడి కొచ్చిందంటే వారందరికీ ఇబ్బందే. అక్కడ పెట్టుకున్న తమ వస్తువుల్ని పిల్లలూ, భాస్కర్ మరోచోటుకి మార్చాల్సి వస్తుంది. అందుకే మమ్మీకి అక్కడ చోటే లేదు. ఏ వస్తువు ఎక్కడుండాలో అక్కడ ఉంటేనే బాగుంటుంది కదా!

ఆ ఇంట్లో ఆమె ఓ వంట'పాత్ర' మాత్రమే! కిచెన్ నుంచి డ్రాయింగ్ టేబుల్‌దాకా నిత్యం పరుగులు పెడుతూనే ఉంటుంది. గొలుసులతో బంధించిన బొమ్మలా, గాలికి జుట్టంతా చెదిరిపోయి, మేక్సీకి అంటిన కూరలు,పచ్చళ్ల మరకలతో ఇంట్లో క్షణం తీరిక లేకుండా రుబ్బురోలులా తిరుగుతూనే ఉంటుంది. పెద్దగాలి వీచినపుడల్లా బొమ్మ పగిలి ఆ కుండ పెంకులన్నీ ఎప్పుడూ ఆమె నెత్తిమీదే పడుతుంటాయ్!

మమ్మీ ఆ ఇంట్లో వాళ్లకే కాదు, చుట్టుపక్కల వాళ్లక్కూడా మమ్మీయే! రోజులు గడిచేకొద్దీ ఆమె తన పేరు కూడా మర్చిపోయింది. ఇరుగుపొరుగువాళ్లు కూడా ఆమెను 'శేఖర్ మమ్మీ, షమ్మీ మమ్మీ' అంటూంటారు. భాస్కర్ కూడా పిల్లల్తో 'మీ మమ్మీ......మమ్మీతో చెప్తా.....మమ్మీ ఎక్కడుంది' అనే అంటూంటాడు.

ఒకవేళ ఎవరైనా ఫోన్ చేస్తే, మమ్మీ ఇట్లా చెప్తుంది.

'నేను... పప్పూ మమ్మీని మాట్లాడుతున్నా'

'కుడ్ ఐ స్పీక్ టూ మిసెస్ భాస్కర్ రెడ్డి?' అవతలి వైపు ఫోనులో అడుగుతున్నారు.

'ఎస్..... ఎస్ సర్.....నేను మిసెస్ భాస్కర్ రెడ్డినే మాట్లాడుతున్నా......' తను మిసెస్ భాస్కర్‌రెడ్డి కూడా అనే సంగతి ఎంతో కష్టపడి చాలాసేపు ఆలోచిస్తేగాని ఆమె బుర్రకు తట్టలేదు.

ఎప్పుడూ వంటగదిలో గడపడం వల్ల మమ్మీ బట్టలకు కర్రీలు, పచ్చళ్ల వాసన పట్టేసింది. ముసలాడికి దసరా పండగనట్టు అప్పుడప్పుడు భాస్కర్ కుర్రవేషాలు వేస్తుంటాడు. కిచెన్లోకి దూరి ఆమెను దగ్గరకు లాక్కొని ఆ వాసన పీలుస్తుంటాడు. మమ్మీ వాటాకి ఎప్పుడూ పాడైపోయిన పప్పే దక్కుతుంది. దాంతో ఆమె నోరంతా ఖరాబవుతుంది. ఆమె మాత్రం ఏం చేస్తుంది? ఎవరూ తినడానికి కూడా ఇష్టపడని రుచీపచీలేని చెత్త భోజనమే మమ్మీ ఎప్పుడూ తింది. అద్భుతమైన రుచులతో కర్రీలు,పచ్చళ్లు అందరికీ వండిపెట్టి అలసిపోయి, లైఫంతా వంటగదిలోనే గడిపేసిన మమ్మీ, ఇపుడు తన జీవితంలోని మాధుర్యాన్ని కోల్పోయింది!

ఇపుడు ఇంట్లో వాళ్లంతా మమ్మీని కాల్చుకుతింటున్నారు. ఉతికి ఆరేస్తున్నారు. చావగొట్టి చెవులు మూస్తున్నారు. టైమొస్తే చేదు విషం కక్కుతారు. తన తల్లి మొండితనానికి తలొంచిన భాస్కర్, రాణిని బదులు మమ్మీని పెళ్లి చేసుకుని ఇంటికి తెచ్చుకున్నాడు. అయితే మొగుడి పెడసరి వైఖరి చూసి మమ్మీ బేజారెత్తిపోయింది. కాపరానికి వచ్చినప్పటి నుంచి ఎక్కువ టైమ్ వంటగదికే అంకితమయ్యింది. బహుశా భాస్కర్‌ను కట్టుకున్నందుకు బతుకంతా తనకు బాధలు తప్పవని ఆనాడే రాజీపడిపోయి ఉంటుంది. మరుగుతున్న నూనెలో మునగడానికి సైతం సిద్ధపడింది!

మమ్మీ పాటించే అమ్మమ్మల పద్ధతులతో విసిగిపోయిన భాస్కర్ ఓ రోజు ప్రెషర్ కుక్కర్ కొని తెచ్చాడు. ఆమె కాళ్ల కింద నిప్పులు పోశాడు. మమ్మీని రాపాడించడం మొదలెట్టాడు. కర్రీలూ, పచ్చళ్లూ అన్నీ క్షణాల్లో చేసి పెట్టేయ్యాలి- మిషన్‌లా! కాని మమ్మీ అందుకు సిద్ధంగా లేదు. ఆమె భయంగా భాస్కర్‌వైపు చూసింది. అప్పుడప్పుడు తన పరిస్థితిని ప్రెషర్‌కుక్కర్‌తో పోల్చుకుని నిట్టూర్చేది. 'ఏంటి, ఈ మనిషి ఇంత దారుణంగా అణిచేస్తాడు? తెరవకముందే నోరు నొక్కేస్తాడు! ఆ రోజే ప్రెషర్ కుక్కర్‌ను అల్మారాలో పెట్టేసి మమ్మీ కట్టెల పొయ్యి వెలిగించింది. ఆమె బతుకంతా వంటగదిలోనే గడిచిపోయింది. నెమ్మదినెమ్మదిగా, మెల్లమెల్లగా, మంటలంటుకుంటాయ్. అవెప్పుడు పెద్ద మంటలవుతాయో ఎవరికీ తెలీదు!

'ఇదో పిచ్చి మొహం...!' భాస్కర్ తన పెళ్లాం గురించి ఓ నిర్థారణ కొచ్చేశాడు. బతుకంతా కర్రీలు, చట్నీలు చెయ్యడం తప్ప ఈమె చేసిందేమీ లేదు. అంతేకాదు, పిల్లల సరదా కోసం వరండాలో వేలాడదీసిన బొమ్మను అప్పుడప్పుడు అటూఇటూ ఊపుతుంది.

రెండు రోజులయ్యాక.......పిక్నిక్ పార్టీ నుంచి విసిగి వచ్చిన కూతురు షమ్మీ ఆ బొమ్మను సరదాగా ఓ గుద్దు గుద్దింది....అదికాస్తా అటూఇటూ ఊగసాగింది.

'మమ్మీ......మమ్మీ.....కట్లెట్ చేయవా ఈవేళ.....' షమ్మీ గారాలుపోతూ అడిగింది. 'కట్లెట్....లోపల ఖీమా...దానిపై ఆలూ. దానిమీద ఎగ్‌పేస్ట్....మళ్లీ దానిపైన చట్నీ....ఇంకా టమోటా సాస్ వేయాలి.....ఈరోజు చేయవా మమ్మీ.'

ఒక్కసారి మమ్మీ సీరియస్‌గా చూసేసరికి షమ్మీ గతుక్కుమంది. భయంగా రూమ్ పక్కకెళ్లి నక్కింది. నిజమే....కట్లెట్ ఎంత టేస్టీగా ఉంటుందో కదా! ఎన్నిసార్లు తిన్నా మళ్లీ మళ్లీ తినాలనిపించే కట్లెట్! ఏం పెట్టి చేస్తుందోగానీ ఆ సీక్రెట్ మమ్మీకే తెలుసు! పాపం మమ్మీ పనికూడా అదేకదా. ఇంటి రహస్యాలు, వంట రహస్యాలు బయటకు పొక్కకుండా చూడాల్సిన బాధ్యత ఇల్లాలిదే! మమ్మీ కట్లెట్ చేయడంలో బిజీ అయ్యింది.

విరబోసుకున్న జుట్టు, వదులుగా వేసుకున్న మేక్సీ, నుదుటన చెమటను మాటిమాటికీ తుడుచుకుంటున్న మమ్మీ......

రోజూ వంటచేస్తూ, బండెడు ఇంటి చాకిరీ తానే చేస్తూ మమ్మీ కిచెన్, డైనింగ్ టేబుల్ మధ్య ఎన్ని రౌండ్లు పరుగులు తీస్తుందో లెక్కే లేదు. ఇంట్లో నడిచే నడక ఎంత దూరం ఉంటుందో ఆమె కూడా ఓ రోజు ఆలోచించింది.

ఒక వేళ ఇదే లెక్కన ఆమె బయటకు నడిచి ఉంటే ఈ రోజున ఎక్కడికి చేరుకుని ఉండేదో ఏమో? కానీ, ఎదురుగా కూచున్న భాస్కర్‌ని చూసి హడలిపోయిందామె.

వరండాలోంచి వెళుతున్న శేఖర్ తల తగలడంతో బొమ్మ అటూఇటూ ఊగి, కింద కుర్చీలో కూచున్న భాస్కర్ తెల్ల పంచెపై దుమ్ము బాగా పడింది. ఆబొమ్మకు పట్టిన దుమ్ముదులిపి శుభ్రం చేయాలని భాస్కర్ చాలా ఏళ్లుగా అనుకుంటున్నాడు. ఆ పని ఇప్పటికీ కాలేదు.

మమ్మీ చేతిలో రేఖలెన్ని ఉన్నాయో, అన్ని గాయాలూ ఉన్నాయ్! ఇవన్నీ చపాతీలు కాల్చేటప్పుడు కాలినబొబ్బలే......రాణీకి కబాబ్ మటన్ కోసేటప్పుడు చేతికి తగిలిన దెబ్బలివి...ఇవి శేఖర్‌కిష్టమైన పప్పుకూర చేసినపుడు అయిన గాయాలు......ఇక ఇవి భాస్కర్ వంతు!

'ఏ గాయం ఎపుడెలా అయ్యిందో నీకెలా గుర్తుంటుంది మమ్మీ.....' షమ్మీ విస్తుపోతూ కళ్లు పెద్దవి చేస్తూ అడిగింది.

'ఎపుడైనా మమ్మీకి దెబ్బ తగిలితే, ఆ బాధను కన్న కూతురుకి ఎట్లా చెప్పుకోవాలో తెలీదు. ఆమె, ఎప్పుడూ తన కష్టాలనూ, బాధల్నీ ఎవరికీ చెప్పుకోదు. గుండెల్లోనే దాచుకుంటుంది. కూర తరిగినపుడు వేలు తెగినా....వంటలో చేతులు కాలినా మమ్మీ కళ్లల్లో నీళ్లు తిరుగుతాయ్. మౌనంగా ఏడుస్తూ కిచెన్‌లోంచి వచ్చి డైనింగ్ టేబుల్ కుర్చీలో కూచుని చేతివేళ్ల బొబ్బలను ఊదుకుంటుంది.

'మమ్మీ, జల్దీ ఇంక్ రాయి....' పప్పూ, మమ్మీకి ఇంక్ ఇవ్వడానికి బదులు బోనీ ఎం కేసెట్ పెట్టే పనిలో ఉన్నాడు.

'ఇంకా మంట తగ్గలేదా....? చల్లగా లేదా...?' భాస్కర్ చేతిలో పేపర్ పక్కన పెట్టి మమ్మీ వైపు విసుగ్గా చూశాడు.

'అరే.....అపుడే ఎనిమిదయ్యిందే.....ఆఫీసు టైమవుతోంది' జనాంతికంగా అన్నాడు భాస్కర్.

మమ్మీ కంగారుగా లేచింది. చేతి వేళ్లు మండుతున్నా, హడావుడిగా బూర్లుమూకుడు పెట్టి పూరీలు రెడీ చేసింది.

మమ్మీకి చేతులు కాలిన రోజున ఆమెది కూడా రక్తమాంసాలతో కూడిన అందరిలాంటి శరీరమేననీ, ఆమెకీ గాయాలవుతాయనీ కూతురికి తెలిసొచ్చింది!

'ఇంత జల్ది జల్ది ఎందుకు పనిచేస్తావు మమ్మీ?' షమ్మీ ఎంతో ప్రేమగా అడిగింది. అలాఅని చెప్పి ఇంటిపనిలో తల్లికి సాయం చేయడానికి మాత్రం ఆమె ముందుకు రాదు.

రోజూ చీకటితో లేవాలని అనుకుంటుంది మమ్మీ. కాని మోకాళ్ల నొప్పులతో ఆమెకు మనశ్శాంతి లేకుండా పోయింది. రాత్రుళ్లు అస్సలు నిద్ర పట్టదు! పొద్దుపోయిన తర్వాత కూడా కలత నిద్రలో పక్కమీద అటూఇటూ దొర్లుతుంది. తెల్లారగానే బాసన్లు కడగడంతో మొదలుపెట్టి కర్రీ చేయడంలో మునిగిపోతుంది.!

'మినపప్పు అయిపోయింది. రేపు మార్కెట్‌కు పోయి తీసుకురావాలి' నెమ్మదిగా అంది మమ్మీ.

'సరే.......పొద్దునే మార్కెట్‌కెళ్లు. కొంచెం టైంపాసవుతుంది. సరదాగా షికారుకెళ్లినట్లు కూడా ఉంటుంది! లంచ్ లేటయినా పరవా లేదులే.'

పాపం, భాస్కర్ ఎంత అల్పసంతోషి! పెళ్లాం కోసం ఎంత గొప్ప త్యాగానికి సిద్ధపడ్డాడు!!

15 కిలోల బియ్యం బస్తా, పది కిలోల బరువున్న ప్యాకెట్లు మోసుకుని నానా హైరానాపడుతూ ఆయాసంతో మమ్మీ ఇంటికొచ్చినపుడు, ఆమేదో పిక్నిక్‌లో సరదాగా ఎంజాయ్ చేసి వస్తోందని ఇంట్లో వాళ్లంతా అనుకుంటున్నారు. అయ్యో పాపం! ఇరవై నాలుగు గంటలూ ఆ వంట గదితో అంటకాగుతూ పొయ్యిలోనే ఆమె బతుకు తెల్లారుతోంది!

తనకు ఏడుగురు పిల్లలూ ఒకే కాన్పులో కలిగినట్లూ, వారంతా ఒకేసారి పెరిగి పెద్దాళ్లయినట్లు మమ్మీకి అనిపిస్తుంది. కళ్లెదుటే చెట్టంత ఎదిగొచ్చిన పిల్లల ముందు ఆమె చిన్నబోయింది! వయసు మీదపడడంతో శరీరంలో నవనాడులూ కుంగికృశించి, వెన్ను వంగి మమ్మీ చాలా పొట్టిదైపోయింది. ఇపుడామె తన కన్న పిల్లల్ని మురిపెంగా చూసుకోవాలంటే, ఎంతో భారంగా తలెత్తి చూడాల్సి వస్తుంది!

ఆమెకు పెద్ద తెలివితేటలు లేవు. వట్టి అమాయకురాలు. ఆమె చేసే తప్పులవల్ల ఇంటిల్లిపాదికీ వచ్చే ఇబ్బందులు అన్నీఇన్నీ కావు. రోజూ గొడవలు జరిగేవి. కొత్త కొత్త విషయాలు బయటపడేవి. అందుకే పిల్లలంతా కలిసి సమర్థుడైన తండ్రి పక్కన చేరి మమ్మీ తప్పులపై జోకులేసుకుని నవ్వుకుంటారు. మమ్మీ ఇవేమీ పట్టించుకోకుండా కిచెన్లో కబాబ్ వండడంలో తలమునకలవుతుంది.

'కొంచెం రెస్ట్ తీసుకుని వంటచేయవోయ్.....'

భాస్కర్ ఇంత ప్రేమ కురిపిస్తూ మాట్లాడాడంటే మమ్మీకి వెన్నులో వణుకు మొదలవుతుంది. చేదు జ్ఞాపకాలు ఆమెను వెంటాడతాయ్! భాస్కర్ ఇట్లా మనసుకు నచ్చేలా తీయతీయగా మాట్లాడుతూనే గుండెల్లో కత్తులు దించుతాడని ఆమెకు బాగా తెలుసు. తనకేదో ప్రమాదం తెచ్చిపెడతాడని ఆమెకు అనుమానం.

'రేపొద్దునే రాణి ఇంటికెళ్లాలి నేను. వాళ్లబ్బాయి అడ్మిషన్ కోసం ప్రిన్సిపల్‌ను కలవాలి' కుండబద్దలు కొట్టాడు భాస్కర్.

భాస్కర్ రాణి ఇంటికెళ్లొచ్చిన రోజు భోజనాల దగ్గర ఇద్దరికీ గొడవ జరుగుతుంది. మొగుడు రాచిరంపాన పెట్టడం ఆమె తట్టుకోలేకపోతోంది. కాకరకాయలోని చేదుని తీసేసి కమ్మటి కూర వండగలుగుతోందిగానీ, భాస్కర్ చేదు గుణాన్ని ఆమె మార్చలేకపోతోంది. ఈ కష్టాలను ఓర్చుకునేశక్తి ఆమెకు ఇక లేదు.

మమ్మీకి పెళ్లయి, కొత్తగా కాపురానికి వచ్చినపుడు భాస్కర్ ఒక చిత్రమైన మాట చెప్పాడు.

'నువ్వు వండిన కబాబ్ రాణీకి బాగా నచ్చిందోయ్. ఈ వేళ వాళ్లింట్లో పార్టీ ఉంది. కాసిని ఎక్కువ కబాబ్‌లు చేయాలి' అంటూ ఆజ్ఞ జారీ చేశాడు భాస్కర్.

ఆమె చేసిన కబాబ్‌లు రాణీకి నచ్చాయని విని మమ్మీ ఆనందం పట్టలేకపోయింది. కానీ, తనకు చెందిన ప్రతి వస్తువూ రాణీకి బాగా ఇష్టమని క్రమంగా మమ్మీకి అర్థమయ్యింది. మమ్మీ భర్త మొదలుకొని, ఆమె ఇంటి వరకూ అన్నింటిపైనా రాణీ కన్ను పడింది. నిజానికి రాణీకి స్వీట్స్ అంటే పెద్దగా ఇష్టముండదు కానీ, భాస్కర్ ఆమెకు చాలా స్వీటీగా కనిపిస్తాడు. ఎంత స్వీటుగా ఉంటాడంటే, ఆమె అతన్ని చీమలు బెల్లాన్ని తినేసినట్టు జుర్రుకుంటుంది! రాణీ కూడా వాడుకుని వదిలేసే రకమే. మగాళ్లతో ఎంజాయ్ చేసి వాళ్లను గుల్ల చేశాక తుపాకి దెబ్బక్కూడా దొరకదు! ఒకవేళ భాస్కర్‌లాంటి స్వీటీమగాడు దొరికితే మరికొంతకాలం రొమాన్స్ నడిపిస్తుంది.......లేకపోతే ఈ వేళే 'ఛీ' కొడుతుంది!

భాస్కర్, రాణీల ప్రణయానికి హద్దుల్లేవ్. ఎలాంటి జంకూగొంకూ లేకుండా భాస్కర్ ఆమె ఇంటికి కబాబ్, హల్వా తీసుకుపోతున్నాడు. రాణీకి చాలా గిఫ్టులు కూడా కొనిస్తున్నాడు. ప్రియురాలికి బహుమతులు కొనేటపుడు మగాడికి డబ్బు విలువ పెద్దగా తెలియదు కదా! దాంట్లో కూడా కిక్కు ఉంటుంది. ఇద్దరూ కలిసి జోరుగా సినిమాలు చూస్తూ షికార్లు చేస్తున్నారు. రాణీ పనులన్నీ తన నెత్తిపై వేసుకుని అతను చేస్తున్నాడు. ఆమెను డాక్టర్ దగ్గరికి తీసుకువెళ్లాలన్నా, ఆమె పిల్లల్ని స్కూళ్లల్లో చేర్పించాలన్నా, అన్నీ భాస్కరే దగ్గరుండి మరీ చూసుకుంటున్నాడు. నిజానికి ఇపుడు ఆమె భర్తకు ఎంతో రెస్ట్ దొరికింది. రాణీ భర్త రోజూ క్లబ్‌కు పోతూ హ్యాపీగా మందుకొడుతూ టైమ్‌పాస్ చేస్తున్నాడు. ఫ్రెండ్స్‌తో పేకాట ఆడుకుంటున్నాడు. రాణీ కూడా పేకాటలో మహారాణీయే! ఇంకా చెప్పాలంటే రైజింగ్ హ్యాండ్! పేకాట బాగా ఆడేవాళ్లు కూడా అపుడపుడు చిన్నచిన్న తప్పులు చేస్తుంటారు.

* * *

ఆ రోజు తన ఏడుగురు పిల్లలూ చాలా సీరియస్‌గా ఉండడం చూసి మమ్మీ కొంచెం భయపడింది. పప్పు కలియపెట్టడానికి వంటగదిలోకి వెళ్లింది. తాలింపు ఘాటుకు ముక్కు ఎగబీలుస్తూ అటూఇటూ చూస్తోంది. పప్పింకా ఉడకలేదు. అంతా వెళ్లిపోయాక షమ్మీ ఒక్కత్తే ఉండిపోయింది. మమ్మీ ధైర్యాన్ని కూడదీసుకుని భయంభయంగా కూతుర్ని అడిగింది.

'షమ్మీ......ఈరోజు పేపర్ చూశావా.....! ఓ కాలేజీ అమ్మాయిని ఇద్దరబ్బాయిలు మోసం చేసి తీసుకుపోయారటగా! పాపం, ఆ పిల్లను ఎక్కడ ఉంచారో ఏంటో......?' మమ్మీ చకచకా మామిడికాయలు తరుగుతూ కళ్లనీళ్లు పెట్టుకుంటూ అంది, ఈ అఘాయిత్యం షమ్మీకే జరిగినట్టుగా బాధపడుతూ.

'ఎక్కడైనా ఎందుకు ఉంచుతారు....?' షమ్మీ ఈ మాట మమ్మీతో అనలేదు. ఆమె చాయ్ కాచడం ఆపేసి మమ్మీ దగ్గరకొచ్చి మామిడి కాయలతో ఆడడం మొదలెట్టింది.

'ఇక ఆ అమ్మాయి ఏ మగాడికీ భయపడదు. ఎవర్నీ కేర్ చేయదు. స్వేచ్ఛగా తిరుగుతూ అందులోని మజాను ఆస్వాదిస్తుంది......'– ఈ మాటలు కూడా షమ్మీ, మమ్మీతో అనలేదు.

'ఓ మాట చెప్పు మమ్మీ! ఎవర్నయినా మోసం చేసి ఎట్లా తీసుకెళ్తారు మమ్మీ? ఆ తప్పుడు పిల్లే ఇష్టపడే వాళ్లతో పోయి ఉంటుంది. నీకు తెలియదు మమ్మీ, కాలేజీలో........'

'కాలేజీలో...ఏమవుతుంది...?' మమ్మీ కంగారుగా అడిగింది. ఆమె మామిడికాయలు తరుగుతూ ఒక్కసారిగా ఆగిపోయింది.

మామిడి ముక్కలతో ఆడుతూ...చెదిరిపోయిన తన జుట్టును వెనక్కివేసుకున్న షమ్మీ ఒక మామిడిముక్కను రుచి చూసింది.

'వావ్.....ఎంత పుల్లగా ఉందో మమ్మీ నా ఉద్దేశం ఏంటంటే.....'

ఆమె మామిడి ముక్క నములుతూ అంది, మొహం అదో రకంగా పెడుతూ. మరో మామిడి ముక్కకు ఉప్పూకారం అద్ది నోట్లో వేసుకుంది.

'మమ్మీ....ఇపుడు మేంగో పికిల్ తయారవుతుంది కదా......'? షమ్మీ నోట్లోనే ఎంతో రుచికరమైన ఆవకాయ అయిపోయింది. ఆ టేస్టుకు నోరూరింది. ఇంతలో టైమ్ చూసిన షమ్మీ దంగయ్యింది.

'అరె......తొమ్మిదిన్నర అయ్యింది.....కాలేజీకి పోవాలి......'

'కాని ఈ రోజు సాటర్డే కదా. మీ క్లాసులు పదకొండింటికి స్టార్టవుతాయ్....'

వావ్.....! మమ్మీ మెమరీపవర్ కంప్యూటర్‌లాంటిది. ఇంట్లో ఎవరైనా ఏదైనా మర్చిపోతే ఆమె క్షణాల్లో గుర్తుచేస్తూంటుంది.

'కాని ఈవేళ స్పెషల్ క్లాస్ ఉంది మమ్మీ.....'

అకస్మాత్తుగా షమ్మీ మమ్మీ ముఖంవైపు పరిశీలనగా చూసింది. ఆమెకు ఏం కనబడిందోగానీ వెళుతూవెళుతూ ఆగిపోయింది.

'మమ్మీ ఈరోజు పచ్చడి తప్పకుండా చేయాల్సిందే. సురేందర్‌కు కూడా చాన ఇష్టం'

'సురేందర్ ఎవరు?' మమ్మీ తేరిపార చూస్తూ అనుమానంగా అడిగింది.

'అతను మా.....మా క్లాస్‌మేట్ మమ్మీ..'

మమ్మీ గతంలో చెప్పిన మాటలన్నీ ఆమె చెవిలో గింగురుమంటున్నాయి. కాలేజీలో అబ్బాయిలతో మాట్లాడొద్దు...వాళ్లతో కలిసి లంచ్ చేయొద్దు...మగవాళ్లంటే మమ్మీకి ఎందుకంత భయమో తెలియదు....? బహుశా చిన్నప్పుడు ఆమెను ఎవరైనా బాగా భయపెట్టి ఉండొచ్చు!

82 గుప్పిట జారే ఇసుక

'మమ్మీ.... నువ్వెందుకు అర్థం చేసుకోవు? క్లాస్‌మేట్ బాయ్స్‌తో ఫ్రెండ్‌షిప్ చేయకపోతే వాళ్లు మమ్మల్ని శత్రువుల్లా చూస్తారు తెల్సా.....?'

మళ్లీ ఆమె చాయ్ కప్పు తీసుకుని మమ్మీ దగ్గరకొచ్చి నించుంది. మమ్మీ దృష్టిని మరోవైపు మళ్లించడానికి కొంటె చేష్టలు చేస్తోంది షమ్మీ.

'వావ్! మమ్మీ నీచేతులు ఎంత అందంగా ఉన్నాయో! గుండెలకు హత్తుకోవాలని పిస్తోంది.' మళ్లీ ఆమె ఎంతో ప్రేమగా అంది.

'మమ్మీ, మమ్మీ....ఓ మాట చెప్పవూ....నువ్వు డాడీ కన్నా ముందు ఎవరైనా అబ్బాయిని కలిసావా?'

పక్కన బాంబు పడినట్టు మమ్మీ షాక్ తింది. ఒక్కసారిగా ఆ ప్రశ్నకు మతిపోయినట్ట నిపించింది. సడెన్‌గా షమ్మీ, మమ్మీ మేక్సీని విప్పేసి విసిరికొట్టినట్టనిపించింది.

వివస్త్ర అయిన మమ్మీ ఎక్కడ దాక్కుంటుంది? ఎక్కడికి పోతుంది? బాగా భయపడి పోయిన ఆమె చేతిలో చాకు పట్టుకుని షమ్మీని గట్టిగా తోసేసింది.

'పో.....ఇక్కడ్నుంచి....దెయ్యం మొహమా......' మమ్మీ కోపంతో కసురుకుంది. పిల్లల ముందు పెద్దరికం చూపించుకోవడం ఆమెకి చేతకాదు.

'ఓ కుర్రాడంటే నాక్కొంచెం అభిమానం ఉండేది. కానీ అతనితో నేనెపుడూ కనీసం మాట్లాడనుకూడా లేదు'

'ఎందుకు? ఎందుకు మమ్మీ? నీకు మాట్లాడడం కూడా ఇష్టముండేది కాదా?' ముఖంపై పడిన జుట్టును ముడివేసుకుంటూ షమ్మీ సూటిగా మమ్మీ కళ్లలోకి చూస్తూ అడిగింది.

'అతనితో మాట్లాడడం మా నానమ్మ కనక చూసివుంటే...నా కొప్పు పట్టుకుని బరబర ఈడ్చి, చావగొట్టివుండేది'

షమ్మీ తన తల్లి ముఖం వైపు తదేకంగా చూస్తోంది. మమ్మీ చేతులే కాదు, ముఖం కూడా ఎంతో ఆకర్షణీయంగా కనిపిస్తోంది. ఆమె వర్చస్సు చిన్ననాటి జ్ఞాపకాలతో కాంతులీనుతూ ధగధగ మెరిసిపోతోంది.

'ఓహో.....అదా అసలు సంగతీ! కేవలం నానమ్మకే భయపడ్డావా.....' షమ్మీ పిడికిలి నిండా మామిడి ముక్కలను నెమ్మదిగా పళ్లెంలో వేస్తూ అంది.

'నువ్వెంత పిచ్చిదానివి మమ్మీ.....'

షమ్మీ వెళ్లిపోయింది.

మమ్మీ దీర్ఘాలోచనలో పడింది. తాను రోజూ ఇన్నేసి మామిడికాయలతో తొక్కుడు పచ్చడి ఎందుకు చేస్తోంది? ఇంతసేపూ పప్పు ఎందుకు ఉడకపెడుతోంది? ఇన్నేసి కర్రీలు

ఎందుకు చేస్తోంది? పెళ్లయి ఈ వంటగదిలోకి వచ్చాక తన పేరే మర్చిపోయింది. ఇప్పుడది బహుశా ఎవరికీ గుర్తుండకపోవచ్చు. మమ్మీ మళ్లీ పదునైన చాకును తీసుకుంది. ఇపుడామె మామిడికాయలు తరగడానికి బదులు మెల్లమెల్లగా తన వేళ్లనే కోసుకుంటోంది!

వంటగదంతా దట్టమైన పొగ కమ్మేస్తోంది. వంటకాలకు పొగవాసన పట్టేసింది. పప్పు ఉడికిఉడికి మాడువాసన కొడుతోంది!... క్షణాల్లో కిచెనంతా పొగతో నిండిపోయింది.

సాయంత్రం అందరికన్నా ముందు భాస్కర్ ఇంటికొచ్చాడు.

వరండాలో అటూఇటూ ఊగే బొమ్మ మౌనంగా వేలాడుతోంది. ఏదో వస్తువు కాలిన వాసన ఇల్లంతా వ్యాపించింది. మమ్మీ కిచెన్ నుంచి మాయమయింది!

భాస్కర్ కంగారుగా ఇల్లంతా కలయ తిరుగుతూ వెతికాడు.

ఓవెన్‌లో కాలిపోయిన కోడిపెట్ట పడి ఉంది!

84 గుప్పిట జారే ఇసుక

అపరాధి

'చత్వారం కళ్లజోడు నెంబరు మారిందా? లేక ప్రపంచమే మారిపోయిందా?'

నిసార్ మాటిమాటికీ కళ్లార్పుతున్నాడు. ప్రతి వస్తువూ పెట్టిన చోటు ఉండకుండా దూరదూరంగా జరిగిపోతున్నట్టు అనిపిస్తోంది.

కన్నుపొడుచుకున్నా కానరాని చీకటి! బాగా తెలిసినవారి మొహం కూడా గుర్తుపట్టలేనంత చిమ్మచీకటి!! ఎక్కడో దూరాన కొంతమంది గట్టిగా అరుస్తున్నట్టూ, బిగ్గరగా ఏడుస్తున్నట్టూ అనిపిస్తుంది.

'కొంపతీసి ఎవరైనా దాడి చేయడానికి వస్తున్నారా ఏంది? ఆ గొడవేంది?'

అదమరిచి నిద్రపోతున్న నిసార్ అదిరిపడి తటాలున లేచి కూచున్నాడు.

'నాకేం ఇనవత్త లేదు. మీరందరు ఎందుకంత బుగులుబడుతున్నరో మీకే ఎర్కుండాలె!'

వాళ్లను చూశాక ఆమీనా కూడా భయపడుతోంది.

'అవ్. నాగ్గూడ బయమైతున్నది. తల్పులు, కిర్కిలు బంద్ జేసిన!'

ఉన్నట్టుండి గొడవ పెరిగింది. ఆమె కంగారుగా లేచి కూచుంది. రోడ్డుమీద ఏం జరుగుతోందో చూద్దామని కిటికీ తలుపు తెరిచింది. ఒక పోలీసు పెద్దగా లాఠీ ఊపుతూ కంపౌండ్ లోపలికి రావడం కనిపించింది..

'హమ్లు ఎవరు జేసిండ్రు. జెప్పుండ్రి!' అంటూ పోలీసు గట్టిగా అరవడం మొదలెట్టాడు.

'ఎవుర్నెవురు సంపెతందుకు వొచ్చిండ్రో నీకెర్క లేదా?' అని అడుగుదామనుకుంది ఆమీనా. కాని ఈ మాటల్నామె గొంతులోనే అణిచేసుకుంది.

'ఈ రోజుల్లో ఇలాంటి విషయం పైకి అనాలంటేనే భయమేస్తుంది. ఇంతకీ అతనెవరో, ఏమిటో? మాటలను బట్టి ఎవరూ గుర్తుబట్టలేరు కదా? అతన్ని చూస్తే అందరూ భయపడిపోతున్నారు. ఎవరైనా కొత్త మనిషి దగ్గరకొస్తే చాలు, గుండె దడదడలాడుతోంది. అతను నన్నంత పరిశీలనగా ఎందుకు చూశాడో? ఆ కుర్రాడు తన బ్యాగులో దాచిపెడుతున్న

వస్తువేంటో? ఆ కారు ముందుకెళ్లినట్లే వెళ్లి ఎందుకాగిందో?' ఆమీనా ఆలోచనలు పరిపరివిధాల పోతున్నాయి.

కాలనీలో మతఘర్షణలు జరుగుతుండగానే వెంకటేశ్ నుంచి ఫోనొచ్చింది.......

'నిసార్, ఎట్లున్నవ్? కాలనీల అంత మంచిగనే ఉంది కద? అసల్ నువ్వు ఇంట్ల ఉన్నవో, లేవో అర్సుకునేతందుకే ఫోన్ జేసిన.'

ఇంత అర్థరాత్రి వేళ వెంకటేశ్ ఎందుకు ఫోను చేశాడబ్బా? నేనింట్లో ఉన్నానో, లేనో అని అతనెందుకు అడుగుతున్నాడు?

టీవీ చానెళ్ల నిండా మతగొడవల వార్తలే! జనాలు వాటిని అసహ్యించుకుంటూనే చూస్తున్నారు. ఎక్కడ మతకలహాలు జరిగినా, ఎవరు ఎవరిపై దాడి చేసినా, పగతో రగిలే ఆయుధమేదో తనను తరుముకొస్తున్నట్టుగా నిసార్‌కు అనిపిస్తూంటుంది. బోనులో నించున్న నేరస్థుడిలా అతను ఎప్పుడూ తననుతాను ఊహించుకుంటూ ఉంటాడు. ఇంటినుంచీ బయటకు అడుగుపెట్టే ముందే చాలా జాగ్రత్తలు తీసుకుంటాడు. జరగకూడనిది ఏదైనా జరగవచ్చని భయపడుతూంటాడు. అవును మరి! ఈరోజుల్లో ఎక్కడయినా, ఏదైనా జరగొచ్చు. ఆఫీసులో బాంబు పేలొచ్చు. తనను ఎవరైనా చంపేయచ్చు. గూండాలొచ్చి కూతురు మరియంను కిడ్నాప్ చేయచ్చు.

'బాబా......ఒగాల్ల మనింట్లకు గూండాలు జొర్రితె నేను మీదికెల్లి దుంకి సస్త. గంతెగాని...'

మరియం మాటలతో అతని మనసుకు ప్రశాంతత చేకూరింది!

'ఇగో, ఆమీనా ఇను, అల్మారి కింది అరల ఇన్సూరెన్సు పాలసీలున్నయి. సాదిక్ మనకింక ఇర్వై వేలు బాకున్నడు. మరియంను అహసాన్‌కిచ్చి పెండ్లిజేస్తె బాగుంటది. గాల్లది మంచి జోడి అయితదని అనుకుంటున్న.....' నిసార్ చెప్పుకుంటూ పోతున్నాడు.

అతని వీలునామా విషయాల మాట అటుంచి ఆమీనాకు మరో కొత్త భయం పట్టుకుంది.

'ఇంట్ల ఆటా కతమైంది. నాత్రయితే మల్ల కర్ఫ్యూ బెడ్తరు.'

నిసార్ లేకపోయినా ఆమీనా బతకగలదు కాని ఆటా లేకుంటే బతుకు బండి నడవదు కదా!

* * *

ఫార్మసిస్ట్ అశ్విన్ పదేపదే ఒకటే మాట చెపుతున్నాడు.

'ఈడ వాతావర్నం ఏం బాగ లేదు'

'నేనైతే అస్సలు ఒప్పుకోను' నిసార్ కచ్చితంగా చెప్పాడు.

'నువ్వు, నేను మారనంత కాలం గీ వాతావర్నమంత ఎట్ల చెడిపోతది'

'దోస్తును దోస్తే సంపుడనేది నాకు గింతదాంక ఎర్కలేదు.'

'గిపుడు నన్ను పట్టిపట్టి జూస్తున్నవు గద' అశ్విన్ నవ్వుతున్నాడు. అతను ల్యాబ్‌లో విషపూరిత మందుల మిశ్రమం చేస్తుంటాడు. ఇపుడు ఆ ల్యాబొరేటరీ అంతా చేదుమాత్రలతో నిండిపోయింది!

ఆఫీసులో కలివిడి వాతావరణమే లేకుండా పోయింది. ఇపుడు స్టాఫ్‌రూమ్‌లో చాయ్ వచ్చిందంటే మునుపటి మాదిరిగా నవ్వుతూ తుళ్లుతూ జోకులేసుకుంటూ సరదాగా తాగే సీన్ లేదు.

అంతా తలొంచుకుని మౌనంగా ఉండిపోతారు.

ఒకరేమో పేపర్‌ని మొహానికి అడ్డం పెట్టుకుంటారు. మరొకరు బ్రీఫ్‌కేసులో పెట్టుకున్న వస్తువు కాస్తా కనిపించకుండా పోతుంది. ఆ వస్తువు దొరుకుతుందేమోననే ఆశతో అంతా మాటిమాటికీ అటూఇటూ వెతుకుతారు. తర్వాత ఇక దొరకదని తెలుసుకుని నిరాశపడి ఆలోచనలో మునిగిపోతారు. ఇక్కడ ప్రతి వ్యక్తీ ఏదో వస్తువు కోల్పోయినట్టుగా కనిపిస్తుంటాడు.

మళ్లీ మౌనంగా ఉండడం కూడా నేరమే అవుతుంది. నిసార్ చాయ్ తాగాక, వెంకటేశ్‌తో మాట కదిపాడు.

'నిన్న లంచ్ టేమ్ల యాడికి బోయినవ్? మూడుగొట్టే దాంక నీ గురించి ఎదురుజూసిన!'

వెంకటేశ్ అతని మాటలు విని కొంచెం కంగారుపడ్డాడు. వణుకుతున్న చేతులతో చాయ్ కప్పును మేజాబల్లపై పెట్టాడు. సిగరెట్టు వెలిగించి నెమ్మదిగా చెప్పాడు.

'డాక్టర్ మాంసం తినొద్దన్నడు. గందుకె నీతోని గల్సి బువ్వ దినుడు బంద్ జేసిన.'

'అట్లనా' – నిసార్ తలొంచుకున్నాడు మరో తప్పు చేసినవాడిలా. వెంకటేశ్‌వైపు తదేకంగా చూస్తూ, అతని మాటలను అశ్విన్ ఆసక్తిగా వినసాగేడు. ల్యాబ్‌లో పనిచేసే గెజిటెడ్ ఆఫీసర్ల స్టాఫ్‌రూమ్ అది. ఇక్కడ కూచున్న వారంతా ప్రపంచంలోనే ఎంతో పేరు ప్రఖ్యాతులున్న సైంటిస్టులు. వారు విషాన్నీ పంచగలరు, విషానికి విరుగుడు మందునీ ఇవ్వగలరు! పెద్ద సెమినార్లలో పాల్గొనేందుకు ప్రపంచంలోని ఏ మారుమూల ప్రాంతానికైనా వెళ్తారు. ప్రపంచ పరిణామాలను విశ్లేషిస్తూ ప్రసంగాలు చేస్తారు. ప్రపంచ శాంతి, సామరస్యం

కోసం గొప్పగా కృషి చేస్తారుగానీ ఇరవై మందిని పొట్టనపెట్టుకుని, బస్తీనే బుగ్గిచేసిన క్రితం రాత్రి మతకలహాల గురించి మాత్రం వీరెక్కడా నోరు విప్పరు!

డాక్టర్ రెడ్డి. ఆయన సిటీలో బడా మార్క్సిస్టు లీడర్‌గా చెలామణి అయిపోతూ ఉంటారు. జాతీయ సమగ్రతా కమిటీకి ప్రెసిడెంట్‌గా, సహాయ పునరావాస కమిటీకి సెక్రటరీ వంటి పదవులలో ఉన్నా ఆయన కూడా ఏమీ చేయలేని పరిస్థితి. మతాన్ని ఆచరించడమే ఇపుడు మనం చేస్తున్న అతిపెద్ద నేరమంటారాయన. మతపరమైన నినాదాలంటే డాక్టర్ రెడ్డి దృష్టిలో విషం పూసిన ఆయుధాల కింద లెక్క. కాని ఇపుడు ఆయన కూడా స్టేట్‌మెంట్లు ఇవ్వడం మానేసి మౌనం దాల్చారు. ఓరోజు గూండాలు ఆయన ఉంటున్న కాలనీపై దాడి చేసి.... తమకు సహకరించకపోతే భారీ మూల్యం చెల్లించుకోవాల్సి వస్తుందని గట్టి వార్నింగ్ ఇచ్చి వెళ్లారు.

'గుండగాల్లతో కల్వనందుకు కీమతా?'

'అవ్. నిజంగ కీమత్ గడ్తనే ఉన్న. శానొద్దులు నా పెండ్లాం పర్షాన్ల ఉన్నది. ఆమె అవుతలకు బోవుడే బంద్ జేసింది. పిల్లగాండ్లు ట్యూషన్ బోవుడు బంద్ జేసింఁడు. పింకిని దినాం నేనే కాలేజికి దీస్కబోతున్న'

కోపంతో రగిలిపోతున్న నిసార్ వెటకారంగా అన్నాడు.

'గందుకేనా ఈపారి దివిలెకు నాకు దావతిచ్చుడు యాది మర్సినవ్? యాది బెట్టుకోని తెల్లారి మా ఇంటికి స్వీట్లు బంపినవు......'

'గదేంగాదు బయ్' రెడ్డి నిసార్‌ను ప్రేమగా గుండెలకు హత్తుకున్నాడు.

'అస్సలేమయినదంటే....' రెడ్డి మాటలు వినడానికి బహుశా ఎవరికీ ఇష్టం లేనట్టుంది.

'దఫ్తర్కు టేమైంది, ఇగ లేవుండ్రి!' అన్నారెవరో.

అంతా లేచి నిలబడ్డారు. నిసార్ మాత్రం ఇంకా సీట్లో కూచునే ఉన్నాడు. పదిన్నర అయ్యింది. అంతా ఫైళ్లల్లో తలదూర్చి పనిలో మునిగిపోయారు.

'ఈమధ్య బాగా తొందరగా పొద్దుగూకుతోంది.....కళ్లజోడు అద్దాలు మాటిమాటికీ తుడుచుకోవల్సి వస్తోంది. చత్వారం కళ్లజోడు నెంబరు మారిందా? లేక ప్రపంచమే పూర్తిగా మారిపోయిందా?' అని మరోసారి అనుకున్నాడు నిసార్.

బహుశా కర్ఫ్యూ పెట్టే టైమవుతున్నట్టుంది. అంతా త్వరగా బ్రీఫ్‌కేసులు సర్దుకుని బయటపడుతున్నారు.

టాయ్‌లెట్ నుంచి బయటకొచ్చిన వెంకటేశ్ నుదుటిపై సిందూర తిలకం దేదీప్యమానంగా వెలిగిపోతోంది.వెంకటేశ్ నిసార్‌కు చిన్ననాటి స్నేహితుడు. ఈరోజుల్లో

కూడా సిందూర తిలకం ఎందుకు పెట్టుకుంటున్నావని ఓరోజు నిసార్, వెంకటేశ్‌ను ఎంతో ఆశ్చర్యంగా అడిగాడు. తానీమధ్య రోజూ పొద్దునే గుడికి వెళుతున్నాననీ, మొహం కడుక్కోవడంతో తిలకం చెరిగిపోతోందని చెప్పాడు. కానీ, ఈవేళ బయటకు వెళ్లేముందే వెంకటేశ్ తిలకం పెట్టుకున్నాడు. వెంకటేశ్ ఉండేది బషీర్‌బాగ్‌లో. రోజూ ఆఫీసు పనయ్యాక అతను నిసార్ కారులోనే ఇంటికి వెళిపోతుంటాడు.

'ఇగ ఇంటికి పోదామా........?'

ఫైళ్లను హడావిడిగా సర్దేస్తూ నిసార్, వెంకటేశ్‌తో అన్నాడు.

'లేదు....... నువ్వీడ్నే గూనో......'

వెంకటేశ్ మాటలు నిసార్‌కు ఈటెల్లా గుచ్చుకున్నాయ్. తనను వెంకటేశ్ రెండు చేతుల్తో గట్టిగా తోసేసినట్టుగా అతను బాధపడ్డాడు.

'నాకు పెయిల బాగ లేదు. జల్ది డాక్టర్‌ను గలిసేది ఉన్నది' అన్నాడు వెంకటేశ్.

ఫైలు ముడివేస్తున్న నిసార్ ఒక్కసారిగా షాకయ్యాడు. తలొంచుకుని మేజాబల్లపై కనబడని దుమ్మును శుభ్రం చేస్తున్నాడు. మొత్తానికి ఏదో అవుతోంది. అంతా తనను అనుమానిస్తున్నారు. వెంకటేశ్‌లాంటి ఆప్తమిత్రుడే ఒంటరివాడ్ని చేసి వెళ్లిపోయాడు. అలీగఢ్ మతకలహాలలో చిన్నాన్న హత్య వార్త రాగానే మొత్తం కాలనీ అంతా ఉలిక్కిపడింది. ఆఫీసు వాళ్లు కూడా చాలా భయపడిపోయారు. చిన్నాన్న హత్య కుట్రలో తాను కూడా షరీకైనట్లుగా కొలీగ్స్ అంతా అనుకుని బెంబేలు పడిపోయారు.

ఓరోజు సాయంత్రం తమ లాన్లో ఆడుకుంటున్న పసిపిల్లలు రామన్, వీటాలను వారి ఆయా బలవంతంగా తీసుకుపోవడాన్ని నిసార్ కళ్లారా చూశాడు..... మర్నాడు పొద్దున్నే తాను మార్నింగ్ వాక్‌కు వెళ్లితే...తనను చూసి ఎందుకో డాక్టర్ నారాయణ్ కోడలు భయపడిపోయి అనుమానంగా చూడడం మొదలుపెట్టింది. బహుశా ఆమె ఆ టైమ్‌లో వేరెవరి కోసమో ఎదురుచూస్తూ ఉండి ఉండొచ్చు. ఏంటో...ఉండే చోటే తనది అనుమానపు బతుకయ్యింది!

* * *

నిసార్ తలెత్తి నలువైపులా చూశాడు. వెంకటేశ్ వెళ్లిపోయాక లేచే ఓపిక లేక నిస్సత్తువతో అలాగే కూలబడ్డాడు. ఆఫీసులో వాళ్లంతా వెళ్లిపోయారు. మెల్లిగా తలుపు తెరచుకుంది. అటెండర్ ఆనంద్ నెమ్మదిగా లోపలకొచ్చాడు...ఒంటరిగా మిగిలిన నిసార్‌ను

పరిశీలనగా చూసి అతను కూడా బయటకు వెళ్లి పోయాడు...నిసార్‌కు తలతిరిగినంత పనయ్యింది. ఆనంద్ లోపలకు ఎందుకొచ్చినట్టు? ఏం చూడ్డానికొచ్చాడు?

మొత్తం ఆఫీసులో ఏకాకిగా మిగిలిపోయిన నిసార్ అహ్మద్!

ఎవరికీ పట్టని అహ్మద్!!

ఒంటరైన నిసార్!!!

లోపలి నుంచి తలుపేసేయనా? బయటకెట్ల పోయేది? నన్ను గుర్తుపట్టడం ఎలా? బయటేమో ఈపాటికి కర్ఫ్యూ మొదలై ఉంటుంది.

నిసార్ కారు స్టార్ట్ చేశాడు. దాంట్లో పెట్రోలయిపోయింది. రెండు రోజుల నుంచి సిటీలో పెట్రోలు పంపులు తెరవనే లేదు.

'టేక్సీ......టేక్సీ......జరాపన్నా! ఆపు!! ఎట్లనన్న నన్ను ఇంటికి దీస్కబో. ఎన్ని పైసలైనా ఇస్త'

'లేసార్, గిప్పుడు నేను ఎవ్వర్ని ఇండ్లకు దీస్కపోయేది లేదు. అంత రిస్కు జేయ. నన్ను పట్నమంత తిప్పిస్తరు!' టేక్సీవాలా చర్రున తన బండిని స్టార్ట్ చేసి దూసుకుపోయాడు.

'నా గిప్పుడు ఇల్లే లేదు!.......'కన్నీటిని తుడుచుకుంటూ నిసార్ బస్సు కోసం క్యూలో నించున్నాడు. కొంచెం ముందు బురఖా వేసుకున్న ఇద్దరమ్మాయిలు ఉన్నారు. నిసార్‌ను చూడగానే వారు భయపడ్డారు. పక్కనే ఉన్న ఒక మౌలానా వారి టెన్షన్ గమనించాడు. ఆయన కొంచెం ముందుకెళ్లి, అమ్మాయిలను అక్కడి నుంచి పక్కకు తప్పించారు. ఇది చూసి నిసార్ చాలా బాధపడ్డాడు.

'అరె!....నేను గూడ గీడ నేరస్థుల గుంపుల గలిసిన్నే?' నిసార్ తనలో తానే గొణుక్కున్నాడు. అతను కొంచెం భయపడ్డాడు.

చాలాసేపు నించున్నా బస్సు రాలేదు. దగ్గర్లో ఎక్కడో మతకలహాలు మొదలయినట్లుంది! కాల్పుల శబ్దం కూడా వినిపిస్తోంది. ప్రజలు ప్రాణభయంతో పరుగులు తీస్తున్నారు. కానీ, నిసార్‌లాంటి నిస్సహాయులకు తలదాచుకోడానికి ఎక్కడా చిన్న జాగా కూడా లేదు. అతను చావు కోసం ఎదురుచూస్తున్నాడు.

'గీ ఫైరింగ్ బ్రాహ్మణ్‌వాడిల అయితున్నది' ఓ పన్నెండేళ్ల కుర్రాడు చెప్పాడు.

'గట్లనా?' నిసార్‌కు ఎంతో ఆశ్చర్యం వేసింది. అతను ఏళ్ల తరబడి తుపాకి కాల్పుల మోతలమధ్య బతికాడు. కానీ, ఇప్పటికీ హిందూ తుపాకి గుండుకీ, ముస్లిం తుపాకి గుండుకీ మధ్య తేడా అతనికి తెలీదు. అయ్యో, పాపం! ఈ కాలం పిల్లలకు చిన్నపుడే ఇలాంటి చేదు అనుభవాలు ఎదురవుతున్నాయే!

90 గుప్పిట జారే ఇసుక

'ఉర్కిపో!ఉర్కిపో!! సడక్ మీద ఎవ్వరు గండ్లబడ్డా కాల్చిపారేస్తరు' చట్టాన్ని కాపాడాల్సిన పోలీసులు గట్టిగా అరుస్తున్నారు.

'ఇండ్లల్లకు తుపాకిగుండ్లు చొచ్చుకపోవా?' నిసార్‌కు అనుమానమొచ్చింది. ఇదే సంగతి అక్కడున్న పోలీసును అడగాలనుకున్నాడు. కానీ, ప్రాణభయంతో అందరితో కలిసి నిసార్ కూడా పారిపోతున్నాడు. కొంతదూరం వెళ్లాక అతనికి అసలు విషయం అర్థమయ్యింది. తానెవరితో కలిసి పారిపోతున్నాడో వారికి తనంటే అస్సలు గిట్టదన్న విషయం తెలుసుకున్నాడు. ఏఏరియాకు తాను రాకూడదో సరిగ్గా అదే చోటుకి చేరాడు!........

'పో.......గీడికెల్లి పో.......'

'ఏటు దిక్కు పోవాలె?యాడ్కి బోవాలె?'

నిసార్ కనబడిన ప్రతి వ్యక్తినీ అడగసాగేడు. తలదాచుకునేందుకు పరుగులు పెట్టేవారినీ, ఏడంతస్తుల మేడలమీంచి కింద జరుగుతున్న గొడవను తమాషాగా చూసేవారినీ, లాఠీని ఝుళిపించే పోలీసులనూ, అదేపనిగా అడుగుతున్నాడు.

* * *

మర్నాడు అతను స్పృహలోకి వచ్చేసరికి ఆమీనా ఎవరితోనో ఫోనులో చెపుతోంది.

'నిన్న సడక్‌మీద బడితె దవఖానకు దీస్కబోయినం. శాన దినాలసంది డిప్రెషన్, బయంల ఉంటుండ్రు. అచ్చా! వెంకటేశ్ బయ్‌కి గూడ బాగ లేదా? గాయినకు నా సలామ్ జెప్పుండ్రి'

'వెంకటేశ్‌కేమైంది?' పెళ్లాం మాటలు విన్న నిసార్ అదిరిపడి అడిగాడు.

'గాయన పెయ్యి కరాబైందట..... హైబీపీ..... సుస్తుగుందట. వదిన జెప్తున్నది' ఆమీనా ట్యాబ్లెట్లు, ఒక గ్లాసుతో మంచినీళ్లు తెచ్చి నిసార్‌కిస్తూ అంది.

వారం తర్వాత వెంకటేశ్ అతన్ని చూసేందుకు వచ్చాడు. చాలా నిస్సత్తువగా, పీక్కుపోయినట్టు కనిపించాడు.

"ఏమైంది. పెయ్యిల బాగ లేదంట. దప్తర్కొచ్చుడు గూడ బంద్ జేసినవ్...నీ కోసం అందరం పర్శాన్ల ఉన్నం!" అతను సోఫాలో కూచొని ఆయాసపడుతూ అడిగాడు.

'ముందుగాల్ల నువ్వెట్లున్నవో చెప్పుబయ్! మొకం గుంజుకుపోయినట్టుందె' నిసార్ అతన్ని తేరిపార చూసి ప్రశ్నించాడు.

వెంకటేశ్ తలొంచుకుని కూచున్నాడు. సిగరెట్ తీసి వెలిగిస్తుండగా అతని చేతులు వణుకుతున్నాయ్. అటూఇటూ చూశాడు. పీల గొంతుతో అతను చెప్పడం మొదలెట్టాడు.

'నాకేమైందో నాకే తెల్వదు బయ్! ఎప్పుడు బయమ్ బయమ్‌గ ఉంటది. నువ్వింటె నవ్వుతావ్....నిన్ను.... చూసిన......అట్లనే అన్పిస్తది.....నువ్వన్న నాకు చాన బయమ్!......'

'ఏంది, నన్ను జూస్తె బయంగ ఉందా?' ఇపుడు నిసార్ కూడా తప్పు చేసినవాడిలా తలొంచుకున్నాడు.

'అందరు నన్ను తప్పు జేసినోడి లెక్క జూస్తున్నరు. గట్లనే అన్మానిస్తుండ్రు'

అపరాధ భావనతో కుమిలిపోతున్న నిసార్ వంచిన తలెత్తలేదు.

వెంకటేశ్ వేళ్లల్లో ఉండిపోయిన సిగరెట్ ఆరి బూడిదయ్యింది.

చాలాసేపైన తర్వాత నిసార్ లేచి టీపాయ్‌పై ఉన్న మందుల ప్యాకెట్ తీసుకుని వెంకటేశ్ వైపు తిరిగాడు.

'డాక్టర్ సింగ్ నీగ్గాడ గీ గోలీలే ఇచ్చిండా?'

'అవ్.....గియే.....నీగ్గాడ.....గియే ఇచ్చిండా ఏంది?'

ఇపుడిద్దరూ తలదించుకున్నారు........!

నేను చనిపోయా!

'సాదిక్ బయ్, నీకో బ్యాడ్ న్యూస్! నువ్వు చనిపోయినట్లు కబురొచ్చింది. మేమంతా ఇప్పటికే సంతాపం పాటించేశాం. నీకీమాట చెప్పాలంటే మాకెంతో బాధగా ఉంది' ఫోన్లో సాదిక్‌తో అతని స్నేహితుడు మునీర్ అంటున్నాడు.

'ఏంటి.....? ఏం మాట్లాడుతున్నావ్ మునీర్?' సాదిక్‌కు కోపం కట్టలు తెగింది. మొహంలోకి రక్తం చిమ్మింది. వీడెపుడూ ఇంతే. ఫోన్ చేసి మరీ చెత్త జోకులేస్తాడు!

'నాకేం తెల్సు? మీ ఇంటినుంచి టెలిగ్రామొచ్చింది. నిన్న కూలిపోయిన విమానంలో నువ్వు పోయినట్టు దాని ద్వారానే మాకు తెల్సింది. ఇపుడైనా వీసీఆర్‌లో ఆడాళ్ల అంగాంగ ప్రదర్శనలు చూడ్డం మానేయ్. ఈ భూమ్మీదకు ఎలా వచ్చావో అలాగే పోతావ్. మట్టిలో కలిసిపోడానికి రెడీగా ఉండు...'మునీర్ విసురుగా ఫోన్ పెట్టేశాడు.

'ఏంటి? నేను చచ్చిపోయానా?'

తన చావు కబురు తెలియగానే సాదిక్ భయంతో నిలువునా వణికిపోయాడు. చెట్టు నుంచి కొమ్మ పెళ్లున విరిగిపడినట్టు, అతని చేతిలోంచి ఫోను జారిపోయింది!

'నే చచ్చిపోయా........అమ్మీ, అబ్బా, సురయ్యా అంతా నా కోసం ఏడ్వడం కూడా అయిపోయింది!'

అతను తలెత్తి కళ్లు విప్పార్చి నలువైపులా చూడసాగేడు.

'ఏంటీ? నా చావు మరీ ఇంత మామూలు విషయమైపోయిందా? తాను చచ్చిపోయిన విషయం ఊహకు రాగానే ఆకాశం బద్ధలై నెత్తిపై పడినట్టూ, కాళ్ల కింద భూమి కుంగిపోయినట్టూ అనిపించింది. ఈ చరాచర విశ్వమే నాశనమైనట్టు అనిపించింది. నిన్నటిదాకా అంతనెంత ఆనందంగా ఉన్నాడో. అతను ఎక్కదల్చుకున్న విమానం కూలిపోయింది. అయితే, అదృష్టవశాత్తూ సాదిక్ ఆ ఫ్లైట్ ఎక్కలేదు. మృత్యువును త్రుటిలో తప్పించుకున్నాడు. ఆ రాత్రి సాదిక్ సురయ్యాకు ఉత్తరం రాస్తూ జరిగిన సంఘటన గురించి

పొల్లుపోకుండా వివరించాడు. సరైన టైముకి సీటు కన్ఫర్మ్ కాకపోవడం వల్లే మెంట్రుకవాసిలో తాను చావుని తప్పించుకున్నాననీ అతను రాశాడు.

'కానీ, నువ్విప్పటికే పోయావ్. నీ మరణంపై సంతాపం కూడా పాటించేశాం. నీకీ మాట చెప్పాలంటే మాకెంతో బాధగా ఉంది బయ్' మునీర్ మాటలు నలువైపులా ప్రతిధ్వనిస్తున్నాయ్.

తానింకా బతికేఉన్న విషయం చాటించాలని ప్రయత్నించాడు. ఎదురుగా పడున్న సురయ్యా ఉత్తరం అందుకోవాలని చేయి చాచాడు. కానీ ప్రాణం పోయాక మనిషి కాళ్లూ చేతినీ కదల్చడం సాధ్యమేనా?

'నువ్విప్పటికే పోయావ్....' అన్ని వైపులా మునీర్ గొంతే పదేపదే ప్రతిధ్వనిస్తోంది. ఎందుకంటే, అదే విమానంలో సరిగ్గా సాదిక్ పేరుగల మరో వ్యక్తి కూడా ప్రయాణించాడు. కూలిన విమానంలో మంటల్లో మాడిపోయిన ఆ సాదిక్ పోతూపోతూ ఈ సాదిక్ జీవితాన్ని కూడా అగ్నికి ఆహుతి చేశాడు! ఇపుడు సాదిక్ అయినవారికి లేకుండా పోయాడు. గల్ఫ్‌లో ఎంతో కష్టపడి ఏడువేల రియాల్స్ సంపాదించిన మనిషిని....సురయ్యా ప్రేమమత్తులో ఓలలాడిన అతని హృదయాన్ని జనాలు మట్టిలో కలిపేశారు!

ఇదంతా గుర్తుకొచ్చేసరికి సాదిక్ ఒక్కసారిగా భయంతో నిలువెల్లా వణికిపోయాడు... తప్పంతా తనదే... 25న వస్తున్నానని చెప్పి సురయ్యాకు ఉత్తరం రాశా. కాని ఇప్పటిదాకా సీటు కన్ఫర్మ్ కాలే. వెంటనే మరో లెటర్ రాసుండాల్సింది. చేసిన చిన్న తప్పుకి ఘోరం జరిగిపోయింది. నేను పోయానన్న విషయాన్ని ముందు కన్ఫర్మ్ చేసుకుంటారు. ఆ మునీర్‌గాడ్ని చూడు. వాడు నన్నాట పట్టిస్తున్నాడు. ఇంట్లో వాళ్లు ఇపుడు గోలుగోలుమని ఏడుస్తూ ఉండి ఉంటారు. అతను వణుకుతూ ఆలోచనలో పడ్డాడు. డాడీ హార్ట్ పేషెంట్. అమ్మీకి హైబీపీ. ఇక సురయ్యా పరిస్థితి ఎలా ఉందో ఏంటో? ఈపాటికి భార్య ఈ షాక్ తట్టుకోలేక ఆవేదనతో పిచ్చిదైపోయి ఉంటుంది. సురయ్యాను ఎలాగైనా పెళ్లిచేసుకోవాలన్న పట్టుదలతో సాదిక్ ఆమె తండ్రిని ఐదేళ్లపాటు పొగడ్తలతో ఉబ్బేసి, చివరికి సాధించాడు. అమ్మానాన్నలనూ, పెళ్లాం పిల్లల్నీ వదిలి ఈ ఎడారి ఎండల్లో ఒంటరి ఇసుకరేణువులా మలమల మాడిపోతున్నాడు. ఇక్కడ ఆఫీసులో పనిచేయడమంటే నరకమే. వడగాడ్పులు వీస్తుంటే నిప్పుల కుంపటిలాంటి ఆఫీసులో రోజంతా అతను కాయకష్టం చేస్తాడు. ఎండవేడికి మొహంలోకి రక్తం ఎగజిమ్ముతుంది. ముక్కులోంచి నెత్తురు కారుతుంది. నీరసానికి కాళ్లూ చేతులూ వణుకుతాయి. రాత్రంతా మరో నరకంలో గడపాల్సి వస్తుంది. అరేబియాలో ప్రాణాలుతోడే వేసవిలో అతను ఇసుకతిన్నెలపై గుడారంలో రాత్రంతా దుర్భరంగా గడుపుతుంటాడు. తన కుటుంబ సుఖసంతోషాల కోసం అతను పడే బాధలు ఇన్నీఅన్నీ

కావు. రేయింబవళ్లు కలల్లో తేలిపోతుంటాడు. సురయ్యా ప్రేమగా తన బాహువుల్లో గువ్వలా ఒదిగిపోయినట్టూ, మరోసారి పిల్లలిద్దరూ తన ఒడిలోనే ఉన్నట్టూ కలలొస్తాయి. ఒక్కోసారి, తనింట్లోనే ఫోమ్ పరుపుపై ఫ్యాన్ కింద హాయిగా రెస్ట్ తీసుకుంటున్నట్టు కలలొస్తాయి. సొంతూళ్లో ఇల్లే అతనికి స్వర్గం! సెలవులకు ఇంటికి వస్తే అన్ని రోజులూ మంచం మీదే గడుపుతాడు. అసలు మంచం దిగనే దిగడు. సెలవులయిపోతున్నాయంటే చాలు, మనసులో దిగులు మొదలవుతుంది.

'ఓ వారం లీవ్ పొడిగిస్తా' – అతను ఆనందంగా సురయ్యాతో అంటాడు.

'సరే.....మరి, జీతం ఎంత కటవుతుంది?' సురయ్యా ఒకింత టెన్షన్‌తో అడుగుతుంది.

'శాలరీ కట్ అయితే అవనీ....నిన్ను విడిచిపోడానికి మనసొప్పడం లేదు.' అతను సురయ్యాను తన గుండెలకు హత్తుకున్నాడు.

* * *

ఇప్పుడు సురయ్యా వితంతువయ్యింది! తనకు సంబంధించినంతవరకూ, నేను చనిపోయాను!

బెదిరిపోయి, అతను సురయ్యా ఫొటోను దూరంగా విసిరి కొట్టాడు.

ఎదురుగా గోడకు సౌదీ ఎయిర్‌లైన్ కేలండర్ వేలాడుతోంది. జెద్దా ఎయిర్‌పోర్టు అద్భుతమైన భవనం ధగధగ వెలిగిపోతోంది. ఆ వెలుగులను అందుకోవాలనీ నేటి కుర్రాళ్లంతా కలలు కంటూంటారు. సాదిక్ కూడా ఇక్కడికి చేరుకోడానికి దక్కామొక్కీలు తిన్నాడు. ఆరేళ్లపాటు అష్టకష్టాలు పడ్డాడు. ఉద్యోగం ఇప్పిస్తామని చెప్పి ఏజెంట్లు మోసం చేశారు. మంచి జాబ్ ఇప్పిస్తామన్న దగ్గరి బంధువులు కూడా –ఏళ్ల తరబడి నమ్మబలుకుతూ వచ్చారేగానీ– నిజానికి చేసిందేమీ లేదు. డబ్బు ఇబ్బందులొచ్చినా సురయ్యా అధైర్యపడలేదు. అమ్మీ,అబ్బాలకు ఆమె ధోరణి తలబిరుసుగా కనిపించేది.

కానీ, ఇపుడేమి జరగనుంది?

ఈ షాక్‌కు తట్టుకోలేక అబ్బా చనిపోడు గదా? సాదిక్ పరుగుపరుగున తన బాస్ చాంబర్లోకి దూరాడు.

'సర్! ఇండియాకు అర్జంటుగా కాల్ బుక్ చేయాలి..'

'ఎందుకు? అంతా కులాసాయే గదా......?' కళ్లనీళ్లతో కనిపించిన సాదిక్‌ను చూసి అతని అమెరికన్ బాస్ కొంచెం కంగారుగా అడిగాడు.

'తల్లి పోయిందని అబద్ధమాడి నెల రోజులు ఆఫీసుకి డుమ్మా కొట్టాలని చూడకు.' భారతీయ ఉద్యోగుల్లోని కొంతమంది పనిదొంగల గురించి, వారి మనస్తత్వం గురించి అతనికి బాగా తెలుసు.

'ఏం చెప్పమంటారు సర్.... అంతా చిత్రంగా జరిగిపోయింది.....' సాదిక్ తడబడుతూ నత్తిగా అన్నాడు.

'నిన్న కూలిపోయిన విమానంలో నేను ఇండియా వెళ్లాల్సి ఉంది. ల్యాస్ట్ మినిట్‌లో నా ప్రయాణం క్యాన్సిల్ అయిన సంగతి తెలియకపోవడం వల్ల నేను పోయాననే మా వాళ్లు అనుకుంటున్నారు....' మాట్లాడడం ఆపి అతను పెద్దపెట్టున భోరున ఏడ్వసాగేడు. తన చావును తట్టుకోలేక వెక్కివెక్కి ఏడుస్తున్నాడు!

'హ్హా...హ్హా...హ్హా....... ఫెంటాస్టిక్.......'అమెరికన్ ముసలాడు పగలబడి నవ్వసాగేడు.

'నువ్వెందుకు అంత కంగారుపడుతున్నావ్? అపుడే ఫోన్ చేయకు. నువ్వు చనిపోతే తర్వాత పరిస్థితి ఏంటో తమాషా ఒక్కసారి కళ్లారా చూడు......నువు పోయావనుకుని మీ వాళ్లు పెట్టే ఏడుపులూ పెడబొబ్బలూ ఎలా ఉంటాయో కళ్లారా చూడు!' అతని బాస్ ఫోన్ తీసుకెళ్లి తన వద్దే పెట్టుకుని, తలొంచుకొని ఫైళ్లను తిరగేయడం మొదలెట్టాడు.

'ఇప్పుడు మా ఇంట్లో పరిస్థితి ఎంత ఘోరంగా ఉంటుందో ఈ తెల్లతోలు అమానుష అమెరికావాడికేం తెలుస్తుంది?నా పెళ్లాం పిల్లలు అక్కడ గోలుగోలున ఏడుస్తూ ఉంటారు. ఈ సన్నాసి తన ముసలి తల్లిదండ్రులను ఏనాడో ఏ అనాథాశ్రమంలోనో చేర్పించి చేతులు దులుపుకొని ఉంటాడు. వీడెంతమందికి విడాకులిచ్చి ఉంటాడో! వీడి పిల్లలు ఎంతమంది అనాథాశ్రమాలలో పెరుగుతున్నారో ఎవరికెరుక?

'సర్...నాకు భయమేస్తోంది.......' అతను నిస్సహాయంగా నెత్తిన చేతులు పెట్టుకుని నెమ్మదిగా అన్నాడు.

'నా భార్య ఈ షాక్ తట్టుకోలేక ప్రాణం తీసుకోదు కదా....!'

'ఓ.....ఐ సీ.....' ఆ వృద్ధ అమెరికన్ నుదుటిపై కళ్లజోడును సరిచేసుకుని అతడ్ని తేరిపార చూశాడు.

'అయితే ఇండియాలో ముస్లిం లేడీస్ కూడా సతీసహగమనాన్ని ప్రాక్టీస్ చేస్తారా ఏంటి.......?' అతను కళ్లు విప్పార్చి ఆశ్చర్యంగా అడిగాడు......

'నోర్ముయ్ వెధవ'... సాదిక్ మనస్సులోనే బాస్‌ని కసితీరా తిట్టాడు.

ఇండియాలో సతీసహగమనాన్ని పాటించాల్సిందిగా ఆడదానిపై ఒత్తిడి కొంచెమే ఉంటుంది. నిజానికి భారతదేశంలోని ప్రతి స్త్రీ, భర్త మరణించాక తనకు తానే చితిపైకి దూకి ప్రాణత్యాగం చెయ్యడానికే ప్రాధాన్యమిస్తుంది.

సాదిక్ ఊహల్లో కొట్టుకుపోతూ, ఇంటి దగ్గిర 'జరుగుతున్న' పరిణామాలను తలపోసుకుంటున్నాడు.

'నేను లేని ఈ ప్రపంచంలో సురయ్యాకు మిగిలేదేముంది? తను ఎంతో ప్రేమగా ఉత్తరాలు రాసేది! తెల్లచీర కట్టుకుని, జట్టు విరబోసుకుని, బంగారు గాజులతో సురయ్యా వచ్చింది. తలగోడకేసి బాదుకుని భోరున ఏడుస్తోంది. చుట్టాలంతా ఆమె చేయిపట్టుకుని ఓదారుస్తున్నారు. ఆమెనెవరూ ఆపలేకపోతున్నారు. సురయ్యాను అలాగే చేయి పట్టుకుని కొంతసేపు ఆపండి. ఖర్మ...నేనొచ్చేలోపే ఆమె వంటికి నిప్పంటించుకుని చచ్చిపోదుగదా!'

తన అంత్యక్రియలకు జరుగుతున్న ఏర్పాట్లను ఊహల్లో చూసిన సాదిక్‌కు గుండెలదురుతున్నాయ్. సురయ్యా ఈ పాటికే తన ఆకుపచ్చ, ఎరుపు, పసుపు, నీలంరంగు చీరలు, ఆభరణాలు, మేకప్ సామాన్లన్నీ అంటించేసి ఉంటుంది. అబ్బా ఇంకా స్పృహలోకి వచ్చి ఉండదు. సాదిక్‌కు వెన్నులోంచి భయం పుట్టి టెలిఫోన్ బూత్‌లోకి పరుగెత్తాడు. కాని ఇండియా లైన్ దొరకలేదు. 'నీ అంత్యక్రియలకు జరుగుతున్న ఏర్పాట్లను ఓసారి కళ్లారా చూసుకో' అమెరికన్ బాస్ అన్న మాటలు అతని చెవిలో మాటిమాటికీ గింగురుమంటున్నాయ్.

ఫోనెవరెత్తుతారో? సురయ్యా? కాని ఆమె తీవ్ర మనోవేదనతో అపస్మారక స్థితిలో ఉంటుంది.....అమ్మీ.....ఈపాటికి ఆమెను ఏదో ఆస్పత్రిలో చేర్పించి ఉంటారు.....అబ్బా? చెట్టంత ఒక్క కొడుకూ పోయిన కబురు తెలిసాక ఇప్పటిదాకా బతికి ఉంటాడా?

ఆరేళ్ల క్రితం సాదిక్ మొదటిసారి ఇల్లొదిలి గల్ఫ్ వెళ్లేముందు ఇంట్లో వాళ్లంతా గుండెలవిసేలా ఏడ్చారు. పాడైన ఆ ఇంటి మిద్దె పెళ్లలు, జలజల కారే అమ్మ కన్నీటి బిందువుల్లా, విరిగిపడుతుండేవి.....చిరిగిపోయిన సురయ్యా చీరల్లా, గోడలన్నీ రంగువెలిసి మురికి పట్టిపోయాయి!

'ఇంటి సంగతి జర పట్టించుకో బయ్. అప్పుడప్పుడు అబ్బా దగ్గరికి వచ్చిపో.......' రైలెక్కే ముందు అతను తన స్నేహితుడు ఇమ్రాన్ చేయి పట్టుకుని పదేపదే కోరాడు.

నిజంగా ఇమ్రాన్ ఆ ఇంటి బాధ్యతలు పెద్ద కొడుకులా మోశాడు. అబ్బా ప్రతి ఉత్తరంలో దీని గురించి రాశాడు.

'ఇమ్రాన్, అచ్చం నీలాగే మా అందరి మంచిచెడ్డల గురించి ఆలోచిస్తాడు. కరెంట్ బిల్లు, హౌస్ టేక్సు, పిల్లగాళ్ల స్కూలు ఫీజులు, సురయ్యా పద్ధతుల్ని పొగడడం.....ఇలా అన్ని బాధ్యతలూ నెరవేరుస్తాడు' అంటూ అబ్బా సాదిక్‌కు ఉత్తరాలు రాస్తాడు. ఇమ్రాన్ ఆ కుటుంబంతో బాగా కలిసిపోయాడు. నిజానికి అతను లేకపోతే వాళ్లింట్లో ఏదీ నడవదు. అమ్మీ, సురయ్యా పైసల ఖర్చుపై ఒకవేళ గొడవ పడితే ఆ కొట్లాట కూడా ఇమ్రానే తీరుస్తాడు!

రెండేళ్ల తర్వాత ఎయిర్‌పోర్టు లాంజ్‌లో అందరికన్నా ముందు అతనికి ఇమ్రానే కనిపించాడు. తనచిన్న కొడుకుని ఒళ్లో ఎత్తుకుని కూచుని ఉన్నాడు. ఎడారి ప్రదేశంలో కఠోరశ్రమ చేసి ఇంట్లో మెత్తని పరుపుపై విశ్రాంతి తీసుకోవడం మొదలెడితే మరొకరి ఇంటికొచ్చిన ఫీలింగ్ కలుగుతుంది! అతను కలల్లో కట్టుకున్న అందమైన ఇల్లిదే! జీవితాంతం ఇలాంటి సుఖాలే అనుభవించాలని అతను కోరుకున్నాడు. తెల్లారినా పక్కమీంచి లేవాలని అనిపించదు. దుబాయ్ వెళ్లాలని ఎవరైనా అంటే అతనికి నచ్చదు. ఉద్యోగం కోసం అక్కడికి వెళ్లడమే అతనికి ఇష్టముండదు.

'ఈసారి మాత్రం ఓటీ చేసి దండిగా డబ్బు సంపాదించాకే తిరిగొస్తా. మళ్లీ ఇల్లొదిలి ఎక్కడికీ పోను....' కానీ ఓవర్‌టైమ్‌తోనే అసలైన శ్రమశక్తి వెలికి వస్తుంది. పగలంతా చెమటలు తుడుచుకోడానికిక్కూడా ఖాళీ లేనంత బీజీగా వర్క్ చేశాక.....కొద్దిసేపుకూడా రెస్టు తీసుకోకుండా మళ్లీ పనిలో పడాలి. అర్థరాత్రి పన్నెండు గంటలకు నడుం వాలిస్తే ఒళ్లంతా హూనమైనట్టు ఉంటుంది. కాళ్లూ చేతులూ వణుకుతాయ్. కానీ, తెల్లారగట్ల ఐదింటికే లేవాలన్న టెన్షన్‌తో పడుకుంటే కంటిమీదకు కునుకే రాదు.

'వామ్మో...వడగాడ్పులు...దుబాయ్ పోక తప్పేట్టు లేదు. మళ్లీ ఆ పాడురోజులొచ్చాయ్!' అనుకున్నాడు సాదిక్.

'క్షేమంగా వెళ్లు బాబూ......' అమ్మ జాగ్రత్తలు చెప్పింది.

'ఈసారి నాకు బంగారు గాజులు తేవాలి. తెల్సిందా...' సురయ్యా మెడ చుట్టూ చేతులు వేసి వగలుబోతూ అంది.

'నాకు బాదమ్ కావాలి.......'

'నాకు బొమ్మలు తీసుకురా........డ్రెస్‌లు తేవాలి........ఇంకా టేప్ రికార్డర్.........'

దుబాయ్ వెళ్లాక సాదిక్ చాలా రోజులపాటు పనిపై దృష్టి పెట్టలేకపోయాడు. సురయ్యా ఆరోగ్యం ఎట్లా ఉందో ఏంటో.....? పిల్లలు పెద్దాళ్లవుతున్నారు. అబ్బా ఆరోగ్యం సరిగా ఉండదు. సురయ్యా అతన్ని కలల ప్రపంచంలో మాత్రమే కలుసుకుంటుంది. ఇదో రకమైన జీవితం! అతను మళ్లీ ఇంటికి ఫోన్ చేసేందుకు ప్రయత్నించాడు.

అతను ఇంటికెళ్లినపుడల్లా ఇన్నేసి రోజుల ఎడబాటును తట్టుకోలేక సురయ్యా భర్తపై మండిపడుతుంది. సాదిక్ కోసం కళ్లల్లో వత్తులేసుకుని ఎంతో ఆత్రంగా ఎదురుచూస్తుంది. భర్త చెప్పేవన్నీ అబద్ధాలంటూ అలిగి బుంగమూతి పెడుతుంది. కోపంతో చేతులు తిప్పుకుంటూ అక్కడి నుంచి వెళ్లిపోతుంది.

'ఇటు చూడు, డియర్.... నీ కోసం ఏం తెచ్చానో చెప్పుకో చూద్దాం' అతను జేబులోంచి మెరిసిపోయే ఎర్రని కాగితంలో చుట్టిన బంగారు గాజుల్ని బయటికి తీశాడు.

'అల్లా.......ఇవి బంగారు గాజులు కదా!......' ఆమె పట్టలేని ఆనందంతో ఉక్కిరి బిక్కిరవుతూ ఒక్కసారిగా ఎగిరి గంతేసింది. వెంటనే అతని చేతిలోంచి వాటిని గుంజుకుని చెంగున బయటకు పరుగు తీసింది.

'ఇమ్రాన్......ఇమ్రాన్.....ఇట్లా చూడు, సాదిక్ నాకోసం ఏం తెచ్చాడో.....'ఆమె గాజులేసుకుని తన పసిమి ఛాయ చేతుల్ని ఇమ్రాన్ వైపు చాపింది. సాదిక్ కళ్లల్లో సంతృప్తి కనిపించింది. ఈ ఆనందం,సుఖసంతోషాల కోసం కంపెనీలో ఎంత ఓవర్‌టైమ్ పనిచేసినా అది పెద్ద కష్టంగా అనిపించదు.

అక్కడ అమ్మీ, అబ్బా జీవితంపై అతిగా ఆశలు పెట్టుకుంటారు. ఆరోగ్యం కోసం వాళ్లు నానా హైరానాపడుతుంటారు. సాదిక్‌కు రాసే ప్రతి ఉత్తరంలో డబ్బెక్కువ పంపించమని వాళ్లు అడుగుతూనే ఉంటారు.

ఫ్రూట్ స్వీట్లు....మిల్క్ బాదామ్...ఇపుడు ఏం తినాలా? అని ఇద్దరూ కలిసి రోజంతా తెగ ఆలోచిస్తుంటారు......ఇమ్రాన్ ఏమీ అడగడు....ఆ కుటుంబానికి ఇంత సాయం చేసినా,అతను ఏమీ ఆశించకుండా....తలొంచుకుని ఎవరికీ కనిపించకుండా మూలమూలల బిడియంగా తిరుగుతూ ఉంటాడు!

ఇప్పటికీ వారందరి పనులూ ఇమ్రానే చేసి పెడుతుంటాడు.

* * *

అతని ఏడుపు విని టెంట్లో పడుకున్న వాళ్లంతా ఒక్కసారిగా లేచి కూచున్నారు.

'ఏమైంది? ఎందుకేడుస్తున్నావ్ సాదిక్ బయ్......?'

'నే చచ్చి పోయా.....' అతను గుండెలవిసేలా ఏడుస్తున్నాడు.

'మిత్రమా....అతనీ రోజు మెంటల్‌గా డిస్టర్బయినట్టున్నాడు.......'

మళ్లీ వాళ్లంతా నిద్రలోకి జారుకున్నారు.

ఈసారి అతను మళ్లీ ఫోన్ చేశాడు. తనింట్లో ఎద్దు రంకె విని దిగ్గున లేచాడు.....

'నీ చావు ఎట్లా ఉంటుందో ఓసారి కళ్లారా చూసుకో...'అమెరికన్ ముసలాడు అన్న మాటలు అతని చెవిలో మారుమోగుతున్నాయ్.

బాస్ చెప్పినట్లుగానే అవతల వైపు ఫోన్ ఎత్తినవారి నుంచి ఆడగొంతు వినిపించగానే మారుపేరుతో మాట్లాడడం మొదలెట్టాడు.

'నేను.....నేను.......సాదిక్ దోస్తు...మునీర్.....మాట్లాడుతున్నా.....'

'అట్లానా.....మంచిది, మునీర్ బయ్. నిజానికి నేనే మీకు ఫోన్ చేద్దామనుకుంటున్నాను' ఆమె చెప్పింది.

(మాట్లాడేది సురయ్యాయే. ఆమె ఇంత ప్రశాంతంగా, నిశ్చింతగా ఉందేమిటి? బహుశా తాను పోయిన కబురు ఇంకా ఇంటికి అంది ఉండకపోవచ్చని సాదిక్ అనుకున్నాడు.)

'మునీర్ బయ్......సాదిక్ పీఎఫ్ అకౌంట్లో ఎంత క్యాష్ జమయ్యిందో కొంచెం తెలుసుకో. ఆ మొత్తమంతా నాకే రావాలి'

'చాలా చాలా మంచిది....... ఇంకా చెప్పేది ఏమన్నా ఉందా.....?' చెంపలపై ధారాపాతంగా కారుతున్న కన్నీళ్లతో తడిసిపోయి అతని మొహమంతా జేవురించినట్లయ్యింది.

'ఇంతకన్న చెప్పడానికేమీ లేద్సార్. అసలు సంగతేమిటంటే. ఈ పీఎఫ్ డబ్బు కోసం మా అత్త,మామలు నిత్యం నాతో కొట్లాడుతున్నారు. భర్త పోయి బాధల్లో ఉన్న నన్ను చాలా పరేషాన్ చేస్తున్నారు....'

'చెత్తమాటలికాపు' అతను కోపంతో ఊగిపోతూ ఫోను టపీమని పెట్టేశాడు.

ఈ స్వార్థపరురాలు నాకు ద్రోహం చేసి ఇప్పటిదాకా నాతో ప్రేమ నాటకాలాడింది. ఇపుడు అమ్మీఅబ్బాలను బద్నాం చేస్తోంది. నా శవాన్ని ముందుంచుకుని అమ్మీఅబ్బాలు నా పైసలు గురించి ఎన్నడన్నా ఆలోచిస్తారా? ఈమెకు అర్జంటుగా తలాక్ ఇవ్వాల్సిందే. ఇపుడే అబ్బాతో దీని గురించి మాట్లాడతా. చాలా కోపంతో అతని గుండెలదురుతున్నాయ్. అతను బాగా ఆయాసపడుతున్నాడు. బీపీ పెరగడంతో కాళ్లూ చేతులూ వణుకుతున్నాయ్.

వెంటనే అబ్బాకు ఫోన్ చేశాడు.

'హలో........' (నా గొంతు గుర్తు పట్టిన ఆనందంలో అబ్బాకు ప్రాణం పోదు కదా!)

'సర్.....నేను ఖాలిక్‌ని మాట్లాడుతున్నా..... సాదిక్ దోస్తుని....'

'చిరకాలం జీవించు బేటా.....(అబ్బా గొంతు చాలా పీలగా ఉంది) మాకు చాలా పెద్ద కష్టమొచ్చింది బాబూ. మా కోడలు.......సాదిక్‌కు వచ్చే డబ్బంతా తనకే కావాలని పట్టుబడుతోంది. ఇపుడు నువ్వే చెప్పు బాబూ.......మేమిద్దరం ఇపుడెట్లా బతకాలి?'

'సర్......సర్.......' సాదిక్ కళ్లల్లోంచి మళ్లీ కన్నీటిధార కారుతోంది.

'ఖాలిక్ మియా... మా సాదిక్ బ్యాంక్ అకౌంట్లో సుమారుగా ఎంత బ్యాలన్స్ ఉండచ్చో నీకేమైనా ఐడియా ఉందా?'

'డబ్బు సంగతా? వాటి గురించి అతనెపుడూ నోరే విప్పడు'

'నా ముందు సాదిక్ శవం ఉంది. ఇపుడు దాన్నేం చేయమంటారు (ఒకవేళ అబ్బా ఎదురుగా ఉండిఉంటే ఆయన పీకపట్టుకుని మరీ ఈ ప్రశ్న అడిగేవాణ్ణి!)'

'దాన్ని నువ్వే పూడ్చిపెట్టు బేటా, నీకు పుణ్యవుంటుంది.......' ప్రేమాభిమానాలు ఒలకబోస్తూ అన్నాడు అబ్బా !

మసక చిత్రం

ఆమె ఉరుకులూ పరుగులపై వచ్చింది.

ఏదో ముఖ్యమైన విషయమే అయిఉంటుంది. వాళ్లాయన చెవిన వేయాలన్న ఉద్దేశం కాబోలు, హడావిడిగా ఆయాసపడుతూ వచ్చింది. లోపలకొస్తూనే ఫోన్ చేసుకోవాలన్నట్టుగా సైగ చేసింది. నేను 'సరే' అన్నట్లు తలూపి, పేపర్ చదవడంలో మునిగిపోయా.

టెలిఫోన్ బూత్‌కి ఆమె ఎప్పుడొచ్చినా అంతే. గాలి దుమారంలా వస్తుంది. ఫోన్ పట్టుకుందంటే ఓ పట్టాన వదలదు. చాలాసేపు మాట్లాడుతుంది. ఒకవేళ ఎవరైనా ఫోన్ చేయడానికి 'క్యూ'లో వెయిట్ చేసే కస్టమర్లు ఒత్తిడి చేస్తే ఆమె ఎంతో నిరాశతో ఫోన్ పెట్టేస్తుంది. టెలిఫోన్‌బూత్ నుంచి బయటికొచ్చి ఎపుడూ రోడ్డుపై వెళ్లేవారిని తేరిపార చూస్తుంటుంది. నెమ్మదిగా రోడ్డు దాటుకుని ఎప్పటిలాగే వెళ్లిపోతుంది!

ఆమె టెలిఫోన్ బూత్ ఎదురుగా ఉండే మొగల్ అపార్ట్‌మెంట్లోని ఒక ఫ్లాట్‌లో ఉంటోంది. 30-35 ఏళ్ల ఆమె పీలగా, కొంచెం బలహీనంగా ఉంటుంది. ఎప్పుడూ కాటన్ సల్వార్‌సూట్లు, కాటన్ శారీలు వేసుకుంటుంది. చింపిరి జుట్టు, మొహానికి మేకప్ ఏవీ లేకుండా, ఎపుడూ సింపుల్‌గా కనిపిస్తూ ఉంటుంది. ఏదో ఆఫీసులో ఆఫీసర్‌గా పనిచేస్తోందని విన్నా. ఒంటరిగా ఉంటోంది.

ఆ అపార్ట్‌మెంట్లో పాలుపోసే రమేష్ నాకీ విషయాలన్నీ చెప్పాడు. మా ఏరియాకు ఈమధ్యే చాలామంది కొత్తవాళ్లు వచ్చారు. అక్కడ ఉండేవారికి ఇంకా ఫోన్ కనెక్షన్ రాకపోవడంతో ఫోన్ చేసుకోడానికి వారంతా మా ఫోన్ బూత్‌కి వస్తుంటారు. వారితో పెద్దగా పరిచయం లేకపోయినా వాళ్లతో గంటల తరబడి ఇక్కడ గడిపి వారి గురించి నేను బానే తెలుసుకున్నా.

ఫోన్లలో పదేపదే వినడంతో ఆమె పేరు రాణా అని తెలిసింది. తను ఫోను చేసే వారిలో కొందరు ఆమెను 'రాణూ' అని పిలుస్తారు. మరికొంతమంది 'రాణీ' అంటారు.

ఇంటికొస్తామని ఫోన్లో ఆమెకు చాలామంది ప్రామిస్ చేస్తారు గానీ ఆనక మొహం చాటేస్తారు. ఫోన్ చేయడానికి వచ్చినప్పుడల్లా ఆమె ఎదుటివాళ్లను ఆటపట్టిస్తూ వేళాకోళంగా మాట్లాడుతూ ఉంటుంది.

మొగల్ అపార్ట్‌మెంట్లో రకరకాల మనుషులు తారసపడుతుంటారు. ఫ్లాట్ నెంబర్ 8లో ఉండే ఇల్లాలు, మొగుడు రోజూ బయటకు వెళ్లిన వెంటనే మరొకరితో షికారుకెళ్లేందుకు ప్రోగ్రామ్ తయారుచేసుకుంటుంది. 22వ నెంబర్ ఫ్లాట్‌లో ఉండే అత్త తనకోడలితో బాగా విసిగిపోయింది. 11వనెంబర్ ఫ్లాట్‌లో ఉండే కుర్రాడు ఒకామెతో జోరుగా రొమాన్స్ సాగిస్తున్నాడు. మూడో నెంబర్ ఫ్లాట్‌లో ఉండే ప్రొఫెసర్ సార్‌ను ఆయన డిపార్ట్‌మెంట్ వాళ్లే బాగా ఇబ్బందిపెడుతున్నారు. ఆయన చేతిలో సెల్‌ఫోన్ పెట్టుకుని, ఆ విషయం మర్చిపోయి కలయ తిరుగుతూ వెతుక్కుంటూ ఉంటారు. ఆ అపార్ట్‌మెంట్లలో ఉండేవాళ్లంతా కొద్దికాలానికే నాకు క్లోజయ్యారు. వాళ్లందరితో బాగా కలిసిపోయాను.

అందుకే రాణా ఫోన్ చేయడానికి వచ్చినప్పుడల్లా నా అంతట నేనే కుర్చీ వదిలి ఓ మూలకెళ్లి నిలబడతా. వచ్చిదంటే అరగంట తక్కువ మాట్లాడదు మహాతల్లి! నిలబడి ఫోను మాట్లాడాలంటే ఆమెకీ ఇబ్బందే కదా.

'హలో, నేను రాణాని.... ఏం చేస్తున్నావ్?'

'నేనూ సరిగ్గా అదే అనుకుంటున్నా......నువ్వెక్కడుంటే అక్కడ ఈవేళ తప్పకుండా వర్షం పడుతుంది. నీ జ్ఞాపకాలతో నా జీవితంలో రుతురాగాలు మారుతుంటాయి. సరేగానీ..నిన్న సండే కదా..నువ్వు తప్పకుండా వస్తావనుకున్నా. జల్దీగా కబాబ్,చట్నీ చేశా. ఐస్‌క్రీమ్‌కూడా ఆర్డరిచ్చా. బాగా అలసిపోయా. ఆఖరికి రాత్రి ఏమీ తినకుండానే పడుకున్నా....'

ఆమె వెళ్లాక ఆలోచించా. రాత్రికి వస్తానని మాటిచ్చి రాని ఆ వ్యక్తి ఆమె భర్త అయి ఉండదని అనుకున్నా. సీజన్ మారినపుడల్లా ఆమె ఎంతమంది మగరాయళ్లను ఏమార్చిందో....ఏమో....ఎవరికి తెలుసు?

గ్రౌండ్ ఫ్లోర్‌లో ఉండే అందాలభామ నైనా ఓ రోజు ఫోన్ చేయడానికొచ్చింది. ఇప్పటికే రెండు టీవీ సీరియల్స్‌లో నటించి బిజీ కావడంతో ఆమెకు బాలీవుడ్ నుంచి ఆఫర్లొస్తున్నాయ్. ఆమె లేటెస్ట్ డిజైన్లో మెరిసిపోయే సల్వార్‌సూట్ వేసుకుని, అందమైన తన శిరోజాలను విరబోసుకుని స్టయిల్‌గా ఆత్మవిశ్వాసంతో రోడ్డు దాటి వస్తుంటే అభిమానులంతా వెర్రిచూపులు చూస్తూ ఆమె చుట్టూ మూగుతుంటారు. నైనా టెలిఫోన్‌బూత్‌లోకి వచ్చి ఫోన్ చేసింది.

'పాండేజీకివ్వండి. ఒకవేళ డైరెక్టర్ సాబ్ ఉంటే ఈరోజు నేను షూటింగ్‌కి రాలేకపోతున్నానని చెప్పండి. ఈ రోజు మదనపూర్ణ స్టూడియోలో నాకు అప్పాయింట్‌మెంట్ ఉంది'

నైనా ఫోన్ పెట్టేసి బయటకు వెళ్లిపోగానే రాణా ఎంతో ఆసక్తిగా ఆమె వైపే తేరిపార చూస్తూ ఫోన్లో వేరే వ్యక్తితో చెపుతోంది.

'టీవీ కోసం కథ రాస్తానని నువ్వోసారి చెప్పావ్ కదా! మంచి స్టోరీ రాయరాదూ. మా దగ్గర ఓ అందమైన అమ్మాయి ఉంది. నీ కథకి హీరోయిన్‌గా కరెక్ట్‌గా సూటవుతుంది!'

మర్నాడు ఆమె ఎంతో తొందరగా ఫోన్ చేయడానికొచ్చింది. అయితే మూడో నెంబర్ ఫ్లాట్లో ఉండే ప్రొఫెసర్‌గారు అలవాటు ప్రకారం తనకొచ్చిన కొత్త కష్టాన్ని ఓ ఫ్రెండ్‌కి చెప్పుకుంటున్నారు.

'పిల్లలు ముగ్గురికీ ఒంట్లో బాగోలేదు. అతియా మళ్లీ ప్రెగ్నెంట్. ఇంటిపనంతా నానెత్తిన పడింది. చేయలేక చస్తున్నా'

ఆయన వెళ్లాక, రాణా చాలా మందికి ఫోన్లు చేసి సరదాగా జోకులేస్తూ నవ్వుతూ మాట్లాడింది.

'నేను.....రాణాని!...ఈరోజు మీకో గుడ్‌న్యూస్, నేను మళ్లీ 'డబుల్' అవుతున్నా!'

'ఈ మాటలు నాకు చాలా బోరుకొట్టిస్తాయ్.....సరే, మంచిది ఆలోచించు! ఇంతమంది పిల్లల్ని నేనెట్లా సాకాలో చెప్పు?'

రాణా గలగల మాట్లాడుతూ జోకులేస్తూ నవ్వుతూ ఉండడంతో ఫోనుకోసం చాలాసేపటి నుంచి వెనక ఓపిగ్గా నించున్న వారికి విసుగుపుట్టింది.

'ఓ.... ఐయామ్ సారీ....' ఆమె అకస్మాత్తుగా ఫోన్‌ను విసురుగా పెట్టేసి ఆ కేబిన్ నుంచి బయటకొచ్చి పరుగులాంటి నడకతో క్షణాల్లో మాయమయ్యింది.

ఆమె మాటలు వింటుంటే నాకు ముచ్చటేసింది. ఇక అందరితో తన ఒంటరితనం బాధల గురించి ఆమె చెప్పుకోవడం మానేస్తుంది. బహుశా ఆమె భర్త ఎక్కడో దూరాన ఉంటాడనుకుంటా. అప్పుడప్పుడు వస్తుంటాడు. మరో ఆడదాని వలలో పడి ఉండొచ్చు! రాణాలో లేనిపోని ఆశలు రేపెట్టి ఉండొచ్చు.

'హలో......నేను.... రాణా అహ్మద్ మాట్లాడుతున్నా. నేనే.... రాణీని మాట్లాడుతున్నా.....ఆయనతో చెప్పండి, రాణూ ఫోన్ చేసిందని......హలో...... హలో......నేను రాణా..... నేను రాణా......నేను........'

ఒక్కోసారి ఈమె ఎవరితో మాట్లాడుతుందో తెలీదుగానీ, తన పేరే పదేపదే చెప్పుకుంటుంది. తన పేరు ఎవరికీ తెలీదనుకుంటుందో ఏమో, ఫోను చేసినప్పుడల్లా తన పేరుని ఎన్నిసార్లు చెప్పుకుంటుందో లెక్కేలేదు!

ఓ రోజు తన ఫ్రెండ్‌ని ఇంటికి రావాలంటూ బాగా పట్టుబట్టింది.

'వీలు చూసుకుని మా ఇంటికెపుడైనా రండి మీరు, నా పేరు రాణా అహ్మద్.....మొగల్ అపార్ట్‌మెంట్లో పన్నెండో నెంబర్ ఫ్లాట్లో ఉంటా. మీకు నా పేరు గుర్తుంటుంది కదా. మీరు నన్ను రాణూ అని కూడా పిలవొచ్చు'

మళ్లీ ఓ రోజు ఆమె మరో ఫ్రెండ్‌పై కస్సుబుస్సులాడింది.

'ఎపుడొస్తావ్ నువ్వు?ఎపుడూ అబద్ధాలు చెప్తావ్. నీ కోసం రవిశంకర్ కొత్త ఎల్పీ ఆల్బమ్ తెచ్చా. ఆయన శుద్ధ సారంగ్ వాయించారు చూడూ..... అల్లా! ఇంకేమీ అడగొద్దు......నిన్నంతా నేను నిజంగానే రగిలి పోయాను! రాత్రంతా ఉద్విగ్నతతో మండుతూనే ఉన్నా!! నిజమే...సంగీతంలోని కొన్ని రాగాలు నన్ను నిలువునా దహించి వేస్తాయ్! భస్మం చేస్తాయ్......'

ఆరోజు ఎండ బాగా ఎక్కువగా ఉంది. వడగాలి కొడుతోంది. రాణా నుదుటిపై చెమట తుడుచుకుంటూ హడావిడిగా వచ్చింది.

'హలో....హలో....నా మాట మీరెవరూ వినరేం? ఎక్కడికి పోతారు మీరంతా? మీ అందరిపై చాలాచాలా కోపం వస్తుంది. నా మనసేమి కోరుకుంటోందంటే...అంటే' ఆమె ఫోన్ పెట్టేసి కన్నీళ్లు తుడుచుకుంటోంది. వెక్కివెక్కి ఏడుస్తూ పైసలివ్వకుండానే గబగబ బయటికెళ్లిపోయింది.

రెండు మూడు వారాలైనా, ఆమె ఫోన్ చేయడానికి రాలేదు.

బహుశా ఆమె భర్త వచ్చి ఉంటాడు. ఆమె ఎంతో ఆనందంగా గడిపి ఉండొచ్చు.

మళ్లీ ఓ రోజు ఆమె పట్టరాని ఆనందంతో హుషారుగా పరుగుపెడుతూ టెలిఫోన్ బూత్‌కొచ్చింది.

'హలో......నేను.....రాణా మాట్లాడుతున్నా. సరే విను.....నాకు ప్రమోషనొచ్చింది. ఇపుడు ఆఫీసర్నయ్యా. ఇకనుంచీ నేను ఏం జెప్పినా చేయడానికి రెడీగా ఉండాలి. తెల్సిందా. ఇంటికొస్తే స్వీటిస్తా. నిజం......స్వీట్ ప్యాకెట్ కొని తెచ్చా......' (ఆమె చేతిలో స్వీట్ ప్యాకెట్ ఉంది)

'మంచిది! ఫోన్ పెట్టేస్తా. రాత్రి పాపకు ఫీవరొచ్చింది'

ఆమె స్వీట్‌బాక్స్ తీసుకుని తొందరగా బయటకెళుతూ, అపుడే లోపలికొస్తున్న ఇద్దరు స్త్రీలను ఢీ కొట్టింది.

'హలో రాణా అహ్మద్! అరె....నువ్విక్కడ ఉంటున్నావా? వారిలో ఒకామె ఎంతో ఆశ్చర్యంగా, ఎగాదిగా చూస్తూ చేతి వేళ్లతో బుగ్గలు నొక్కుకుంటూ అడిగింది.

'నీకు బాగా జబ్బు చేసిందని విన్నా. నీకు ట్రాన్స్‌ఫర్ అయ్యిందన్నారు....' పక్కనున్నామె కూడా బోలెడంత ఆశ్చర్యపోతూ కూపీ లాగింది.

'అవును. ఇపుడు బానే ఉంది. ఈరోజు నాకు ప్రమోషన్ కూడా వచ్చింది......అచ్ఛా.....బై....బై......' అంటూ రాణా తుర్రుమంది.

లోపలకు వస్తున్న ఆమె, పరుగు పరుగున వెళ్లిపోతున్న రాణాను వెనక్కి తేరిపార చూస్తూ పక్కనే ఉన్న తన ఫ్రెండ్‌తో అంది.

'మేము మేరట్‌లో ఉన్నప్పుడు వీళ్లు మాపక్కనే ఉండేవాళ్లు. చాలా దురదృష్టవంతురాలు. మతకలహాలలో ఈమె మొగుడూ, పిల్లలూ అంతా పోయారు. పాపం ఒంటరైపోయింది'

కానీ, ఇపుడామె ఏకాకి ఎంతమాత్రం కాదని వాళ్లకి చెప్పాలనుకున్నాను కానీ, ఎందుకో చెప్పలేకపోయాను. ఇపుడు రాణాఅహ్మద్ పెళ్లి చేసుకుంది. ఆమెకు పిల్లలు కూడా. మరో బిడ్డనెత్తేందుకు సిద్ధంగా ఉందన్న విషయం వారికి చెప్పాలని నా మనసు తహతహలాడుతోంది.

అయితే, టెలిఫోన్‌బూత్‌లో కూచునే వ్యక్తి ఆడాళ్లతో సొల్లు కబుర్లు చెప్పకూడదు కదా! అందుకే నేను గల్లా పెట్టె తెరిచి చిల్లర లెక్కపెట్టసాగేను.

వాళ్లిద్దరూ వెళ్లిపోయాక టేబుల్‌పై ఒక నల్ల లేడీస్ పర్సు ఉండటాన్ని గమనించాను. ఇది రాణా పర్సు. ఆమె రోజూ ఇదే పర్సులోంచి నాకు పైసలిస్తుంది. వెంటనే టెలిఫోన్‌బూత్ మూసేసి మొగల్ అపార్ట్‌మెంట్లోని పన్నెండో నెంబర్ ఫ్లాట్‌కెళ్లి కాలింగ్ బెల్ నొక్కా. తలుపు తెరిచే ఉంది. రాణా మాటలు కింద మెట్ల దాకా వినిపిస్తున్నాయ్.

'అరె....ఎవరొచ్చారు......?' ఆమె ఎంతో ఆత్రంగా పరుగులు తీస్తూ బయటికొచ్చింది. ఒక్కసారిగా నన్ను తదేకంగా చూస్తూ కొంచెం నిరుత్సాహంగా 'రండి....లోపలకు రండి.....' అంటూ పిలిచింది.

లోపల అన్ని గదుల్లోనూ బట్టలూ, పుస్తకాలూ, ఆటబొమ్మలూ, వంటగిన్నెలూ చిందరవందరగా పడి ఉన్నాయ్. డైనింగ్ టేబుల్‌మీద కర్రీడిష్‌లు, అన్నం ఉన్నాయి. వాటి పక్కన అందమైన బొమ్మలు కనిపిస్తున్నాయ్. రాణా చేతిలో కూడా మంచి డ్రెస్‌లో ముద్దులొలికే అందమైన చిన్నారి బొమ్మ ఉంది.

'నా వస్తువులన్నీ ఎట్లా చిందరవందరగా పడున్నాయో చూడండి......' సోఫాలో అడ్డదిడ్డంగా పడున్న సామాన్లను ఆమె ఒక చేత్తో సర్దుతూ అంది.

'ఏదైనా ఫొటో అపుడపుడు 'అవుట్ ఆఫ్ ఫోకస్' అవుతుంది చూశారూ....సరిగ్గా అట్లాగే నేనూ కనిపిస్తా!.'

'సారీ మేడమ్......మీరు టెలిఫోన్ బూత్‌లో ఈ పర్సు మర్చిపోయారు......' నేను పర్సు ముందు పెట్టా.

'ఓ.....థాంక్యూ!' ఆమె చేతిలో ఉన్న బొమ్మను ఎంతో జాగ్రత్తగా సోఫాలో పెట్టి పర్సు తీసుకుని సిగ్గుపడుతూ అంది.

'నా జీవితంలో గుర్తుంచుకోవాలనుకునే వాటిని మర్చిపోతుంటా. మర్చిపోవాలనుకునే విషయాల్ని ఈ పిల్లలు మర్చిపోనివ్వరు...'-

'అవునవును.......' నీళ్లు నములుతూ నలువైపులా చూశా. ఎక్కడా ఏ పిల్లాడూ కనిపించలేదు.

'మీరే చూడండి......వీళ్లంతా గోరుముద్దలు పెడితే తప్ప అన్నం తినరు......'అంటూ ఆమె డైనింగ్ టేబుల్‌పై ఉన్న బొమ్మలవైపు సైగ చేసింది. మళ్లీ సోఫాలో పడి ఉన్న ఆటబొమ్మలపై చేయి వేసి ఎంతో బాధగా అంది.

'వామ్మో....ఈరోజు పాపకు బాగా ఫీవరొచ్చిందే! ఇపుడు నేనేం చెయ్యాలో ఏంటో....?'

106 గుప్పిట జారే ఇసుక

నర్సయ్య బావి

అదో కుగ్రామం. బావి లోంచి నీరు దున్నిన దుక్కిలోకి వడివడిగా పారుతోంది. ఆ చేనంతా పచ్చదనం పర్చుకుంది. నర్సయ్య తన పొలం గట్టుపై నించుని పక్క చేలో పారుతున్న నీటిని తదేకంగా చూస్తున్నాడు. అంతలోనే అతన్ని నిరాశ ఆవరించింది. తలకు చుట్టుకున్న రుమాలు తీసి మొహం దాచుకున్నాడు. ఎండిపోతున్న తన పంటను చూశాక అతని గుండె చెరువయ్యింది.

దేవుడి దయలేదు. ప్రకృతి కరుణించలేదు. మేఘాలు మొహం చాటేశాయి. ఆకాశం ఒట్టిపోయింది. ఎప్పట్లాగే ఈ ఏడాదీ వర్షాల్లేవు. మళ్లీ కరువొచ్చిపడింది. చాలాకాలంగా తన చెల్కలో ఒక బావి తవ్వించాలనుకుంటున్నాడు నర్సయ్య. ఎప్పట్నుంచో అతనికి అదో తీరని కోరిక. దాన్ని ఎట్లా తీర్చుకోవాలో తెలీక, ఏం చేయాలో పాలుపోక పొలంలో ఓ మూల భూమిని చదును చేసి, బావికి ముగ్గుపోసినట్లు ఊహించుకుంటూ కొడవలితో గీతలు గీస్తున్నాడు.

పొలాన్ని ఆనుకుని ఉన్న రోడ్డుపై చాలామంది అటూఇటూ తిరుగుతున్నారు. నర్సయ్య జిగ్రీ దోస్తు మస్తాన్ గొర్రెలు తోలుకెళుతూ గట్టిగా పిలిచాడు.

'అరె, నర్సిగా, పొద్దుగాల పొద్దుగాల షేన్ల దెవులాడుతున్నవ్ ఏందిర బయ్? షెల్కల లంకె బిందెలున్నయనిగిన నాత్రి కలొచ్చిందా ఏందిరా?'

మస్తాన్ వేళాకోళాన్ని పట్టించుకునే స్థితిలో లేడు నర్సయ్య. బుర్రనిండా ఆలోచనలతో బావిలో మునిగిపోయాడు! బావి ఎక్కడ తవ్వించాలో ఆలోచిస్తూ, నేలపై కొడవలితో గీతలు గీస్తూనే ఉన్నాడు. వంచిన తలెత్తి ఓసారి మస్తాన్ వైపు చూసి చిరాకుపడ్డాడు నర్సయ్య.

'పోర బయ్ పో...... పనిల నడ్మ సతాయించకు. నీకేందే, బేఫికర్గుంటవ్! పెండ్లాం పిలగాల్లను పట్టిచ్చుకోవ్....దేవుడన్న బయమ్‌లే. ఇగో మస్తాన్, నువ్వె జెప్పు.నాకో బాయిగాని ఉంటె షేనిట్ల వాడుబట్టేదా?....'

మస్తాన్ తన ఒళ్లో ఉన్న మేకపిల్లను ప్రేమగా నిమురుతూ నర్సయ్యతో అన్నాడు.

'ఏందీ? నే బేకార్‌గాని తీర్గ అగిపిస్తున్నానా నీకండ్లకు? ఏమన్కుంటున్నవ్ బే? నాకు పెండ్లాం, పోరలు లేరా? ముంద్గాల నీ సంగతి జెప్పు. నువ్వీడ ఏం జేస్తున్నవ్? గట్ల పరేషాన్ ఐతున్నవేందిర బయ్?' మస్తాన్ కొంచెం ఘాటుగానే సమాధానమిచ్చాడు. నర్సయ్య జేబులోంచి బీడీకట్ట తీసి మస్తాన్‌కు ఒకటిచ్చి, తానూ ఒకటి వెలిగించాడు. గుండెలనిండా దమ్ములాగి అన్నాడు.

'మస్తాన్ బయ్! నా షెల్కల బాయి తీపియ్యాలె. శానా దినాల సంది గిదే అలోచన చేత్తాన్న. ఏ షేనేసినా నీళ్లు లేక ఎండబట్టె. గట్జూడు. రాంరెడ్డి షేన్ల ఎంత మంచిగ నీల్బార్తున్నయో జూడు......'

ఇద్దరూ బావి నుంచి కరెంటు మోటర్ ద్వారా చేలోకి పారుతున్న నీటి ప్రవాహాన్ని తదేకంగా చూస్తున్నారు.

'గిసొంటి బాయి నాకోటి ఉంటె ఎంత బాగుండు......' నర్సయ్య మాటల్లో బాధ కనిపించింది.

'అరె....నర్సి, గయన్ని మల్లమల్ల యాద్ జేయక్. దొరల మాట జెప్తవ్. నవాబుకీ,గరీబుకీ ఉన్నంత ఫరకుంటది నీకూ వాన్కీ. బాయి తీపియ్యనీకి మస్తు పైసల్ గావాలె......' అని మస్తాన్ మేకల్ని తోలుకుంటూ ఇంటికెళ్లిపోయాడు.

చీకటిపడ్డా నర్సయ్య ఇంటికి రాలేదు. పెండ్లాం పోచమ్మ గాభరాపడింది. మొగుడ్ని వెతుక్కుంటూ కంగారుగా పొలానికొచ్చింది. చేలో నర్సయ్య నెత్తిపై చేతులెట్టుకుని దిగాలుగా కూచున్నాడు. పోచమ్మ గావుకేక పెట్టింది.

'అవ్....గట్ల కూసున్నవేంది? సీకటి పడ్డా ఇంటికి రాక ఈడేం జేత్తున్నవ్. జల్దిరా. కోట్‌బల్లికెల్లి సుట్టపోల్లు వచ్చిన్రు బాలమ్మను సూస్కోనీకి' పోచమ్మ గుక్కతిప్పుకోకుండా చెప్పుకుపోతోంది.

పెండ్లాం మాటలు వినగానే నర్సయ్యకు చిర్రెత్తుకొచ్చింది. కోపం ఆపుకోలేక కొడవలిని నేలకేసి కొట్టాడు.

'బాలమ్మను సూస్కోనీకి వచ్చిన్రా? ఆల్లకెందుకు జెప్పినవే? నీకు శానసార్లు జెప్పిన నాతాన పైసల్లేవని. పెండ్లంటె ఒట్టి మాటలా? ఎట్లయితది చెప్పు?' నర్సయ్య చిరాగ్గా అన్నాడు.

'ఇగొ.....నీ మాట ఇక ఇనేది లే. నీ షెల్లె బస్ డ్రైవర్‌తో లేశ్పోయిందిగ. గిట్లయితె బిడ్డను ఏ అప్పులోనికో అప్పజెప్పే గతివద్దది.....జల్దిజల్ది రా. లేకుంటె ఆళ్లు ఎలిపోతరు'. పోచమ్మ తొందర పెట్టింది.

'అరె.....చల్.....పోతె పోనీయ్. ఇంకా కోంటాయనకాడ జేసిన అప్పు అట్నే ఉంది' నర్సయ్య కోపంగా అరిచాడు. ఇదంతా చూసి పోచమ్మ నెత్తీనోరూ బాదుకుంది.

'పెండ్లి నిమ్మలంగ జేయొచ్చు. ముందుగాల సంమందం కాయం జేస్కుందం. నువ్వు రాకుంటె పిల్ల తండ్రి మొకం సాటేజేసిండనుకుంటరు'

పోచమ్మ మాటలకు నర్సయ్య దగ్గర సమాధానం లేదు. మారుమాటాడకుండా లేచాడు. ఇద్దరూ ఇంటిదారి పట్టారు. ఇంటికి పోయేదాకా నర్సయ్య పెండ్లాంతో కొట్లాడుతూనే ఉన్నాడు.

ఇంట్లోకి అడుగెట్టిన నర్సయ్య బిడ్డను చూశాడు. బాలమ్మ మొహం మతాబులా వెలిగిపోతోంది. ఆ పిల్ల మాటిమాటికీ కిటికీ కంతలోంచి తొంగితొంగి చూస్తోంది. కళ్లు పెద్దవి చేసి ఇంటికొచ్చిన కొత్త చుట్టాలను తేరిపార చూస్తోంది.

గుడిసె ఎదురుగా పందిరి కింద ఇద్దరు మగాళ్లు, ఓ ఆడ మనిషి నులక మంచంపై కూచున్నారు. వారిలో ఒకడు పెద్దమనిషి, మరొకడు మధ్యవయస్కుడు. నర్సయ్య,పోచమ్మ కూడా వాళ్ల దగ్గరకెళ్లి అక్కడే కూచున్నారు. వచ్చిన పెద్ద మనిషి ముందు మాటలు కదిపాడు.

'నర్సయ్యా.....ఏం సోచాయిస్తున్నవ్ ఇంకా......నీ బిడ్డ నసీబు శాన బెమ్మాండంగా ఉంటది. కిస్మత్ అంతా దాన్దే అయితది. జల్దిగ జెప్పు లగ్గం ఎప్పుడు బెట్టుకుందాం......?'

కరెంట్ షాకు కొట్టినంతపనయ్యింది నర్సయ్యకు.

'లగ్గమా......? గిప్పుడా??' ఆందోళనగా అన్నాడు.

వెంటనే మధ్యవయస్కుడు అసలు విషయం చెప్పేశాడు.

'అవ్.....నే జల్ది పెండ్లి జేస్కోవాలనుకుంటున్న. ఇంట్ల తల్లిలేని నల్గురు పిలగాల్లున్నరు'

నర్సయ్య పెండ్లికొడుకు వైపు తేరిపార చూశాడు. తర్వాత పోచమ్మ వైపు తిరిగి చెవిలో ఏదో గుసగుసలాడాడు.

'బాలమ్మని జేస్కునేందుకు ఈ ముసలోడొచ్చిండేందే? నాకిష్టం లేదు. నువ్వే జెప్పు. బిడ్డ శాన సిన్నది. గంత సిన్న పిల్లని గీ ముసలోన్కియ్యాల్నా. గింత సిన్న వైసులో బండెడు సంసారం నెత్తికెత్తుకోని, నల్గురు పోరగాళ్లను సాకాల్నే.....ఎర్రైందా?........'

పోచమ్మ తన మనసులోని మాటను అనుకోకుండా పైకే అనేసింది. మొగుడూపెళ్లాం ఇద్దరూ వారివైపు తిరిగారు. నర్సయ్య ఈ పెళ్లికి ఒప్పుకోడని వారికి అర్థమయ్యింది. వచ్చిన పెద్ద మనిషి నచ్చచెప్పడం మెదలెట్టాడు.

'నర్సయ్యా.....నీ బిడ్డ గా ఇంట్ల శాన సుకపడ్తది. నల్గురు పోరలున్నరు. పెండ్లికొడుక్కి ఇరవై ఎకరాల జమీనుంది. మంచిగ ఎగసాయం జేస్తడు. ఐదు బర్లున్నయ్. షెల్కల ఒక

పేద్ద బాయి కూడా తొవ్విపిచ్చిండు. దాంట్లె ఇంతింత లావు జలలు పడ్డయి తెల్సా? ఇంతకన్న ఇంకేం గావాలె జెప్పు?......'

బావి, బావిలో పెద్ద పెద్ద జలల మాట వినగానే నర్సయ్య బోలెడంత ఆశ్చర్యపోతూ అతనివైపు చూశాడు.

'ఏందీ....షెల్కల పేద్ద బాయుందా? అయితే జలలు బాగ పడ్డయా? ఎన్ని మోటల నీల్లొస్తయ్?' నర్సయ్య ఎంతో సంబరంగా పెండ్లాం వైపు తిరిగి అన్నాడు.

'ఇన్నవా పోచమ్మ....ఈళ్ల షెల్కల పేద్ద బాయ్గూడ ఉన్దట. మన బిడ్డ సుకపడ్తది! ఏం, ఇంక గట్లనే కూసున్నవ్......? జల్దిగబోయి గింత బెల్లం దెచ్చి అందరి నోరు తీపి జెయ్యి!'

పోచమ్మ ఆశ్చర్యపోతూ ముక్కున వేలేసుకుని తనలోనే గొణుక్కుంది.

'బిడ్డని ఈ సన్నాసికిచ్చి పెండ్లి షెయ్యల్నా.....దేవుడా.......ఈ ముసలోడి నోరు ఎట్ల తీపి చేసేది?'

* * *

బాలమ్మ పెళ్లి కోసం నర్సయ్య అప్పుల వేట మొదలెట్టాడు. చుట్టాలను దేబిరించినా ఎక్కడా చారణా కూడా పుట్టలే. దాంతో అతను బక్కచిక్కిన ముసలి ఎడ్లని బేరానికి పెట్టాడు. వాటిని కొనడానికి ఎవరూ ముందుకు రాలేదు. ఇక చేసేదిలేక దోస్తు మస్తాన్‌ను వెంటేసుకుని ఊళ్లో అప్పులిచ్చే షావుకారు వద్దకెళ్లాడు.

నర్సయ్య తన పొలం దస్తావేజు కాగితాలు షావుకారు కాళ్ల దగ్గర పెట్టాడు. తలను భూమికానించి దండం పెట్టాడు.

'బాంచెన్......నీ కాల్మొక్త సేటూ.......నా బిడ్డ లగ్గముంది.....నా షెల్క గిర్వి పెట్కుని ఐదు వేలిర్రి'

షావుకారికి ఒక్కసారిగా కోపమొచ్చింది. నర్సయ్యను కాలితో తన్ని డాక్యుమెంట్లను విసిరికొట్టాడు.

'అరె, బాడ్కావ్.......ఈ బంచరాయి బూమిని నేనేమి జేస్కోన్? షారెడు ఇత్తులు కూడా పండని షెల్కకు ఐదు వేలియ్యాల్నారా? నీకు కొవ్వెక్కింది బే! నే పాగల్గాని లెక్కన అవుపడ్తున్నా నీ కండ్లకు?'

షావుకారు మాటలకు నర్సయ్య హడలిపోయాడు.

'దొర. జర్ర నా మాటిన్రి......'

షావుకారికి కోపం కట్టలు తెంచుకుంది. బూతులు లంఘించుకున్నాడు.

'అరె బేవకూఫ్, నా దమాకు తినమాకు. నీ అయ్య నాతాన ఐదు వేలు అప్పు తీస్కొని తీర్చకుండనె సచ్చిండు. నియ్యతు లేనోడు. పైసల్ అడిగితే జబర్దస్తీ అని జెప్పి సర్కారోల్లకు షికాయితు జేసిండు. గవర్మెంట్నుంచి ఆర్డర్ తెప్పించి పేపర్ల చపాయించిండు. గాడ్దికొడుకు. గిప్పుడు నువ్వు గా సర్కారోని కాడ్కిబొయ్యే అప్పుతెచ్చుకో పోబే!'

నర్సయ్య మొహంలో నెత్తుటి చుక్క లేదు. షావుకార్ని చూసి నిలువునా వణికిపోయాడు.

'సేటూ.....నీ గులాపోన్ని......పిల్లలు గలోన్ని. నువ్వు కొడ్తె పడేటోల్లం. పెడ్తె తినేటోల్లం. బత్కనీరి. ఎట్లయిన పిల్ల లగ్గానికి పైసలిర్రి.' నర్సయ్య షావుకారు కాళ్ల దగ్గర మోకరిల్లి బేలగా వేడుకున్నాడు.

షావుకారు కసితీరా మరోసారి అతన్ని తన్ని విసురుగా ఇంట్లోకి వెళ్లిపోయాడు.

నర్సయ్య బిక్కచచ్చిపోయాడు. కలల మేడ కళ్లెదుటే కూలినట్టనిపించింది. మస్తాన్ వెనక నుంచి వచ్చి అతన్ని లేపాడు. భుజంపై చెయ్యేసి ధైర్యం చెప్పాడు. నేలపై చిందరవందరగా పడిన దస్తావేజు కాగితాలు సర్ది నర్సయ్య చేతికిచ్చి, అతన్ని అక్కడినించి తీసుకుపోయాడు. ఇద్దరూ నడుస్తూ మాట్లాడుకుంటున్నారు.

'గిప్పుడె పెండ్లి మాట తియ్యొద్దని మస్తు సార్లు జెప్పిన పోచమ్మకు. ఇనకపాయె. అప్పు యాడ దేవాలె? నువ్వె జెప్పు లగ్గం ఇంక రెన్నెల్లు గూడ లేదాయె......'

మస్తాన్‌కో ఐడియా వచ్చింది.

'నర్సి బయ్.....గిప్పుడె షావుకారు ఏమన్నడు. సర్కారోల్లు అప్పిస్తరని చెప్పిండుగ. మనూర్ల కుంటోనికి బేల్ ఖరీదు చేయనీకి లోను ఇచ్చిర్రు. నువ్గాడ అజీజాబాద్ బోయి బేంకిల అప్పు తీస్కొరాదె?'

అతని మాటలు విని నర్సయ్య తెల్లమొహం వేశాడు.

'అరె.......మస్తాన్ బయ్......గయ్యన్ని నాకేమెరుకర బయ్. పుట్నప్పట్నుంచి ఇయ్యాల్దాక ఎన్నడు ఊరిదాటి పోలే. పట్నం మొకం జూల్లే. అజీజాబాద్ ఏడుందో నాకేం ఎర్క?'

'ఇగో నర్సీ.......జర్ర నా మాటిను. ముంద్గాల పటేల్ షేఖ్ కాడ్కి పోదం. సర్కారీ యవ్వారాలు వానికి షానా బాగా ఎర్క. షేఖ్ మనూరి సర్పంచి గదా. వారానికోపాలి పట్నం బోతడు. మనంబోయి మాట్లాడ్దం' దోస్తు భుజంపై చెయ్యేసి ధైర్యం చెప్పాడు మస్తాన్.

ఇద్దరూ పటేల్ ఇంటికెళ్లారు. బ్యాంకు నుంచి లోను ఎట్లా తీసుకోవాలో వారికి వివరంగా చెప్పాడు పటేల్. నర్సయ్య మర్నాడే అజీజాబాద్ బయల్దేరాడు. పోచమ్మ చిన్నగిన్నెలో సద్ది కట్టి చెల్క డాక్యుమెంట్లు మొగుని చేతికిచ్చింది. పట్నం పోవాలంటేనే నర్సయ్యకు గుబులవుతోంది. చుట్టపుచూపుగానైనా ఎన్నడూ వెళ్లలేదు. ఎర్ర బస్సెక్కి కిటికీ పక్కనే కూచుని ఆలోచనలో పడిపోయాడు నర్సయ్య.

* * *

అజీజాబాద్‌లో దిగిన నర్సయ్యకు అంతా కొత్తకొత్తగా, వింతవింతగా కనిపించింది. తనకు తెల్సినవారెవరైనా కనిపిస్తారేమోనని చుట్టుపక్కల కలయచూశాడు. ఓ పెద్దమనిషిని ఆపి గ్రామీణబ్యాంకు అడ్రసు వాకబు చేశాడు. బెరుకుబెరుకుగా బ్యాంకులోకి అడుగెట్టాడు.

ఓ పెద్ద టేబుల్‌ను ముందేసుకుని ఓ మూల కూచున్నాడు మేనేజర్. అతని పక్కనే టైపిస్టు ఉన్నాడు. మరోవైపు క్లర్కు ఫైళ్లలో తలదూర్చి పనిచేసుకుంటున్నాడు. అద్దాల చాంబరులో ఉన్న క్యాషియర్ నోట్ల కట్టలు లెక్కించడంలో మునిగిపోయాడు. నర్సయ్య నలువైపులా పరిశీలనగా చూసి పంచె సర్దుకుంటూ మేనేజర్ దగ్గరికెళ్లాడు. తలకు చుట్టుకున్న రుమాలు తీసేసి అతని కాళ్లపై పడ్డాడు. మేనేజర్ ముక్కుపైకి జారిన కళ్లజోడు పైనుంచి అతని వైపు ఎగాదిగా చూసి 'ఏంటి న్యూసెన్సు?' అన్నట్లు? మొహం చిట్లించాడు.

నర్సయ్యకు గుండె దడదడలాడుతోంది. నోట్లోంచి మాట పెగల్లేదు. మేనేజర్ మొహంలో విసుగు మొదలయ్యింది.

'సారూ.....నా పేరు నర్సయ్య.....ఈడ్కి మా వూరు ముప్పై కిలోమీటర్లు. నా బిడ్డ పెల్లికి లగ్గం బెట్టుకున్నం. మావోల్లు జెప్తె వచ్చిన. సారూ.......దయుంచి అప్పియ్రి.'

మేనేజర్‌కు చుర్రున కోపమొచ్చింది.

'ఈడ పుణ్యానికి పైసలిస్తర ఏంది? ఉట్టిగనే దానాలు జేస్తర ఏంది? ఎవ్వడుబె నీకు జెప్పిన పాగల్......?'

మేనేజర్ నిప్పులుగక్కుతున్నా నర్సయ్య వంచిన తలెత్తలేదు.

'లేదు సారూ......బిడ్డ పెండ్లి చేసేడిది ఉంది. బాంచెన్ కాల్మొక్త దొర.....జర పైసల్ ఇయ్రి........' 'ఎవడ్ర ఆడ....ఈ ముసలోడ్ని బయటికి పంపుండ్రి..... 'మేనేజర్ దూరంగా నించున్న బంట్రోతుని పిలిచి హుకుం జారీ చేశాడు.

'సారూ......బాంచెన్. నీ కాల్మొక్త.........నా జమీను కాగితాలు గూడ దెచ్చిన. ఈటిని గిర్వి పెట్కుని ఎట్లయిన పైసలియ్రి......'

నర్సయ్య ఎంతో వినయంగా వేడుకున్నాడు.

'ఊరోల్లు పంపితె వచ్చినవ్, ఐదువేలు తీస్కపోనీకి! బేంకిల చోరీజేసి పెండ్లి జెయ్! పెండ్లట.....పెండ్లి. అరె, మీకు పెండ్లి తప్ప మరే పనీపాటూ ఉండద? పెండ్లి జేస్కుంటరు. పిల్లల్ని కంటరు. వాల్లను పెంచనీకి పైసలుండవ్. తిండికి లేవంటరు. బర్రెలు కొననీకి, విత్తనాల్కి పైసల్ ఇయ్యాలె మీకు. సర్కారుకాడికి పో......ఏం పని చేస్తరు మీరంతా?' మేనేజర్ పెద్దగా అందరికీ వినిపించేలా అరుస్తున్నాడు.

'సారూ......ఈ ఒక్కపాల్కి నాపై దయజూపురి......'

'అరె.....చెపితే అర్ధమ్‌గాదా.....చల్‌చల్ ఈడ్నించి.....గాలి కూడ రాకుండ అడ్డంగ నడ్మ నిలబడ్డవ్. పోబే...బైటికి....'

మేనేజర్ అరుపులు, కసిరింపులతో నర్సయ్యకు దిక్కుతోచలేదు. అతని కాగితాలు పక్కనపడేసి మేనేజర్ మరో ఫైలు తెరిచాడు. ఆ రైతు అక్కడే నించున్నాడు చేష్టలుడిగి. మేనేజర్ అతని వైపు చీదరగా చూస్తున్నాడు.

'ఏమ్రా......పొమ్మని ఎన్నిసార్లు జెప్పాలె నీకు......?' మేనేజర్ కసురుకుని తనలో తానే గొణుక్కుంటున్నాడు.

'లగ్గానికి గూడ బేంకిల పైసల్ ఇస్తర ఏంది? ఈ పబ్లిక్ ఏమనుకుంటున్రో ఏమో......గిసువంటి ఎడ్డోల్లంతా యాన్నించి వస్తరొ ఏందో.......!'

నర్సయ్యకు నిస్సత్తువ ఆవరించి తల తిరిగినంత పనయ్యింది. గంపెడాశతో వెళ్లిన అతనికి మేనేజర్ మాటలతో కాళ్లకింద భూమి కుంగిపోయినట్టనిపించింది. లేని ఓపికను తెచ్చుకుని చెల్క కాగితాలు తీసుకుని బ్యాంకు బయటకొచ్చాడు. ఆఫీసులో ఉద్యోగులంతా పని మానేసి ఇదంతా ఉచిత వినోదంగా చూసి ఆనందిస్తున్నారు. అందరూ నర్సయ్యవైపు చూసి గుసగుసలాడుకుంటున్నారు.

బ్యాంకు బయట, రోడ్డు పక్కన తోపుడు బళ్లపై కొంతమంది పళ్లు అమ్ముతున్నారు. కొందరు ఫ్లాస్కులో చాయ్ అమ్ముతున్నారు. రోడ్డుకిరువైపులా రిక్షావాళ్లున్నారు. చాలామంది ఫుట్‌పాత్‌పైనే జంబుఖానా పరచుకుని కూచుని ఊళ్లనుంచి వచ్చేవారికి దరఖాస్తులు రాసిపెడుతున్నారు. నర్సయ్య ఓ మూలకెళ్లి నీరసంగా కూలబడ్డాడు.

ఇంతలో అక్కడికొచ్చిన సత్యనారాయణ, నర్సయ్య వాలకాన్ని గమనించాడు. అతని తెలివి అమోఘం. మాటల్లో ఎవర్నయినా ఇట్టే బోల్తా కొట్టిస్తాడు. నర్సయ్య భుజంపై చెయ్యేసి మొహంలోకి సూటిగా చూస్తూ సత్యనారాయణ ప్రేమగా అడిగాడు.

'ఏమైంది. నీకేం తక్లీబొచ్చింది బయ్? గా మేనేజర్ని కల్సినవ్! ఇంక పని గాలే? గంతే గద. ఆనికి పైసలియ్యాలె. పైసలిస్తెనే పని చేస్తడు తెల్సా.......'

'జమీ గిర్వీ పెట్కొని పైసల్ ఇయ్యమన్న. మస్తుసార్లు బతిమిలాడ్న. అయిన ఇంటలే...'బాధగా అన్నాడు నర్సయ్య.

'అరె.....ఊకోరబయ్... ఊకో.... నాకంత అర్ధమైంది బయ్. అల్లు గిట్లనె సతాయిస్తరు.....యాడికెల్లి వచ్చినవ్? బేంకోల్ల దగ్గర్కి ఈతీర్గ ఎన్నడు పోవద్దు. సమజైంద? ఏమ్...సమజైంద?'

సత్యనారాయణ మాటలేమీ ఒక పట్టాన అర్థం కాలేదు నర్సయ్యకు.

'ఏమయితదొ ఏమో.....అంత పర్షాన్ పర్షాన్‌గుంది. బస్సుల శాన దూరంకెల్లి వచ్చిన. మూడున్నర రూపాలైనయ్....' నర్సయ్య తనలో తాను గొణుక్కుంటూ ఇంటిదారి పట్టాడు. సత్యనారాయణ అతని చేయిపట్టి ఆపాడు.

'తమ్మి, జర్రాగే......యాడ్కి పోతవు. పని అయినంకనే ఊరికి పోదువుగాని........'

'ఇగ నా పనిగాదు. నాకీడ ఎవలున్నరు పనిచేయనీకి?' నిర్వేదంగా అన్నాడు నర్సయ్య.

'తమ్మి........ఎందుకంత బుగుల్‌పడ్తవు. నేనున్నగదే......నువ్వింక ఫికరు జేయకు. ఏం గావాలో జెప్పు. నీకు తెల్వదు. ఈ అజీజాబాద్ జిల్లల నా హవా మస్తు నడుస్తది. సమజైందా? ఏం......సమజైందా?........'

వెంటనే సత్యనారాయణ జేబులోంచి కొన్ని కాగితాలు తీసి చూపించాడు.

'ఇగో ఇవ్వాడు. గివ్వి పోలీసు ఇనిస్పెక్టరు పేపర్లు. గిది మా నవాబు సాబ్ ఫైలు. గివ్వి జైరాం రెడ్డి వర్కు డాక్యుమెంట్లు.....గిప్పుడైన సమజైంద లేదా? బేంకిల అన్ని పన్లు జేపిస్త. దునియంత హవా నడిపిస్త. గిసువంటి పదిమంది మేనేజర్లు నాజేబిల ఉంటరు. గిప్పటికైనా ఎర్కయ్యిందా మన సత్తా ఏందో......'

సత్యనారాయణ మాటలు విన్నాక మతిపోయింది నర్సయ్యకు. అయినా ఇంటివైపే మనసు లాగింది.

'నువ్వు షానా గొప్పోన్వే కావొచ్చు. తుర్మ్‌ఖాన్‌వే కావొచ్చు గనీ, నన్ను పోనీ బయ్. పొద్దుటిసంది ఏంతిన్లే. షక్కరొస్తోంది......'

'అరె.....అట్లన....ముంద్గాల నిన్ను హొటల్కి తీస్కపోయి పొట్టనిండ తినిపిస్త. నీ పనేందో జెప్పు తమ్మీ'

'నా బిడ్డ లగ్గముంది బయ్.......ఐదు వేల్గావాలె. అజీజాబాద్ బేంకిల పైసల్ ఇత్తరని మావోల్లు చెప్పిర్రు. ఈడకొచ్చి అడిగితే కుక్క తీర్గ మొరగబట్టిండు గా మేనేజరు'

సత్యనారాయణ, నర్సయ్య భుజంపై చెయ్యేసి ధైర్యం చెప్పాడు.

'అరె... వానికేం తెల్చు బయ్... గిప్పుడె కండ్లు తెర్చిన కోడిపిల్ల తీర్గ ఉన్నడు. సర్కారీ యవ్వారాలు వానికింక వంటబట్లే... పైసలు పడేస్తె ఇక మన సుట్టే గిర్కీలు కొడ్తడు. సమజైందా? ఏం.....సమజైందా? చలో బయ్. ముంద్గాల హొటల్కి బోయి తిన్కుంట మాట్లాడుకుందం......'

ఇద్దరూ హొటల్లోకెళ్లి ఓ మూల కూచున్నారు. పెండ్లామిచ్చిన చద్దిమూట గుర్తొచ్చింది నర్సయ్యకు. అది విప్పి టేబుల్‌పై ఉంచాడు. దాంట్లో గోధుమ రొట్టెలు, చట్నీ ఉన్నాయ్.

వాటిని చూడగానే సత్యనారాయణ కళ్లు పెద్దవయ్యాయి. ఇద్దరూ తినడం మొదలెట్టారు.

'చట్నీ గూడ దెచ్చినవ్.....గిప్పుడు మస్తు మజా వస్తది'

ఇంతలో సత్యనారాయణ చప్పట్లు కొట్టి సప్లయిర్‌ను పిలిచాడు.

'మంచిగ దో ఇస్పెషల్ చాయ్ లావ్ బయ్.....'

సత్యనారాయణ ఆర్డరిచ్చి నర్సయ్య వైపు తిరిగి అడిగాడు.

'ఇగ జెప్పు. నీకెన్ని పైసల్ గావాలె?'

అతనికేం చెప్పాలో అర్ధంగాక నర్సయ్య నీళ్లు నమిలాడు. తన మాటలెవరైనా వింటారేమోననే బెదురుతో అటూఇటూ చూశాడు.

'చాయొద్దు బయ్ నాకు....కడుపుల గడబిడగుంది. చాయ్ తాగితె కక్కొచ్చేట్టుంది'

'అరె.. ఊకోర... బయ్..ఊకో. నీ మాటలింటే ఎవలైన నవ్తరు. పట్నంల మస్తు ఉషారుండాలె. హోటల్ల కూసుని చాయ్ తాగకుంటె ఓనరు కోపమ్ జేస్తడు! ఈడ కూసోనియ్యడు. నీకు తెల్వదు బయ్. పట్నంల గొప్పోల్లు హోటల్ల కూసొని ఒకటే తీర్గ ముచ్చట్లు పెడ్తరు. చాయ్ తాక్కుంట యవ్వారాలు జేస్తరు. ఆరామ్‌గ కూసో....గిప్పుడు జెప్పు....నీ పని ఎందుగ్గాలె? ఆరింటికి ఇనిస్పెక్టరు కాడ్కి బోవాలె.....జల్ది జల్ది జెప్పు.....' మాట్లాడడం ఆపి సత్యనారాయణ హడావిడిగా చేతి వాచీ చూసుకున్నాడు.

'ఒకపాలి ఏమయ్యిందనుకున్నవ్. మినిస్టరు సారు నన్ను పిల్పించుకుని అడగబట్టిండు. సత్యనారాయణా, ఈ ఎలచ్చన్ల నే గెలుత్తనా? ఓడిపోతానా?? అని. గిప్పుడైనా సమజైంద నా దమ్మేందో?' నవ్వుతూ సత్యనారాయణ తన గురించి చెప్పుకున్నాడు. అంతలోనే టాపిక్ మార్చి నర్సయ్యను అడిగాడు.

'మందు కొడ్తవ......అట్లయితె, చలో మస్తుగ తాపిస్త.......'

నర్సయ్య సాసర్‌లో చాయ్ పోసుకుని ఊదుకుంటూ తాగుతున్నాడు. ఇంతలో సత్యనారాయణ అతని చేను డాక్యుమెంట్లు తీసి చదవసాగేడు.

'గిప్పుడు జెప్పు. నీకున్న జమీనెంత? ఎంత లోను ఇప్పియ్యాలె?'

'మూడెకరాలుందని నాపెండ్లాం జెప్తది. బిడ్డ పెండ్లికి ఐదువేలు గావాలె. అయిగాక ఇంక అల్లునికి సైకిలు, గడీ కొనియ్యాలె. సుట్టాలందర్కి మంచిగ దావజ్జేయాలె.....'

'అవ్....మల్ల పిల్గాన్కి సైకిలు కొనియ్యక తప్పదన్కో. పెండ్లి అయినాంక జంగల్‌కు పొయ్యి కట్టెలు తేనీకి ఆనికి సైకిలుండాలి గదా మరి. గప్పుడె పెండ్లాం, పిలగాళ్లకు తిండి దొర్కుతది. ఇక గా గడీతో పనేమి?' సత్యనారాయణ అడిగాడు.

‘మంచిగ జెప్పినవ్ సారూ. మేం గరీబోల్లం. గడీ చూస్కొని చేసేడ్ది ఏముంటది? మంచి దినాలెన్నడ్రావ్ మాకి’ నర్సయ్య అన్నాడు బాధగా.

‘అవ్, గివన్నీ దొరల సోకులు. సమజైంద? ఏం, సమజైంద?’

నర్సయ్య తలొంచుకుని సత్యనారాయణ మాటలు జాగ్రత్తగా వింటున్నాడు. పొలం దస్తావేజు కాగితాలను సత్యనారాయణ పరిశీలనగా చూశాడు.

‘ఈ బాయి నీ చేలో ఉన్నది – నీ చేను పక్కమ్మట ఉన్న జమీనెవరిది?’

‘లేదు సారూ.....గది రెడ్డి సాబ్ బాయి. నా షేన్ల బాయుంటే అప్పు కోసం వూరికెల్లి ఇంతదూరంలో ఉన్న ఈ బేంకికి ఎందుకొస్త? మాగ్గూడ బాయి గావాల. గది గన్క లేకుంటె సస్తం సారూ’ నర్సయ్య ఆవేదనగా అన్నాడు.

సత్యనారాయణ బీడీ వెలిగించి దీర్ఘాలోచనలో పడ్డాడు. కొద్ది నిమిషాల తర్వాత ఒక నిర్ణయానికి వచ్చి నర్సయ్యతో అన్నాడు.

‘సరే.... మంచిది. నీకు ఎట్లయిన బేంకిల పైసల్ ఇప్పిస్త. మరి ఒక్క సంగతి యాదుంచుకో. గీ పైసల్ ఎట్లొచ్చినయ్...ఎట్ల ఇప్పిచ్చిన....అని పెశ్నలేసి తక్రారు చేయొద్దు. సమజైంద? ఏం....సమజైంద?.....’

నర్సయ్యకు ఏం మాట్లాడాలో అర్థం కాలేదు. పైసలొస్తాయని తెలియగానే బోలెడంత ఆనందం కలిగింది.

‘తమ్మీ.....ఐదు వేలడుగుతున్నవ్ నువ్వు. నీకు ఏడున్నర వేలు ఇప్పియాల్న......నీకెన్ని పైసల్ గావాల్నొ చెప్పు.......?’

‘గిన్ని పైసల్ ఇచ్చేటోల్లు ఎవల్లు?’ నర్సయ్య కళ్లల్లో ఆశ్చర్యం!

‘ఇంకెవల్లు. బేంకోల్లె ఇస్తరు బయ్...... సత్యనారాయణ ప్లాను ఏసిండంటె పని ఎట్లయిన గావాలె మరి. సమజైంద?’

‘గిన్ని పైసల్‌కు మిత్తి ఎంతయితది?....గప్పుడు యాణ్ణిన్న పది, పన్నెండేల్లు ఎట్టి చేయాల్సి వస్తది’ నర్సయ్య గాభరాగా లెక్కలేసుకుంటున్నాడు.

‘అరె....గదేం గాదు గనీ....నువ్వు ఎవ్వని తాన ఎట్టి చేయనక్కర్లే. నా తానో లేకుంటే, ఏ షావుకారు కాడ్నొ పనిచేయనక్కర్లే. ఈ అప్పు గింతగింత సర్కార్‌కు మల్ల గట్టాలె. గంతే! నీకు అప్పు గావాల్న చెప్పు.......బేంకిల పైసల్ ఇప్పియాల్న. కాని ఒక్క మాట యాదుంచుకో బయ్! నే ఏ యవ్వారం జేసిన నిజాయితీగ చేస్త. మొత్తం పద్హేను వేలు అప్పిస్తరు. అండ్ల నీకు సగం, నాకు సగం’

నర్సయ్యకు ఈ మతలబు ఏమీ అర్థం కాలేదు. అన్నీ అనుమానాలే. ఏమైనా అడిగితే వచ్చే అప్పు ఆగిపోతుందని భయం. నర్సయ్యను మరోమాట మాట్లాడనీయకుండా సత్యనారాయణ అతని చేయిపట్టుకుని అడిగాడు.

'లోను ఇప్పియాల్నా?'

'అట్లనె జేయి' నర్సయ్య మెల్లగా అంటూ తలూపాడు. అతని ఆనందానికి అవధుల్లేవ్. అది అతని మొహంలోనే స్పష్టంగా కనిపిస్తోంది. అంతలోనే అప్పు సంగతి గుర్తొచ్చి కంగారుపడ్డాడు.

'అయితే పదేను వేలు తీస్కొని నేనేం చేస్కోవాలె....?'

సత్యనారాయణ అతని మనస్సులోని భావాలు వెంటనే పట్టేశాడు.

'అరె......గింత పిరికోన్వి నువ్వు. నేనున్న గదే! నీకు భయమేమిటికి? ఒక్క మాట యాదుంచుకో తమ్మీ. అప్పు ఎప్పుడూ సర్కారు తానే తీస్కోవాలె...... ఒకేల గీ దినం నువ్వు అప్పు తీస్కొని రేపు సచ్చిపోయినా గీ బేంకోల్లు నిన్ను పట్టుకోనీకి పైలోకమొస్తరా? తమ్మీ, ఎప్పుడన్న పట్నంల సూశ్నవా? శానమంది అప్పులు తీస్కొని మస్తు మజా జేస్తరు. నిజం చెప్పాల్నా. దునియంత అప్పులు తీస్కొనేటోల్లే మస్తు ఖుషీగ ఉన్నరు. ఊర్ల అప్పులిచ్చే షావుకారు ఏం కమాయిస్తడు? వానికేం దొర్కుతది? ఉల్ట పైసల్ తీస్కున్నోల్ల మజా చూస్తే ఇచ్చినోడు బీపీతో బేజారు గావల్సిందే. సమజైంద.....? జల్ది నీ కాగితాలియ్యి. ఈడనే కూసో ఆరామ్‌గ. గిప్పుడే నీ పని జేపిస్త.....' అంటూ సత్యనారాయణ లేచి బ్యాంకులోకి వెళ్లాడు.

నర్సయ్య అద్దాల కిటికీలోంచి లోపల ఏం జరుగుతోందో గమనిస్తున్నాడు ఆత్రంగా. సత్యనారాయణ మొదట మేనేజర్ వద్దకెళ్లి అతనికి నచ్చచెప్పాడు. తర్వాత క్లర్కులతో మాట్లాడి బయటకొచ్చాడు. నర్సయ్యను వెంటబెట్టుకుని మళ్లీ బ్యాంకులోకి వెళ్లి, కొన్ని డాక్యుమెంట్లపై నర్సయ్యచేత వేలిముద్రలు వేయించాడు. బయటకొచ్చిన సత్యనారాయణ నవ్వుతూ నర్సయ్యతో అన్నాడు.

'సూసినవ సత్యనారాయణ హవా అంటే ఏందో. గిప్పుడైన ఎర్కయింద? ఇగ నీపని అయిపోయినట్లే! పదేను రోజుల్ల నీకు ఐదు వేలొస్తయి. వచ్చే నెల మరో ఐదు వేలిస్తరు. మల్ల నేను మీ ఊర్కి వచ్చెడిది ఉంటది.....మీ ఊర్ల సర్పంచెవలు? ఆనితో గూడ మంచి చేస్కోవాలె, జర అన్ని కలిపియ్! పూర పైసల్ వచ్చినంక అండ్ల సగం నాకియ్యాలె బిడ్డా. సమజైందా? ఇంకో మాట. నీ అల్లునికి గడీగిడీ ఒద్దు. నీ పైసలన్ని ఆగమైతయి. అమ్మో టైమయిపోయిందే....ఇగ నేన్ బోవాలె. సరేగాని... నాకో వందియ్యి......'

'వంద రూపాల్? నాతానెక్కడియి సారూ.....' నర్సయ్య అమాయకంగా అన్నాడు.

'గట్లయితే నీకాడ ఎంతుందో జెప్పు. జేబిల పైసల్ దియ్... అమ్మో ఏమో అనుకున్నాగానీ బలే వుషారున్నవె......పుక్కడ్గ పని చేసిపెట్టాల్న ఏంది నీకు?'

సత్యనారాయణ గద్దింపు వినగానే అతనికి భయమేసింది. నర్సయ్య మొల్లో మడతపెట్టి ఉంచిన యాభై నోటు తీసిచ్చాడు. సత్యనారాయణ దాన్ని జేబులో పెట్టుకుని అన్నాడు.

'మంచిది బయ్. జర్ర యాదుంచుకో, ఇంక యాభై రూపాల్ నాకియ్యాలె నువ్వు. మల్ల పట్నం వచ్చినప్పుడు తీస్కరా.....పద్వేనో తారీకు ఈడికొచ్చి నన్ను కల్వాలె....... సమజైంద? ఏం....సమజైంద? నీ పెండ్లానికి జెప్పు. చట్నీల కారమెక్కువైంది. నోరు మండుతున్నది. మల్లొచ్చినప్పుడు కోడికూర మంచిగొండిచ్చుకుని తీస్కరా. సమజైంద? ఏం.... సమజైంద?..... అరె! అట్జూడు. మీ ఊర్కిబోయే బస్సొస్తోంది. జల్ది ఉర్కురబయ్. ఉర్కు.....'

సత్యనారాయణ మాటలకు జవాబు చెప్పకుండానే నర్సయ్య బస్సు వైపు పరుగులు తీశాడు.

* * *

నర్సయ్య కూతురు బాలమ్మ పెండ్లయిపోయింది. చాలారోజుల తర్వాత అతను తన చెల్కకు వెళ్లాడు. చేను గట్టుపై నించొని పక్కనున్న పొలాన్ని చూస్తున్నాడు. బావి నుండి నీరు చేలోకి పారుతోంది. మళ్లీ తన చేలోకి వచ్చి ఓ మూల కూలబడ్డాడు. బావి ఎక్కడ తవ్వించాలో ఆలోచిస్తూ నేలపై గీతలు గీస్తున్నాడు. ఇంతలో అటువైపు సైకిల్‌పై వెళ్తున్న పోస్ట్‌మేన్ నర్సయ్యను చూసి ఆగి, గట్టిగా పిలిచాడు.

'నర్సయ్యా......ఇగొ నీ పేరుతోని ఒక రిజిస్టరీ వొచ్చింది.......'

అతను ఆశ్చర్యపోయాడు.

'అరె......నాకుత్తరమొచ్చింద? ఎవల్లు పంపిస్రు? జర్ర సదివి శెప్పురి'

'గిది బేంకోల్లు పంపిచ్చిస్రు'

'బేంకి కెల్లి వచ్చింద. నాకెందుకు పంపిస్రు?......'

నర్సయ్య ఇంకా ఆ షాక్ నుంచి తేరుకోలేదు. పోస్ట్‌మేన్ ఆ ఉత్తరాన్ని ఆసాంతం మూడుసార్లు చదివాడు.

'నీ జమీన్ల బాయి తవ్వనీకి నువ్వు బేంకిల తీస్కున్న పదేను వేలు మల్ల కట్టమంటుస్రు. గీ వుత్తరంల గదే ఉంది బయ్.......'

ఆ మాటలతో నర్సయ్యకు కరెంటు షాక్ కొట్టినంత పనైంది. ఆశ్చర్యపోతూ పోస్టమేన్‌ను అడిగాడు.

'ఏంది......నా షెల్కల బాయి తీపిచ్చిన్రా......యాడ? జర్ర మరోపాలి మంచిగ సద్వురి.....'

అతనికి చిరాకేసింది.

'అరె.....మూడుసార్లు సదివితిగద. ఇంక శాన ఇండ్లకు బోయి వుత్తరాలియ్యాలె. పొద్దుగూకులు నీ ఉత్తరమే సదువుకుంటు గూసుంటె గీ ఉత్తరాలు ఎవల్లు పంచుతరు?' పోస్టమేన్ కోపంగా అడిగాడు.

'నా షెల్కల బాయి యాడ తొవ్విన్రు? ఇండ్ల రాసిన్ర??'

'అరె.......నా దమాకు తినకుర బయ్! నీ షేనుల బాయి తొవ్విన్రని గీ ఉత్తరంల రాసిన్రు. దీన్ల బేంకి మేనేజరు, మీ ఊరి సర్పంచ్ దస్కతులున్నయ్.......'

ఇప్పుడు నర్సయ్య నిర్ఘాంతపోయాడు.

'బాయి తొవ్వినట్టు మేనేజరు, సర్పంచ్ అంటున్రు. గమ్మత్తుగుందే.'

నర్సయ్య తలొంచుకుని నేలమీద చూస్తే తాను గీసిన పిచ్చిగీతలే కనిపిస్తున్నాయ్. గుడ్డివాడిలా అతను నలువైపులా వెతకసాగేడు. బావి కనబడకపోయేసరికి అతనికి ఏడుపొచ్చింది. గద్గద స్వరంతో గొణుక్కుంటున్నాడు.

'లేదు.....ఎక్కడా బాయి లేదు. యాడ తొవ్విన్రు?......నా బాయిని ఎవల్లు చోరీ చేసిన్రు?......చెప్పున్రి!'

* * *

నర్సయ్య తీవ్ర ఆందోళనతో గాభరాగా పోలీసు స్టేషన్‌కెళ్లాడు. రుమాలు తీసి వినయంగా సబ్‌ఇన్‌స్పెక్టర్‌కు దండం పెట్టాడు.

'ఏమైంది! ఇట్లొచ్చినవ్?' ఎస్ఐ ప్రశ్నించాడు.

నర్సయ్యకు భయంతో నోరు పెగల్లేదు. తన మాట తనకే వినిపించడం లేదు. అటూఇటూ చూస్తూ అతికష్టంగా చెప్పాడు.

'సారూ.......'

'అవ్..... జల్ది చెప్పు.......' పోలీసాఫీసరు గద్దించాడు.

'సారూ.....నా బాయిని ఎవల్లో చోరీ చేసిన్రు........'

సబ్ ఇన్‌స్పెక్టర్ మొహంలో ఒక్కసారిగా రంగులు మారాయి. మొహం చిట్లించి చిరాగ్గా అడిగాడు.

'ఏం మాట్లాడుతున్నవ్ నువ్వు! బావి చోరీ చేసిన్రన......ఏందిబే వొళ్లు కొవ్వెక్కిందా?!' ఉరిమాడు ఎస్ఐ.

'నిజం సారూ....నా పొలంల బాయి తొవ్వినట్టు బేంకోల్లు జెప్తున్నరు. అది యాడుందొ అవుపడ్తలె......'అమాయకంగా అన్నాడు నర్సయ్య.

'ఏ(మ! బావిని కూడా ఎత్తుకుపోతర ఏంది! ఎవలన్నర్రా నీతో? దిమాకు ఖరాబయ్యిందా?' పోలీసాఫీసరు లాఠీ నేలకేసి కొడుతూ కళ్లెర్ర జేసి పళ్లు కొరికాడు.

ఎస్ఐ ప్రతాపానికి నర్సయ్య గజగజ వణికిపోయాడు. చేతులు కట్టుకుని నేలచూపులు చూస్తూ మళ్లీ ప్రాధేయపడ్డాడు. అతనికి తెలియకుండానే జలజల కన్నీరు కారింది. భుజంపై ఉన్న కండువాతో నర్సయ్య కళ్లు తుడుచుకుని వేడుకున్నాడు.

'అవ్.....జర్ర నా మాట ఇనుకోన్రి! బాయి తొవ్విచ్చినట్టు బేంకి మేనేజరు, సర్పంచి అంతా శెప్తుండ్రు. మరది యేమైందో తెల్వదు! ఎవ్వలెత్కపాయిన్రో యేమొ- జర్రంత షికాయతు రాపించి, నా బాయి నాకిప్పిర్రయి దొర!!' స్ఫుటంగా అన్నాడు నర్సయ్య.

ఆ మాటలువిని నోరెళ్లబెట్టాడు ఎస్ఐ.

గుప్పిట జారే ఇసుక

డిఫెన్స్ కాలనీలో రాజసం ఉట్టిపడేలా, ఎత్తులో కట్టిన ఇల్లది.

ఆ ఇంట్లో ఉన్నదంతా ఇంపోర్టెడ్ ఫర్నీచరే. ఏ వస్తువు ఎక్కడ ఉండాలో దాన్ని అక్కడ అందంగా అలంకరించారు. ఆ ఇంట్లోకి అడుగుపెడితే వాళ్ల సంపద, అభిరుచీ అర్థమవుతాయి.

ఇంటికొచ్చే అతిథుల్ని వారు ఎంతో సాదరంగా ఆహ్వానించి సకల మర్యాదలు చేస్తారు. జోకులేసుకుంటూ సరదాగా వారితో కాలక్షేపం చేస్తారు. వారు కోరుకుంటే స్వర్గమైనా దిగిరావల్సిందే. సర్వసౌఖ్యాలూ సొంతమవుతాయ్.

'కూల్‌గా ఏదైనా తీసుకుంటారా? లేక కాఫీయా?'

'బాదామ్ తీస్కోండి.....'

'పైన్ నట్స్ తీసుకుంటారా....'

'కమలాలు, యాపిల్స్ ఉన్నాయ్.....పోనీ, అవి తింటారా.......'

'మీ కోసం స్పెషల్‌గా బకరా ఫుల్‌రోస్ట్ చేయించా. కాబుల్ నుంచి ఒక వంటవాడ్ని రప్పించా. అలాగే పెషావరీ చిపిలీ కబాబ్, లాహోర్ చెర్గా....కరాచీ కటాకట్.....చేయిద్దాం! మీకిష్టమైన డిష్‌లు చెప్పండి.....చైనీస్ వంటకాలు ఇష్టమా? లేక కాంటినెంటల్ డిషెష్ కావాలా?' మమ్మల్ని గెస్ట్‌లుగా పిలిచిన మా ఫ్రెండ్ హుమా రఫీక్ అందర్నీ పేరుపేరునా అడిగింది. అమెరికన్ స్టయిల్‌లో ఆకర్షణీయంగా మేకప్ చేసుకుని ప్యారిస్ ఇంపోర్టెడ్ సెంటు కొట్టుకుని జిగేల్‌జిగేల్‌మంటూ మా దగ్గరకొచ్చి పాకిస్థానీ సంప్రదాయానికి తగినట్లుగా ఆప్యాయంగా పలకరిస్తోంది.

'అమ్మో, ఇవి చాలు! ఇంకేమొద్దు. నా ఉద్దేశంలో ఇన్ని ఐటెమ్స్ వడ్డిస్తే ఇండియాలో ఆకలితో నకనలాడే ఓ కుటుంబానికి రోజు గడిచిపోతుంది!'

అంతా గొల్లుమని నవ్వసాగేరు.

'ఇక్కడికి కరాచీ క్లిఫ్టన్ బీచ్ బాగా దగ్గరే. భోజనం చేశాక అక్కడికెళ్దాం. హానీ ఐస్‌క్రీమ్ టేస్ట్ చూపిస్తా', పార్టీకి వచ్చిన ఒకావిడ నా భుజంపై చేయేసి ప్రేమగా అంది. ఈ పార్టీలో అతిథులకూ, పార్టీ ఇచ్చేవాళ్లకూ తేడా ఏమీ లేదు. పెద్దాచిన్నా తేడాలు పట్టించుకోకుండా అంతా సరదాగా కలిసిపోయారు.

'ఐస్‌క్రీమ్ ప్రోగ్రామ్ ఇంకో రోజు పెట్టుకుందాంలే...' భయంభయంగా అన్నాను నేను.

'భోజనం చేశాక పాన్ వేసుకోడానికి ఎట్లాగూ అక్కడిదాకా వెళ్లాల్సి ఉంటుంది...' ఒక ప్రముఖ సాహిత్య విమర్శకుడు తన పైప్‌లో పొగాకు నింపుతూ అన్నాడు.

పాకిస్థాన్‌లో ప్రసిద్ధ కవులూ, రచయితలూ, సాహితీవేత్తలూ, విమర్శకులూ పాల్గొంటున్న ఇష్టాగోష్ఠి సమావేశమిది. ఆహ్లాదకరమైన వాతావరణంలో అనేక విషయాల గురించి వారంతా మనసువిప్పి మాట్లాడుకుంటున్నారు. వారి పలకరింపుల్లో ఎంతో నమ్రత, మర్యాద కనిపిస్తుంది. ఎవరి అభిప్రాయాలు వారికున్నా ఎదుటి వాళ్లని నొప్పించకుండా అంతా ఆత్మీయంగా చర్చించుకుంటున్నారు.

శాలువా కప్పుకుని ఉన్నిటోపీతో బక్కపలచని ముసలాయన నా దగ్గరికొచ్చాడు.

'మీరంతా తప్పకుండా క్లిఫ్టన్ బీచ్‌కెళ్లండి...' అతను తన గురించి చెప్పుకోకుండానే నాకు సలహా ఇచ్చాడు.

'అక్కడి నుంచి చూస్తే దూరంగా సముద్రం కనిపిస్తుంది. ఇంకా తిన్నగా వెళితే సముద్ర తీరం వస్తుంది. బీచ్‌కి వెళ్లి ఇసుకలో నిలబడితే చాలు....కెరటాలు వచ్చి మన కాళ్లను తడిపేస్తాయ్...'

అప్పుడు అతనివైపు తిరిగా నేను........

'ఇండియా నుంచి ఇక్కడికి మీరెప్పుడొచ్చారు?'

ఈ తరం వృద్ధులు తమ మధురమైన బాల్యాన్ని అక్కడ వదిలేసి వచ్చారు. ఇపుడు ఎగసిపడే కెరటాలలో మళ్లీ ఆనాటి పాత జ్ఞాపకాల్ని నెమరువేసుకోడానికి సముద్రతీరానికి వస్తుంటారు.

'అరె బీబీ... వాళ్ల సంగతులేవీ నాకు గుర్తుకులేవ్. అన్నీ కాలక్రమంలో మరుగునపడ్డాయ్'

ఆయన నెమ్మది నెమ్మదిగా చెబుతున్నారు. అస్తమానూ ఖళ్‌ఖళ్‌మని ఊపిరిసలపని దగ్గుతో ఛాతీపట్టుకుని కుర్చీలో కూలబడిపోతున్నారు.

'ఆయన, మా ఫాదరిన్లా... హార్ట్ పేషెంట్...' మాకు పార్టీ ఇస్తున్న హుమా నా దగ్గరకొచ్చి చెవిలో గొణిగింది.

'హైదరాబాద్ నుంచి ఓ రైటర్ వచ్చారని వినగానే మీతో మాట్లాడడానికి ఏకంగా మంచం మీంచి నేరుగా ఇలా వచ్చేశారు......!'

'ఏంటి.....! గతంలో హైదరాబాద్‌లో ఉండేవారా మీరు.......?'

'అవునండి...'

'హైదరాబాద్‌లో మీ ఇల్లెక్కడ.....?'

'నాంపల్లి స్టేషన్‌కు ముందు, పబ్లిక్ గార్డెన్స్‌కు కుడివైపు నిహారీ కుల్చా షాప్ దగ్గర డాక్టర్ చంద్రభాన్ క్లినిక్ ఉండేది. ఆయన చెయ్యిపడితే చాలు, ఎలాంటి జబ్బయినా ఇట్టే ఎగిరిపొయ్యేది. అల్లా ఆ డాక్టర్‌కు అంతటి గొప్ప శక్తి ఇచ్చాడు!'

మాట్లాడేటప్పుడు ఆయన ఆయాసపడుతున్నారు. కొన్ని మాటలు సైగలతో చెప్పే ప్రయత్నం చేస్తున్నారు.

'ఇపుడు కూడా ఆ క్లినిక్ ఉందా?'

'ఆహా! ఆ క్లినిక్ నడుస్తోనే ఉంది. డాక్టర్ సాబ్‌ను తరచుగా చూస్తుంటా నేను......'

'అచ్ఛా.....? మీరాయన్ని ఈమధ్య కాలంలో చూశారా? బాగానే ఉన్నారా.......?'

ఆయన నా దగ్గరకొచ్చి చాలా ఆసక్తిగా అడిగారు.

'ఒకవేళ మీరెపుడైనా డాక్టర్ చంద్రభాన్‌ని కలిస్తే నా సంగతి చెప్పాలి. నాకు హార్ట్ ఎటాక్ వచ్చింది. ఎంతమంది అలోపతి డాక్టర్ల చుట్టూ తిరిగినా నయం కాలే. 'ఖమీరహ్‌గావ్ జబాన్ జవాహర్‌వాలా' యునానీ మందు నాకు పంపమని హకీమ్‌సాబ్‌కి చెప్పండి.'

'మీరే హైదరాబాద్‌కి రారాదూ? చక్కగా వైద్యం కూడా చేయించుకోవచ్చు......'

'వద్దొద్దు, అట్లాంటి మాటలు మాట్లాడకు బీబీ......' ఆయన తన పిల్లలవైపు చూస్తూ నెమ్మదిగా అన్నారు.

'మేం ఇక్కడికి రావడమే గానీ మీరెపుడూ ఇండియా రారేం?' భోజనం చేస్తుండగా నేను రఫీక్ సాబ్‌తో అన్నా.

'ఒకసారి హైదరాబాద్ తనివి తీరా చూసి రావాలన్నది ఎప్పట్నుంచో నాకున్న కోరిక. అబ్బా పుట్టిన సిటీ అది. అయితే నేను ఆర్మీలో ఉన్నాను కాబట్టి ఇండియా వెళ్లడానికి వీసా రాదు' హుమా భర్త వివరించాడు.

'అందుకే హైదరాబాద్‌ను ఇక శాశ్వతంగా మర్చిపొమ్మని అబ్బాకు చెపుతుంటాం.....' అన్న అతని మాటలు విని 'మా పిల్లలు పిచ్చోళ్లు, సన్నాసులు!' కోపం ఆపుకోలేక తన చేతికర్రను నేలకేసి కొట్టారు పెద్దాయన.

'అరె, బేటే.. నన్ను నేను మర్చిపోవడం తప్ప నా దగ్గర గుర్తుంచుకునేందుకు ఏమీ మిగల్లేదు'

ఆ మాటలు విని అంతా మౌనంగా ఉండిపోయారు. రఫీక్ సాబ్ నా వైపు తిరిగి వాళ్ల అబ్బా పరిస్థితి బాగా తేడాగా ఉందని సైగలు చేశారు.

తర్వాత వారంతా కబుర్లలో మునిగిపోయారు. పాత జ్ఞాపకాలలో వారికి టైమే తెలియలేదు.

'అబ్బాజాన్... పదయ్యింది... ఇక మీరు పడుకోండి...' ఆయన కోడలు సున్నితంగా చెప్పింది.

ఇంతలో ఓ నౌకరు ఆయన్ని లేపేందుకు వచ్చాడు. అతని చేతిని గట్టిగా విసిరికొట్టి ఆ పెద్దాయన నన్నడిగారు.

'మళ్లీ మీరు ఎపుడొస్తారు ఇక్కడికి? మీతో కొన్ని విషయాలు మాట్లాడాలి.......'

'రెండు మూడు రోజుల తర్వాత, ఈ కాలనీలోనే ఓ ఫ్రెండ్‌ని కలిసేందుకు వస్తా. అపుడు ఇక్కడికి కూడా వస్తాగా......'

'మీరు ఒంటరిగా ఎక్కడికీ వెళ్లొద్దు సుమా! మేం మిమ్మల్ని కావల్సిన చోటుకి తీసుకెళ్తాం' కరాచీలోని ప్రసిద్ధ విమర్శకుడు ఒకరు నాతో అన్నారు.

'లాలూ వ్యవసాయ మార్కెట్‌కు పొద్దునే ఎవరో నిప్పుపెట్టారట. మార్కెట్ ఇంకా తగలబడుతోంది'

'జనాలకు కోపం వస్తే చిటికెలో దేన్నయినా తగలబెడతారు.....'

'ఈ మంటలు ఎపుడు ఆరతాయో.....ఎలా ఆరతాయో.....ఎవరికీ తెలియదు'

అంతా మౌనం దాల్చారు.

'మీ అబ్బా గొప్ప షాయిరీ చెబుతారనుకుంటా. ఇపుడొస్తే ఆయన కవితలు కూడా వినొచ్చు కదా'

'కవితలూ, గివితలూ నేనేం రాయను. ఒట్టి చెత్త రాస్తా......' పెద్దాయన నొచ్చుకున్నట్లున్నారు.

* * *

ఓ వారం తర్వాత హుమా రఫీక్ నుంచి ఫోనొచ్చింది.

'మీరంతా బాగా బిజీగా ఉండి ఉంటారు. మా మామగారి హెల్త్ బాలేదు. మీరెపుడొస్తారంటూ పదేపదే అడుగుతున్నారు. ఫోన్ చేసి అడగమని ప్రాణం తీస్తున్నారు......'

'ఈ రోజే......ఇపుడే వస్తున్నా....." బాధగా అన్నా.

పోర్టికోలో హుమా నించుంది.

'సారీ... ఆడ్ టైమ్‌లో మీకు ఫోన్ చేసి ఇబ్బందిపెట్టా. ఏమనుకోవద్దు. కదలకుండా బెడ్‌రెస్ట్ తీసుకోమని డాక్టర్ చెపుతున్నా ఆయన మామాట అస్సలు వినడం లేదు. మిమ్మల్ని తీసుకురమ్మని ఒకటే పోరు పెడుతున్నారు.'

గది అంతా కర్టెన్ తెరలున్నాయ్. ఖురాన్ పెట్టెపై పవిత్ర ఖురాన్, జపమాల ఉన్నాయి. పుస్తకాల షెల్ఫ్‌లో ఉర్దూ, ఫార్సీ కవుల కవితా సంపుటాలున్నాయి. మంచానికి తలవైపు కులీ కుతుబ్‌షా కవితా సంపుటిని పెట్టారు. చార్మినార్ పాతచిత్రం ఉన్న కేలండర్‌ని గోడకు తగిలించారు. ఆయన తల దగ్గర టేబుల్‌పై బోలెన్ని మందులున్నాయి.

డాక్టర్ చంద్రభాన్ గురించీ, నాంపల్లి మార్కెట్ ముచ్చట్ల గురించీ మాత్రమే ఆయన నాతో మాట్లాడాలనుకుంటున్నారనీ నాకు తెలుసు. నన్ను చూడగానే ఆయనకి ప్రాణం లేచొచ్చింది. ఆనందంతో మంచంమీంచి లేచి కూచున్నారు.

'డాక్టర్ సాబ్‌కు మీ పరిస్థితి వివరంగా చెప్పి మీరడిగిన మందు తప్పకుండా పంపిస్తా' ఆయనకెదురుగా కుర్చీలో కూచుని భరోసాగా చెప్పా.

'వద్దు బీబీ.....ఒక్కసారి మందు పంపిస్తే ఏమయినట్టు' ఆయన చేతులెత్తి వద్దన్నట్టు చెప్పారు.

'కులీ కుతుబ్‌షా గొప్ప కవి!' ఆయనతో మాటలు కలిపేందుకు టాపిక్ మార్చా. ఊహించినట్టే ఆయన మొహంలో ఆనందం కనిపించింది.

'సరేకానీ, పురానా పుల్ ఎందుకు కట్టారో మీకు తెల్సా.....?'

'తెలీదు....'

'కులీ కుతుబ్‌షా యువరాజుగా ఉన్నప్పుడు అర్ధరాత్రి మూడోకంటికి తెలీయకుండా ఒకరిని కలిసేందుకు వెళ్లేవాడు. ఓ రోజు భారీ వర్షం పడి మూసీ నది ప్రవాహం పెరగడంతో యువరాజు గుర్రంపైనుంచి నదిలో పడిపోయాడు. దాంతో నదిపై వెంటనే వంతెన కట్టాల్సిందిగా మర్నాడే మహారాజు ఆదేశాలిచ్చాడు.'

'ఆ కథ చాలా బాగుంటుంది' నవ్వుతూ అన్నాను నేను.

'ఇవన్నీ పాతకాలం ముసలోళ్లు చెప్పే కతలు బీబీ......' ఆయన చేతిలోని పుస్తకాన్ని మూసేసి అన్నారు.

'ఒకపుడు ఊళ్లను కలపడానికి నదులపై వంతెనలు కట్టేవారు. ఏంటో... ఇపుడు ఇలాంటి బ్రిడ్జిలను కూల్చేస్తున్నారు'

'నేనిక్కడికొచ్చేముందు కూడా డాక్టర్ చంద్రభాన్ క్లినిక్‌కి వెళ్లా' ఆయనకిష్టమైన విషయాన్ని మళ్లీ కదిపా.

'ఈ వయసులో కూడా ఆయనింకా క్లినిక్‌కు వస్తున్నారా? బహుశా బాగా పెద్దవాడయిపోయి ఉంటారు' ఆయన సాలోచనగా అన్నారు.

'వాళ్లంతా పాతకాలంనాటి వాళ్లు. ఆనాటి ఎన్నో ముచ్చట్లు గుర్తుకొస్తుంటాయ్. అప్పట్లో అక్కడ నిఫాసత్ జంగ్ నవాబు దేవిడీ ఉండేది. దేవిడీకి పోవాలని జట్కా వానికి చెబితే చాలు....వాడు సీదా తీసుకుపోయేవాడు...'

'మీ తాతగారికి దేవిడీ ఉండేదా...?' నేను మెల్లగా అడిగా.

'మా తాతగారా...లేదు బీబీ...అప్పట్లో ఆయనో సాదాసీదా ప్లీడరు. నిఫాసత్ జంగ్ మనవరాలు చాంద్‌పాషాఉండేది కదా...చుట్టరికం చెప్పాలంటే, ఆమె....మామేనత్తకు ఆడపడుచుకి కూతురి వరస అవుతుందన్నమాట...!'

ఆ వృద్ధుని మొహంలో మారుతున్న రంగులను ఎంతో ఆసక్తిగా గమనించసాగేను.

'ఆమె చాలా అందంగా ఉండేది. ఆ పిల్ల చేసే అకతాయి పనులు అన్నీ ఇన్నీ కావు. మా ఇంటికొస్తే పచ్చి దానిమ్మ కాయలు తెంపి విసిరిగొట్టేది. కొబ్బరి చెట్టెక్కి కొబ్బరికాయలు తెంపనా అని నన్నడిగేది......' ఆయన చెపుతూ, అతి కష్టంమీద నవ్వేందుకు ప్రయత్నించారు. కాని దగ్గు తెరలుతెరలుగా అడ్డుపడింది.

నేను మౌనంగా వింటూ కూచున్నాను.

'నేను బీఏ పాసైన రోజుల్లోనే పోలీస్‌యాక్షన్ షురూ అయ్యింది. మా కుటుంబమంతా పాకిస్థాన్ తరలిపోయింది. 'బేటా, సామానంతా సర్దేసేయ్! ఇక్కడి నుంచి పోదామని' అబ్బా చెప్పారు....కానీ, ఇక్కడినుంచీ వెళ్లడానికి వీల్లేదంటూ చాంద్‌పాషా నన్ను ఆపేసింది. ఆ సంగతులన్నీ ఇపుడు మీకెట్లాచెప్పేది?' మధ్యలో ఆపి మళ్లీ మొదలుపెట్టారాయన.

'మా ఇల్లంతా ఖాళీ అయ్యింది. అంతా పాకిస్థాన్ వెళ్లిపోయారు. నేనింటి కొచ్చేసరికి ఎలాంటి అలికిడీ లేదు....జ్ఞాపకాలు కూడా తుడుచుపెట్టుకుపోయాయ్. ఇంట్లో ఏమీ మిగల్లేదు. నా అడుగుల చప్పుడే దెయ్యంలా వెంటాడుతూ నన్ను భయపెడుతుండేది. అంతే......ఒక్క ఉదుటున రైల్వే స్టేషన్‌వైపు పరుగుతీశా. అప్పటికే రైలు బయలుదేరింది. కదిలే ట్రైన్ ఎక్కడంలో నా కాలుజారింది....నేను కిందకి జారిపోతుండగా ఏదో అదృశ్య శక్తి నన్ను పైకి లాగినట్లనిపించింది. అంతే...ఆరోజు నుంచీ నాలో ఒకరకమైన సెంటిమెంట్ బలపడింది. జీవితంలో దెబ్బతిన్నపుడల్లా......ఎవరో ఒకరు ఆదుకుంటారన్న గట్టి నమ్మకం కలిగింది.......ఏదో ఒక పక్షంలో చేరిపోతే నిశ్చింతగా ఉండొచ్చు!' ఆయన మాటల్లో ఉదాసీనత పరుచుకుని వుంది.

* * *

అంతలో, ఎవరో వెక్కివెక్కి ఏడుస్తుండడం విని నేను తలెత్తి చూశాను. ఎదురుగా నించున్న బక్కపలచని బెంగాలీ నౌకరు కళ్లు తుడుచుకుంటున్నాడు. పాకిస్థానీ ఇళ్లల్లో పాచిపనులు చేసే ఆడాళ్లూ, వంటలు చేసే కుర్రాళ్లలో ఎక్కువమంది బెంగాలీలే ఉంటారు.

'సాబ్.....మారుపేరుతో అయ్యగారికి పాస్‌పోర్టు తీసుకుని వీసా తెప్పిద్దామా?' నెమ్మదిగా అన్నాడు ఆ నౌకరు. 'మా బామ్మర్ది ఇదే దందా చేస్తాడు. ఒక్కో వీసాకి రెండువేలు తీసుకుంటాడు' బెంగాలీబాబు తలొంచుకుని నా చెవిలో గొణిగాడు.

'వాహ్! సూపర్ ఐడియా' నేను ఆనందంతో చప్పట్లు కొట్టాను.

'ఈ ఐడియా బావుంది. మారుపేరుతో తీసుకున్న వీసాపై మీరు హైదరాబాద్ వచ్చి ఎంచక్కా ఎంజాయ్ చేయండి. పురానాపుల్ నుంచి నిఫాసత్ జంగ్ దేవిడీకి వెళ్లండి. ఇపుడు హైదరాబాద్ రూపురేఖలు పూర్తిగా మారిపోయాయ్. అన్ని రాష్ట్రాల వాళ్లూ ఆ సిటీకొచ్చి ఉంటున్నారు. ఇప్పుడు అక్కడ మిమ్మల్నెవరూ గుర్తు పట్టరు.' అన్నాను నేను.

'ఏంటి? ఇపుడు అక్కడ నన్నెవరూ గుర్తు పట్టరా...?' ఆయన తలొంచుకుని చాలా ఆశ్చర్యంగా అడిగారు.

మా ఇద్దరి మధ్యా ఎన్ని క్షణాలు యుగాలుగా మారి బరువుగా సాగిపోయాయో!

ఆయనకివ్వడానికి గానీ, నేను పుచ్చుకోడానికి గానీ మా మధ్యనేమీ మిగల్లేదు.

చాలాసేపు గడిచిన తర్వాత, నేనింకా అక్కడే ఉన్నానన్న సంగతి ఆయనకు గుర్తుకొచ్చింది.

'ఇంతకీ క్లిఫ్టన్ బీచికెళ్లారా మీరు.......?'

'ఆఁ వెళ్లాలెండి...' పచ్చి అబద్ధం చెప్పా.

'పెద్ద పెద్ద కెరటాలు మిమ్మల్ని తడిపేసి ఉంటాయే...?' ఆయన ఎంతో ఆనందంగా అన్నారు.

'అవునవును...... అబ్బెబ్బే కాదు....... ఇంతకీ ఏం జరిగిందంటే......'

'నేను కూడా చాలాసార్లు వెళ్లాలెండి......అయితే, కెరటాలెప్పుడూ తీరందాకా రాలేదు...... ఎండకు ఎండి మలమల మాడుతున్న ఇసుక తిన్నెలపై అట్లాగే నిలబడి వెనక్కొచ్చేశా...'

అంతలోనే డాక్టర్ చెప్పిన విషయమేదో సడెన్‌గా గుర్తుకొచ్చినట్లుంది – ఆయన ఓ ట్యాబ్లెట్ తీసుకుని నాలిక్కింద పెట్టుకుని, తల మరోవైపు తిప్పేశారు.

ఈ దారి ఎక్కడికి?

ఈ దారిన ఎవరూ వెళ్లడానికి లేకుండా రోడ్డు మూసేశారు!

పాపంలా పెరిగిపోతున్న నేరాలనూ, ఘోరాలనూ కంట్రోలు చేయాలనీ, నిరుద్యోగాన్ని అదుపు చేయాలనీ ముఖ్యమంత్రిగారు తెగ ఆలోచిస్తున్నారు. అందుకే ఆయన ఇంకొంత మందికి మంత్రి పదవులు ఇచ్చే పనిలో పడ్డారు. సీఎంగారు అసెంబ్లీ వైపు వెళ్లే హడావిడిలో ఉన్నారు.

ఆయన కోసమే ట్రాఫిక్‌ను ఆపేశారు.

ఎలక్ట్రిక్ స్తంభంపై లైటు ఏదో రాక్షసి మాదిరిగా మినుకుమినుకుమంటూ వెలిగి ఆరుతోంది.

ఈ రోడ్డుపై ట్రాఫిక్‌ను ఎప్పుడు వదుల్తారో ఏంటో.....?

చెవులు చిల్లుపడే వాహనాల రణగొణధ్వని. రోడ్డంతా కార్లు, స్కూటర్లు, ఆటోలు, పాదచారులతో కిక్కిరిసి పోయింది. ట్రాఫిక్ పోలీసుల సిగ్నల్ కోసం జనాలు చాలా అసహనంగా ఎదురుచూస్తున్నారు. స్కూలుకెళ్లే పిల్లలు బండెడు పుస్తకాల బ్యాగును మెడకు తగిలించుకుని రెడీగా నిలబడ్డారు. ఇటికలమూట నెత్తికెత్తుకున్న కూలీలు.....సరుకులు కొనుక్కుని ఇంటికి తీసుకుపోతున్న ఆడాళ్లు......లేని ఓపికను తెచ్చుకుని ఊతకర్రతో అతి కష్టంగా నించున్న ముసలాళ్లు.......

'మున్నీ, మన పరీచ్చ తొమ్మిది గంటలకే షురువైతది.....' ఒక పిల్లాడు తన అక్కతో గాభరాగా అన్నాడు.

'లేటయితె టీచర్ మనకు పేపర్ గూడ ఇయ్యదు' మున్నీ ఏడుస్తూ తమ్ముడిని చేయిపట్టుకుని ముందుకు తీసుకెళ్లింది.

స్కూలు పిల్లలంతా ఒకరి చేయి మరొకరు పట్టుకుని ముందుకు నడుస్తున్నారు. ట్రాఫిక్ కానిస్టేబుల్ లాఠీతో కర్రసాము చేస్తూ వారిని వెనక్కి నెట్టేస్తున్నాడు.

128 గుప్పిట జారే ఇసుక

'గట్ల సూడు. రెడ్‌లైట్ గండ్లబడ్త లేదా?' గద్దించాడు కానిస్టేబుల్ లాఠీ గాలిలో ఊపుతూ.

'గని మాకిప్పుడు ఎగ్జాముంది అంకుల్!' పిల్లలంతా ఏడుపు లంఘించుకున్నారు.

అంతలో అక్కడే ఉన్న ఓ జులపాలరాయుడు కలగజేసుకుని 'గా పిల్లలను ఇడ్వొచ్చు గదా' అంటూ కానిస్టేబుల్‌కి సలహా ఇచ్చాడు. ఆ యువకుడు సిటీలోని ఓ గిటార్ ఆర్టిస్ట్.

'పది గొట్టంగ టివి ప్రోగ్రామున్నది. నేను గూడ బోవాలె.' అన్నాడా గిటార్ ఆర్టిస్ట్. అతను ముందుకురికేందుకు ప్రయత్నించినపుడల్లా కానిస్టేబుల్ లాఠీకి పనిచెప్పి వెనక్కి తోసేస్తున్నాడు. అదే టైముకి ఓ స్కూటరిస్టు అందర్నీ నెట్టుకుని హీరోలా ముందుకు దూసుకుపోయేందుకు యత్నించాడు. కానిస్టేబుల్ అడ్డంగొట్టడంతో అతను ఒక పల్టీ కొట్టాడు. ఆ కుర్రాడు స్కూటర్ కింద పడ్డాడు. తలకు గట్టి దెబ్బ తగలడంతో రక్తం కారుతోంది. చుట్టూ జనాలు పోగయ్యారు. అరుపులూ, కేకలతో అంతా గందరగోళం! కోపంతో వారంతా కానిస్టేబుల్‌ను పట్టుకుని కొట్టేందుకు వెంబడించడంతో అతగాడు క్షణాల్లో అక్కడి నుంచి మాయమయ్యాడు. కన్నుమూసి తెరిచేలోగా ఆ కానిస్టేబుల్ విజిలేసుకుంటూ మరికొంతమంది పోలీసులను వెంటేసుకొచ్చి దెబ్బలు తగిలిన వ్యక్తి నుంచి వంద రూపాయల చలానా వసూలు చేసి మరీ విడిచిపెట్టాడు!

'నేను ఢిల్లీకి బోవాలె. ఏపి ఎక్స్‌ప్రెస్ ఎక్కాలె. జల్ది బోనీయ్ బయ్!' ఆటోలో ఉన్న ఓవ్యక్తి టెన్షన్‌తో అన్నాడు.

'మీరు యాడ్కి పోలేరు! సీఎం సారొచ్చేదాకా ట్రాఫిక్‌ను ఇడిసే సవ్వాలే లేదు.' గుర్తొచ్చినపుడల్లా విజిలేస్తూ కానిస్టేబుల్ తెగేసి చెప్పాడు.

'గీ తొవ్వ ఎటు బోతది బయ్?' హోండా కారులోంచి తల బయటపెట్టి ఓ పెద్ద మనిషి పక్కనే ఉన్న రిక్షావాడ్ని అడిగాడు.

'గిప్పుడయితే ఏడికీ పోదు సారూ....' రిక్షావాడు విసుగ్గా అన్నాడు.

'సీఎం పోయినంక ఎర్కయితది....ఏ రోడ్డు ఎట్ల పోతదో....?'

'అన్నా, జర మమ్ముల్ని పోనియ్యే. నా బిడ్డని కాన్పుకి జల్దీ దవాఖానకి తీస్కపోవాలి.' ఆటోలో కూచున్న ఓ మహిళ ఏడుస్తూ కానిస్టేబుల్‌తో మొత్తుకుంది.

'అరె! వాల్లను వదిలిపెట్టు బయ్. ఆమె దవాఖానకు పోవాలె' పక్కనే ఉన్న స్కూటరిస్టు అన్నాడు.

'ముంగట మస్తుమంది పిల్లగాళ్లున్నరు. వాల్లు పొయ్యేందుకు తొవ్వ లేదు'

'ఓ... బాబూ.... ఈ కుంటోనికి, దీనుడికి ఒక్క రూపాయ్ దానం చేయుండ్రి. పొద్దుగాల నుంచి ఆకలయితంది. అల్లా మీకు వేలకువేలు ఇస్తడు' ట్రాఫిక్ మధ్యలో చక్రాలపీటపై కూచుని హృదయం ద్రవించేలా ఓ బిచ్చగాడి ఆక్రోశం.

ఒక పెద్ద మనిషి వెంటనే పర్సు తీసి అతని చేతిలో రూపాయి పెట్టాడు. ఆ ముష్టివాడు ఆయనకు సలాం చేస్తూ అనేక దీవెనలిచ్చాడు.

ఇదంతా పక్కనుంచి గమనిస్తున్న ఓ చిన్న పిల్ల తన తల్లిని అమాయకంగా అడిగింది. 'అల్లా బిచ్చగాడి ప్రార్థనలు ఇంటడా? అట్లయితే మరి వేలకు వేలు ఇమ్మని బిచ్చగాడు అల్లానే అడగొచ్చుగదా! ఎందుకడగ లేదు?'

దీనికి ఆమె నుంచి ఎలాంటి సమాధానం రాలేదు.

'వామ్మో, నాకు చక్కర్ వొస్తున్నది. బీపీ పెర్గుతున్నది. ట్రాఫిక్ ఎన్నడు ఇడుస్తారో ఏందో.....?' ఓ ముసలాయన తన పక్కనే ఉన్న గిటార్ కుర్రాడి భుజాలపై తలాన్చి కళ్లు మూసుకున్నాడు.

'సాబ్, మీ ఇల్లేడ....? నే తీస్కపోత....' పక్కనే ఉన్న ఆటోవాడు ఎంతో జాలిగా అడిగాడు.

'అవ్, నా ఇల్లెక్కడ? గది నా ఇల్లేనా? గిదే ముచ్చట సోచాయిస్తూ ముప్పయి ఏండ్లు గుజ్రాయించినై. నా ఇంటికి తొవ్వ నాకే ఎర్కలే...నువ్వెట్ల తోల్కబోతవ్...?' ఆ పెద్దమనిషి శూన్యంలోకి చూస్తూ నిర్వేదంగా అన్నాడు.

'అరే, గీయనో పాగల్ తీర్గ ఉన్నదు!' గిటార్ యువకుడివైపు చూసి ఆటో డ్రైవర్ నవ్వుతూ అన్నాడు.

'ట్రాఫిక్ ఎపుడు ఇడ్సిపెడ్తరు? మనం ఎంతసేపు ఈడ గిట్ల నిలబడాలె?'

స్కూలు పిల్లల్లో ఆందోళన పెరిగింది. వారంతా పక్కనే ఉన్న ఒక ముసలి కూలీని గమనించారు. నెత్తిపై ఇటికల మూటను అతను మోయలేక మోస్తున్నాడు. ఆ మూటకు కట్టిన తాడును చేతికి చుట్టుకున్నాడు.

'బేటా.....తొవ్వెప్పుడు ఇడుస్తరు? మనం పోయేదెపుడు? ఇగో....నన్ను సూడు! ఈడికి రాబట్టి చానసేపయ్యింది. ఇంత బరువు నిలువకాళ్లపై మోయలేక సస్తన్న'

పిల్లలు బోలెడంత ఆశ్చర్యంగా కన్నార్పకుండా అతనివైపే చూస్తున్నారు. ఓ పిల్లాడు తన అక్కతో అన్నాడు.

'మున్నీ...మనంగూడ ఈడ గంటలు గంటలు గిట్ల నిలబడితె గాయిన లెక్క ముసలోల్లం అయిపోతమా?'

'ట్రాఫిక్ పోలీసులు మనలను ఇంకో గల్లిల కెల్లి పోనిస్త లేరు'ఓ సైకిలిస్టు అసహనంగా అన్నాడు.

'ముఖ్యమంత్రి వొస్తున్నరు. అందుకే రోడ్ల పక్కన చెట్లూచేమలూ తీసి పారేసెతందుకు ట్రాలీ దెచ్చిండ్రు. ఫుట్‌పాత్‌పై పడుకునే గుడ్డోళ్లూ, కుంటోళ్లూ, బిచ్చగాళ్లనూ ఎల్లగొట్టి ఆడ సాఫ్ జేస్తున్నరు'

'గీ దినం రోడ్లను గీతీర్గ క్లీన్ చేస్తున్నారెందుకు మమ్మీ....? సీఎంగారొస్తే రోగాలొస్తాయా....?' ఒక చిన్న పిల్ల అడిగిన ప్రశ్నకు చుట్టుపక్కలవారు పకాల్న నవ్వారు.

ఇంతలో సర్కారీ వాహనం ఒకటి అక్కడికి రావడంతో జనాలు బెరుకుబెరుకుగా వెనక్కి తగ్గారు. ఆ ట్రాఫిక్‌వాహనం వెళ్లిపోవడంతో కానిస్టేబుల్ విజిలేస్తూ దాని వెనకే పరుగెత్తాడు. కారున్న ఒకాయన కానిస్టేబుల్ని పిలిచి అతని చేతిలో ఏదో పెట్టాడు. క్షణాల్లో ఆ కారు పొగ చిమ్ముతూ అందరూ చూస్తుండగానే ముందుకు దూసుకుపోయింది. వెంటనే...హారన్ మోగిస్తూ ఒక మహిళ కారులో అక్కడికి వచ్చింది. కానిస్టేబుల్ గట్టిగా విజిలేస్తూ ఆమె కారునూ అటకాయించాడు.

'మేడమ్! రోడ్ బందయ్యింది. కండ్లబడ్తలె?......'

'నేను గిప్పుడు ఒక పార్టీకి బోవాలె. జరుగు. నేనెవ్వరో నీకెర్క లేదు! నేనొక పవర్‌ఫుల్ పార్టీ లీడర్‌ను. అర్జెంట్ మీటింగ్‌కు బోవాలె. ఇగో...నా విజిటింగ్ కార్డు' అంటూ ఆమె జబర్దస్తీగా చెప్పింది.

'గని సీఎం సారే తొవ్వ బంద్‌బెడ్తె మీరే పార్టీ దావత్‌కు పోతరు మేడమ్‌జీ.....జెర సోచాయించుండ్రి....' గిటార్ యువకుడి మాటలకు పక్కన ఉన్న వారంతా పగలబడి నవ్వారు.

కానిస్టేబుల్, మేడమ్ కారువిండోలో తలపెట్టి నసిగాడు. ఆమె అతని చేతిలో ఏదో ఉంచింది. క్షణాల్లో కారు రాకెట్‌లా దూసుకుపోయింది!

'ఓ...అల్లా.....నా అల్లా......నాకు తొవ్వ సూబెట్టు. గీ బర్వులు మోసుకుంట ఎంతసేపు గిట్ల నిలబడాలె?' నెత్తిమీద కట్టెల మోపు, చంకలో బిడ్డ నెత్తుకుని ఒకామె వెక్కివెక్కి ఏడుస్తోంది.

'ఎందుకు గంతగనం ఏడుస్తున్నవమ్మా?' గిటార్ యువకుడు ఆమెకు సర్దిచెప్పేందుకు యత్నించాడు. ఆమె పిల్లాడ్ని తన ఒళ్లోకి తీసుకున్నాడు.

'నువ్వు బిల్వంగనే ట్రాఫిక్ క్లియర్ జేసెతందుకు అల్లా వస్తడా ఏంది?'

'అరె....అల్లా మనకు తొవ్వ సూపించెతందుకు ఒక పున్యాత్ముని బంపొచ్చు గదా....' ఆమె ఆందోళనతో అంది.

'మౌల్వీసాబ్, గీమె ఏమంటున్నదో జెర ఇనుండ్రి' గిటార్ ఆర్టిస్టు పక్కనే ఉన్న ఓ కుర్రాడు మౌలానాతో అన్నాడు. ఆ పెద్దాయన ఆగ్రహంతో ఆమె వైపు చూశాడు.

'అవ్....గిప్పుడు మీకు అల్లా యాద్‌కొస్తడు. మీరందరు కుత్కెల దాంక దాగుతరు. అబద్ధాలు చెప్తరు. నోటికొచ్చిన తిట్లు తిడతరు. నమాజు చేయనే చేయరు. అల్లాను యాజ్జెస్కోరు' అక్కడ పెద్ద సంఖ్యలో ఉన్న జనాలను చూసి మౌలానా చిన్న ఆధ్యాత్మిక ప్రసంగం చేశారు.

'మౌల్వీ సాబ్! జరసేపు ఖామోష్ ఉంటర?' ఆమె వెనకే నిలబడ్డ ఒక కూలీ కోపంగా అన్నాడు.

'మీకు, మాకు చాన ఫరక్ ఉంటది. మీరంత కడుపు నిండ తింటరు. వజూ చేయనీకి నీల్లు దొర్కుతయి. మంచిగ బట్టలేసుకుని నమాజుకు బోతరు. మా గతి ఏందో ఒక్కపారి వచ్చి చూస్తే ఎర్కయితది. దినమంత బండలు కొడతం. ఇటికల గంప నెత్తికెత్తుకుని మూడంతస్తుల బిల్డింగ్ ఎక్కాలె. చీకటి అయినంక అదే బిల్డింగ్ కింద రాయిని మెత్త చేస్కుని పంటం' అతను తమ బాధలన్నీ ఏకరువు పెట్టాడు.

'అరె! జరసేపు కొట్లాట బంద్ చేయుండ్రి. గంటలసంది నిలబడి యాస్టకొస్తున్నది. కాల్లు గుంజుతున్నయ్' మరో పెద్ద మనిషి చిరాగ్గా అన్నాడు.

'మేమెందుకు కొట్లాడతం సారూ? బిల్డింగు పూర్తయినంక బిల్డరు మా గుడిసెలు పీకిపిస్తడు. ఆడి కెల్లి పొమ్మంటడు. మేమంతా యాడికి పోవాలె?' తలపై సామాను మూట మోస్తూ పిల్లల్ని చేత్తో పట్టుకున్న ఒక ఆడకూలీ అడిగింది.

ఆమె వెనక నెత్తిపై చిన్నమూటలు మోస్తున్న నలుగురు పిల్లగాల్లు కూడా ఉన్నారు.

'అంటె ఇల్లు గట్టినంక గూడ గా బంగ్లలనే నీకు ఉండాలని ఉన్నదా?' మౌల్వీసాబ్ నవ్వుతూ వెటకారంగా అడిగాడు.

'బిల్డింగులు కట్టనీకి మా గుడిసెలు కూల్చిన్రు. మా సామాన్లు ఇసిరి కొట్టిన్రు. ఇంకొక దిక్కుకు పొమ్మంటరు. ఇంకో బిల్డింగు పని దొరికేదన్క మేము యాడ ఉండాలె సారూ?'

చాలా మంది ఆడకూలీలు చంకలో పిల్లాడ్ని ఎత్తుకుని నెత్తిమీద మూటలు మోస్తూ నిలువ కాల్లమీద శిక్ష అనుభవిస్తున్నారు. మగాల్లయితే ఇంకా బరువైన సామాన్లు మోస్తున్నారు.

ఇంతలో కట్టెలమోపు మోస్తున్న ఓ ముసలామె ఆడకూలీని పక్కకు తోసేసి ముందుకు పోయేందుకు యత్నించింది.

'బాబూ! అదాలత్కు పొయ్యే తొవ్వేదీ?' ఆమె గిటారు యువకుడ్ని ఆత్రంగా అడిగింది.

'కోర్టుకా? కోర్టుకెందుకు వెళతావమ్మా?' ఒక స్కూటరిస్టు ఆ ముసలామెను ఆశ్చర్యపోతూ అడిగాడు.

'నేను గిప్పుడు ఆడికే బోవాలె. మా గుడిసె పీకి సామాన్లు ఇసిరి కొట్టిన్రు. గిప్పుడు రోడ్లపై ఉండాలా? కోర్టుల నాయం జరుగుతది. అందుకే ఆడకు బోతా' ఆ వృద్ధురాలు భోరున ఏడుస్తూ అంది. గిటారు యువకుడు ఆమెను ఓదార్చాడు.

'న్యాయం దొరికే తానికి పొయ్యేందుకు గిప్పుడు తొవ్వే లేదు. ఈ రోడ్డులో ఎవర్నీ వెళ్లనీయడం లేదమ్మా'

వెనక మెర్సిడెస్ కారులో ఉన్న వ్యక్తి అదే పనిగా హారన్ మోగిస్తున్నాడు. అతను తన పక్కన కూచున్న మిత్రుడితో మాట్లాడుతున్నాడు.

'మీ మీద కోట్లాది రూపాయల అవినీతి స్కామ్ కేసు నడుస్తున్నది కదా?'

'అవ్. అదే ప్రాబ్లంపై చీఫ్ జస్టిస్తో మాట్లాడేతందుకు పోతున్న' ఆయన కాస్త నిర్లక్ష్యంగా సమాధానమిచ్చాడు.

'గాయిన మీ మాట ఇంటడా?' అతగాడు ఎంతో ఆశ్చర్యంగా అడిగాడు.

'ఎస్...ఎస్.... కచ్చితంగ ఇంటడు!' అతని మాటల్లో అదే నిర్లక్ష్యం.

'చీఫ్ జస్టిస్ను నేను ఇంతకు ముంగటే ఓపాలి గల్చిన. సర్కార్ డిపార్ట్మెంట్ల కోట్ల రూపాల స్కాంలు ఎట్ల అయితున్నయో అర్తమైతలేదని గాయిన అన్నడు. గాయిన మాటలు ఇంటుంటె నాకు నవ్వొచ్చింది. నేను ఒక మాట జెప్పిన. గీ స్కాంలు చేసుడు శాన కష్టం సార్. మీ అసుంటోల్ల తోని గాదు. మీరు గా సీట్ల గూసోని మేమిచ్చేది దీస్కోని పండ్గ జేస్కోండ్రి. గా మాటలకు కోపం దెచ్చుకోని గాయిన నన్ను రమ్మని జెప్పి పంపిండు'

'అరె! గిప్పుడేమైతది?' అతని స్నేహితుడు గాభరాగా అడిగాడు.

'ముందుగాల గాయిన పీఏతోని మాట్లాడుదాం. తర్వాత చీఫ్ జస్టిస్తో సెటిల్ చేసుకుందం' అతను చాలా ధీమాగా అన్నాడు.

'మినిస్టర్గారు రావడానికి ఇంత లేటెందుకు? ఆయనేం చేస్తున్నారు అంకుల్?' ఒక స్కూలు కుర్రాడు గిటారు యువకుడ్ని ఆసక్తిగా అడిగాడు.

'మంత్రికి మస్తు పనులుంటయి. మీటింగ్కు బోయే ముంగట గాయిన మేకప్ రూంకు బోతడు. గియ్యాల ఏ పార్టి రంగు మొకానికి బూస్కోవాలె. ఏపార్టి కండువు గప్పుకోవాలని

సోచాయిస్తడు. టివి కెమ్రెల ముంగట ఏం మాట్లాడ్తడో గా దానికి తగినట్లుగానే మేకప్ జేసుకోవాల్సి ఉంటది మల్ల'

అతని మాటలు పిల్లాడికేమీ అర్థం కాలేదు.

'జరుగుండ్రి. పక్కకు జరుగుండ్రి. పోండ్రి. గీడికెల్లి పోండ్రి. ఎవ్వరిని పోనియకుంట రాస్త ఎందుకు బంద్ జేసిండ్రు?'

పెద్దపెట్టున అరుస్తూ, ఏడుస్తూ మగాళ్లూ, ఆడాళ్లూ గుంపులు గుంపులుగా ముందుకు చొచ్చుకుపోయారు.

'గట్లనా? గరీబోల్లను కతమ్ చేస్తె పేదరికం పోతదని మంత్రిసార్ అనుకుంటున్నడు. బహుశ ఇయ్యాల అసువంటి ఒక ఇస్కీమ్ ఏలాన్ జేస్తడు'

'మసీదుల ఎవ్వరో బాంబేస్తె పోలీసోల్లు మాబస్తికొచ్చి ఫైరింగ్ జేసిండ్రు. జెనంను లాఠీలతోని గొట్టిండ్రు. సారూ, ఎంతమంది సచ్చిండ్రు? గాల్లంత వొల్లుతున్నరు. ఏడుస్తున్నరు'

'పోలీసులు అట్ల చేయాల్సిందే. తప్పదు. లేకుంటె సర్కారు చేసే తమాషాలను టీవీ చానల్స్‌ల ఎవ్వరు సూబెట్టరు గదా?'

అతని మాటలు మధ్యలోనే ఆగిపోయాయి.

అరుపులూ, పెడబొబ్బలతో చాలామంది పరుగులుతీస్తూ అక్కడ గుమిగూడారు. పోలీసుల లాఠీదెబ్బలకు గుడ్లనీరు కక్కుకుంటూ ముందుకు పోయేందుకు ప్రయత్నిస్తున్నారు.

'అగో....అల్లు మమ్ముల కొట్టెతందుకొస్తున్నరు.....?'

'అల్లు మిమ్ములెందుకు గొడుతున్నరు? మీరు తుర్కోల్లా......?'

'కాదు.. కాదు.. గిప్పుడు మనం ముంగట ఉన్న గుడి లోపలకు బోయి దాక్కుందాం......'

'గందుకే ఇయ్యాల బతికిపోయిన్రు......' షెర్వాణీ వేసుకున్న ఓ మౌలానా అన్నాడు.

'అట్లనా? మరైతే గుల్లెకు పోదామా?' గిటారు కుర్రాడు నవ్వుతూ అడిగాడు.

'గుల్లెకు పొయ్యేముందు నువ్వు బాపనోనివో, సూద్దరోనివో ముంద్గాల పూజారికి చెప్పాల్సి వస్తది. నీ దగ్గర ఎన్ని బాంబులున్నాయో కూడా తనిఖీ చేస్తరు. దర్శనానికి క్యూలో నిలబడే సెక్యూటిరీ గార్డును గూడ పూజారి తనిఖీ చేయకుండా లోపలకు ఇడ్సి పెట్టడు!'

'ఇక మీ సన్నాసి మాటలు బంద్ చేయండ్రి....చాన సేపట్నించి మీ చెత్తవాగుడు వినలేక సస్తన్న. పబ్లిక్ పరేషాన్ల ఉంటె మీరంత టీవీ కామెడీ షో చేస్తర ఏందీ....?' పక్కనే ఉన్న పెద్ద మనిషి కసురుకున్నాడు.

134 గుప్పిట జారే ఇసుక

'సిఎం ఇగొస్తడు. మీరందరు మాట్లాడకుంట జెరసేపు గూసోండ్రి. మనమంత రాస్త రోకో జేసి గాయినను అడుగుదాం. మనకేం మంచి జేస్తడో గాయిన్నే గట్టి డిమాండ్ జేద్దాం....' ఆ పెద్దమనిషి వారందరికీ నచ్చచెప్పే ప్రయత్నం చేశాడు.

'సిఎం ఏంజెబ్తడో నాకెర్కే!' గిటారు కుర్రాడు చేతులు పైకెత్తి అందరికీ వినిపించేలా అన్నాడు.

అక్కడున్న వారంతా తలెత్తి ఆసక్తిగా అతని వైపు చూశారు. గిటారు యువకుడు అందరికీ కనబడేలా కొంచెం ముందుకొచ్చి, గొంతెత్తి ఒక జోకర్ మాదిరిగా పోజుపెట్టి గట్టిగా చెప్పాడు.

'మీ కస్టాల్ జూస్తుంటె నా మనసు కలకలమంటున్నది. గిప్పుడు నేనొక ఏలాన్ జేస్తున్న:

మీలో హిందువులను నిప్పుల నూకుండ్రి!

తుర్కోలను మన్నుల గల్పుండ్రి!! జైహింద్'

అంతరిక్షంలో 'ఆశా'దీపం

చీకటిమాటున కక్షలు తీర్చుకోడానికి సిటీలోని అన్ని కాలనీల జనాలంతా ఏకమయ్యారు!

'కొట్టు.......చంపు.......వెళ్లిపో..... పారిపో'

జనాల ఆర్తనాదాలు అన్ని వైపుల నుంచి విన్పిస్తున్నాయ్.

కక్షలు కమ్ముకున్న చీకట్లో సిటీలో జనాలంతా ఒక్కటయ్యారు! ఎటు చూసినా టెన్షన్ వాతావరణం!

అలాంటి పరిస్థితుల్లో ఆశ ఎక్కడికి పోతుంది?

ఆమె తన ఇద్దరి పిల్లల చేయి పట్టుకుని నలువైపులా బిత్తర చూపులు చూస్తోంది.....తలదాచుకోడానికి ఎక్కడా నిలువనీడ కూడా లేదాయె......!

'ముక్కుపచ్చలారని పసిపిల్లల భవిష్యత్తును ఇప్పటిదాకా ఇంత దారుణంగా కాలరాసిన వారెవ్వరూ లేరు. నా బిడ్డలపై దాడి చేయడానికి వస్తున్నారు వాళ్లు.'

'కొట్టు......చంపు.......వెళ్లిపో..... పారిపో......'

గుండెల్ని చీల్చేసే ఆ దారులన్నీ ఆశాకు బాగా తెలిసినవే. యుగయుగాలుగా బారులుతీరి విస్తరించిపోయిన ఆ రోడ్ల చివర్లో ఎక్కడో, ఏమూలో వెలుగుదీపాలు కనిపించకపోతాయా అనే ఆశతో ఆమె చూస్తోంది. ఈ ప్రపంచంలోని తత్వవేత్తలూ, కళాకారులూ, సాహితీవేత్తలూ, శాస్త్రవేత్తలూ అంతా ఆ మార్గాన్ని అన్వేషిస్తున్నవారే. అనేక అణచివేతలకు దారి చూపిన ఆ బాటలోనే మనమూ సాగుతాం! ఎందుకంటే ఆశ భర్త సుల్తాన్ లక్షల సంవత్సరాలపాటు సముద్రాలను మథించి అమృతాన్ని తీసుకువస్తే దాన్ని కాస్తా రాక్షసులు తాగేశారు! ఇపుడు ఈ ప్రపంచంలోని సముద్రాలన్నీ విషతుల్యమయ్యాయి. కాని ఆశ ఇద్దరి పిల్లలు రాహుల్,చిట్టీల ఆలోచన వేరుగా ఉంది. ఈ ప్రపంచంలో అన్ని కులాలు, మతాలవారికీ స్వేచ్ఛగా, సుఖ సంతోషాలతో ఉండే హక్కు ఉంది. కాబట్టి వారు కూడా ఆ హక్కును కోరుకుంటున్నారు.

136 గుప్పిట జారే ఇసుక

ఆశ భర్త సుల్తాన్ అంతరిక్ష శాస్త్రవేత్త. పిల్లలు పుట్టాక ఆమె జీవితం ప్రమాదాలలో పడింది. చరిత్ర బాగా చదువుకున్న ఆమెకు ఏ విషయంలోనూ పెద్దగా అనుమానాలు రాలేదు. ఆశ సిటీలోని ఓ కాలేజీలో హిస్టరీ లెక్చరర్. ఐదేళ్లలోనే 500 మందిదాకా స్టూడెంట్లకు భారత చరిత్ర గురించి పాఠాలు చెప్పింది. యూరప్ చరిత్ర, గ్రీకుల, రోమ్ చరిత్ర, అరబ్బుల విజయగాథలు, రష్యా విప్లవం.... ఇలా ఒకటేమిటి ప్రపంచ సాహిత్యంలోని గొప్ప పుస్తకాలన్నీ చదివేసింది. అన్ని మతాల సారాన్నీ ఆమె వంటబట్టించుకుంది.

ఆమె మనసు ఇపుడు ఏదో కీడు శంకిస్తోంది. తన పిల్లల్ని చంపడానికి ఎవరో వస్తున్నారన్న అనుమానం దొలుస్తోంది. అల్లరిమూకలు అన్నివైపులనుంచీ తరుముకొస్తున్నారని భయపడుతోంది.

'కొట్టు........చంపు.......వెళ్లిపో..... పారిపో......'

అన్నివైపుల నుంచి ఇవే మాటలు వినిపిస్తున్నాయ్.

'కాలేజీలో ఫైరింగ్. నలుగురు స్టూడెంట్లు మృతి.....

ఐదేళ్ల బాలికపై అత్యాచారం......

మురాదాబాద్‌లో మతకలహాలు.....

అలీగఢ్‌లో ఊచకోత.......

ఢిల్లీలో పసిపిల్లల కిడ్నాప్.........'

ఆశ చేతుల్లో న్యూస్‌పేపర్ చిగురుటాకులా వణుకుతోంది.

రాహుల్‌ని రోజూ ఏ దారిలో స్కూల్‌కి పంపాలి? చిట్టితల్లిని ఎట్లా కాపాడుకోవాలి.....? ఇవే ఆలోచనలు ఆమె బుర్రను దొలిచేస్తున్నాయ్.

చీకటిమాటున కక్షలు తీర్చుకోడానికి సిటీలోని అన్ని కాలనీల వాళ్లూ, గల్లీ రౌడీలంతా ఏకమయ్యారు!

ఎటుచూసినా టెన్షన్ వాతావరణమే కనిపిస్తోంది. తలదాచుకునేందుకు నిలువ నీడే లేదు.

'కొట్టు......చంపు.....పో....పారిపో......'

అన్ని వైపుల నుంచి ఇవే మాటలు వినిపిస్తున్నాయ్.

'అస్తమానూ ఇట్లా పీడకలల గురించి ఆలోచించకు.....ప్రశాంతంగా పడుకో.....' సుల్తాన్ భార్యకు రాత్రుళ్లు ధైర్యం చెప్పేవాడు. అతనికి ఈ ఏడాది సైన్స్‌లో బెస్ట్ అవార్డు వచ్చింది. సైంటిస్ట్‌గా పనిచేసే సుల్తాన్ అంతరిక్షంలోకి రోహిణి శాటిలైట్‌ను పంపించాడు. కాని దానికన్నా ముందు తన పిల్లలకు వేలు పట్టుకుని నేల మీద నడకనేర్పాడు!

దాడి చేయడానికి శత్రువు పొంచి ఉన్నాడు. అభంశుభం ఎరుగని చిన్నారులు ఎవరికీ కనబడకుండా తిరగాల్సిన పరిస్థితి ఏర్పడింది.

'కాపాడండి.....కాపాడండి........'

చీకట్లో కక్షలు తీర్చుకోడానికి సిటీలోని గూండాలంతా కూడబలుక్కుని రోడ్లపైకి వచ్చేశారు!

ఆశకు రాత్రుళ్లు కిటికీలు,తలుపులేసుకుని పడుకునే అలవాటుంది. అయినా ఆమె సుల్తాన్ ఆకర్షణలో పడింది. సైంటిస్టు అయినందున ఈ ప్రపంచంలో ఏదో మంచి జరుగుతుందన్న ఆశ ఇంకా అతనిలో ఉంది.

ఆశ భయం చూస్తే అప్పుడప్పుడు అతనికి నవ్వొస్తుంది. సుల్తాన్ సెలవుల కొచ్చినప్పుడల్లా భార్య, పిల్లల్తో కలిసి ఆగ్రా, కశ్మీర్, ఢిల్లీ, బెంగళూరు చుట్టొస్తాడు. పిల్లల్ని దేశంలోని మారుమూలచోట్లకు కూడా తీసుకెళ్లి చూపిస్తాడు. కాని ఎన్ని చోట్లకు తిప్పినా ఈకాలం పిల్లలు 'జూ'కు తీసుకెళ్లమని తెగపోరుబెడతారు. 'జూ' అంటే వాళ్లకెంతో ఇష్టం. ఆశ, సుల్తాన్‌లు కూడా ప్రశాంత వాతావరణాన్ని బాగా ఎంజాయ్ చేస్తారు.

'జూ'లో రాహుల్, చిట్టీ నెమలిని పట్టుకుని ఆడిస్తారు. జింకకు మేత తినిపిస్తారు.

'మమ్మీ......కోతి పిల్ల ఎంత అల్లరి చేసినా వాళ్ల మమ్మీ కొట్టదేంటి?' అమ్మ కొంగు పట్టుకుని గారాలుపోతూ అమాయకంగా అడిగింది చిట్టి.

వెంటనే కోతి పిల్లలు ఎట్లా పెరిగి పెద్దవి అవుతాయో అనే దానిగురించి కూడా ఆశ ఆలోచించాల్సి వచ్చింది. మనుషుల్ని మానవులుగా తీర్చిదిద్దడం అంత తేలిక కాదు. అది ఒక్కోసారి ప్రాణాలకే ముప్పు తెస్తుంది. ఈ ఆడకోతులు ఎంచక్కా ఎంత ఆనందంగా తిరుగుతున్నాయో? ఇవి తమ పిల్లల్ని స్కూళ్లకు పంపక్కర్లేదు...మానవత్వం గురించి నీతిబోధలు చేయక్కర్లేదు.....అవి ఎలాంటి జంకూగొంకూ లేకుండా మగకోతులతో ప్రేమకలాపాలలో మునిగితేలుతున్నాయి. తాను ప్రేమిస్తున్న మగ కోతి హిందువా? ముస్లిమా అనే పట్టింపు వాటికేమీ ఉండవు!

ఒకసారి.....జూలో ఆశ, సుల్తాన్ పక్కనే ఓ అమెరికన్ జంట పులుల ఫొటోలను తీసుకుంటున్నారు. ఇంతలో ఆ పులి దగ్గరకు రావడంతో ఆ అమ్మాయి బిక్కచచ్చిపోయి ఆ కుర్రాడిని వాటేసుకుంది.

'వావ్! డార్లింగ్, పులిని ఇంత క్లోజ్‌గా చూడాలంటే భయమేస్తుంది....'

'కాని, టైగర్ చాలా ఇంటెలిజెంట్, డియర్!' ఆ అబ్బాయి తన గర్ల్ ఫ్రెండ్‌కి నచ్చచెప్పాడు.

'నీకో సంగతి తెల్సా....మనిషి నుంచి ప్రమాదం లేనంతవరకూ... పులి మనిషిపై దాడి చేయదు......'

అతని మాటలు విని ఆశ కిసుక్కున నవ్వింది.

'ఈ అమెరికావాడు పెద్ద పిచ్చోడులా ఉన్నాడే! పుస్తకాలన్నీ బాగా వంటబట్టించుకుని వచ్చినట్టున్నాడు. ఇలాంటి క్రూర మృగాలను ఎవరైనా నమ్ముతారా?' ఆమె సుల్తాన్‌తో అంది.

మళ్లీ ఓ రోజు రోడ్డుపై హంగామా మొదలయ్యింది.

'అరి, నీకేమన్న దమాకుంద? పిలగాల్లనేసుకుని ముస్లిం బస్తీల ఎందుగిట్ల దిర్గుతవ్? ముంగట ఇంటికి బోయి దాక్కో....' ఓ తెలిసిన పెద్దమనిషి ఆశకు సలహా ఇచ్చాడు.

'ఎవరింటికి పోయి దాక్కోవాలి? నా పిల్లలు హిందువులు కారనీ, వాళ్ల తండ్రి ఒక ముస్లిమనీ ఎవరితో చెప్పుకోవాలి?' అనుకుంది ఆశ.

కాలనీలో ఈ మధ్య జరిగిన గొడవలు అటు హిందువులకూ, ఇటు ముస్లింలకూ కూడా కోపం తెప్పించాయి. ఒక బ్రాహ్మల అమ్మాయి ముస్లింతో లేచిపోయినందుకు హిందువులకు కోపంరాగా, మహ్మద్ వంశీకుడైన ఒక శ్రోత్రియుడు, ముస్లిమేతర యువతిని మతం మార్చకుండానే ఇంటికి తెచ్చుకున్నందుకు ముస్లింలకు కోపం వచ్చింది. ధర్మపరిరక్షణ అనే పవిత్ర కర్తవ్యం నెత్తినేసుకున్న ఆయా మతపెద్దలు 'వాళ్లిద్దర్నీ రాళ్లతో కొట్టి చంపా'లనుకున్నారు. దైవశాసనం ఎన్నడో గతించి, మానవ నియంతృత్వం అమలు జరుగుతున్నట్లు అనిపిస్తోంది!

'కొట్టు......చంపు....పట్కో....పారిపో......'

సుల్తానే తన జీవిత సర్వస్వం అనుకుంది ఆశ. బ్రాహ్మణ కులంలో పుట్టిన తాను చావైనాబతుకైనా అతనితోనే కలిసి నడవాలనుకుంది. ఆమె ఎంతసేపూ తన గురించే ఆలోచించింది. అతనితో జీవితాన్ని పంచుకున్నందుకు తన కుల పెద్దలు బాగా మండిపడతారని అనుకుందేగానీ, సుల్తాన్ సయ్యద్ కుటుంబానికీ చాలా చెడ్డపేరు వస్తుందనీ ఆమె అసలు ఊహించనేలేదు. తన కొడుకు రాహుల్ కొత్త ప్రపంచాన్ని నిర్మిస్తాడని ఆమె గాఢంగా నమ్మింది. ఈ ప్రపంచంలోని కష్టాలనూ,బాధలనూ రాహుల్ ముందుతరం వాళ్లు భరించారు కాబట్టి అతను జీవితంలో సుఖపడతాడని ఆమె అనుకుంటోంది. కానీ, అతను తన సుఖాలన్నింటినీ వదులుకుని బతుకుతున్నాడు. రాహుల్ ఇపుడు ఎవర్నీ చంపడు. ఏ నేలలో విద్వేష బీజాలను నాటడు. ఓటమి అనేది లేకుండా ముందుకుసాగుతాడు. కానీ, మృత్యువు మాత్రం ప్రతీ గల్లీలో, ప్రతి మలుపులో అతన్ని చావుదెబ్బ తీసేందుకు పొంచి ఉంది.

చీకటిమాటున కక్షలు తీర్చుకోడానికి సిటీలోని అన్ని కాలనీల వాళ్లూ, గల్లీ జనాలంతా ఏకమయ్యారు!

ఆశ పిల్లల్ని గదిలోకి తీసుకుపోయి తలుపేసుకుంది.

'తలుపు బద్దలు కొట్టండి... డోర్ తీయ్... నిప్పెట్టండి...' బయటి జనాలు గట్టిగా అరుస్తున్నారు.

ఆమె ఇంటిపై రాళ్లేస్తున్నారు. ఇంటి గుమ్మంమీద కర్రలతో కొడుతున్నారు.

'పడుకో ఆశా... పడుకో... భయపడకు. మనింటిమీదికి ఎవరూ రారులే...' సుల్తాన్ ఆమెకు ధైర్యం చెప్పి పడుకోబెడతాడు.

కాలనీలో అలా హాహాకారాలు మిన్నంటుతుంటే ఏ తల్లయినా గుండెలమీద చేయేసుకుని ప్రశాంతంగా నిద్రపోగలదా...?

చంపడానికి అంతా రోడ్లపైకి వచ్చేశారు. వాళ్లంతా ఈవేళ తమ నుదుట నకిలీ హెడ్‌బ్యాండ్‌లు కట్టుకున్నారు. ఇపుడు వాళ్లు ముసలాళ్లనూ, అమాయక కుర్రాళ్లనూ, అభంశుభం తెలియని బోసినవ్వుల చిన్నారులనూ రోడ్లపై పడేసి కర్కశంగా తొక్కుకుంటూ పోతున్నారు. చేతిలో ఏ ఆయుధం లేనివాళ్లే ఇళ్లల్లో మిగిలారు. ఈవేళ వాళ్ల మొహాన చావు రాసి పెట్టి ఉంది!

రాత్రి గడిచేకొద్దీ అన్ని వైపుల నుంచీ చిమ్మచీకట్లు కమ్ముకున్నాయి. ఆశ తన పిల్లల్ని పొదివిపట్టుకుంది. ఆకాశంలో మెరుస్తున్న నక్షత్రాల వంక వారు ఆశ్చర్యంగా చూస్తున్నారు. చందమామ కావాలంటూ మారాం చేసే పిల్లల కోసం జాబిల్లి ఒక్కోసారి నిజంగా అమ్మ ఒళ్లోకి వచ్చి చేరుతుంది. రాహుల్ తల్లి చేయిపై తలపెట్టుకుని పడుకున్నాడు. చిట్టీ ఆమె పొట్టపై పడుకుంది. చిట్టీ అందమైన కురులు ఆశ మొహంపై పడి ఉన్నాయి. ఆ పసిపిల్ల తన చిన్ని చేతుల్ని తల్లి మెడచుట్టూ వేసింది.

'మమ్మీ! నాకు భయమేస్తోంది... గూండాలు మన కాలనీకి రారు కదా?'

'అట్లాంటి చెడ్డ మాటలు మాట్లాడకు. నువ్వూ... రాహులూ నా ప్రాణానికి ప్రాణం' ఆశ ధైర్యం చెప్పింది.

ఇద్దర్నీ పడుకోబెట్టాక ఆమె ఆలోచనలో పడింది. 'ఈ నిశిరాత్రులు ఎట్లా గడుస్తాయ్? జీవితంలో వెలుగెప్పుడొస్తుంది?'

'పోనీ, పిల్లలతో స్టేట్స్‌కి వెళ్లిపోదామా. అక్కడ నీకు మంచి జాబ్ కూడా వస్తుంది....' ఓ రోజు మొగుడితో అంది ఆశ.

'కానీ, నేను మొదలెట్టిన ప్రాజెక్టు మధ్యలోనే ఆగిపోతుంది. అంతేకాదు, అక్కడ నల్లవాళ్లపై వివక్ష ఇంకా కొనసాగుతూనే ఉంది. నా పిల్లలు అమెరికా పోయి అవమానాలు ఎందుకు పడాలి?'

సుల్తాన్ ప్రాజెక్టు పూర్తయితే ప్రపంచంలో విప్లవం వచ్చి ఊడిపడుతుందేమోనని ఆమె ఎదురుచూస్తోంది!

ఏం మనిషి సుల్తాన్? కొంచెం కూడా లోకజ్ఞానం లేదే! స్పేస్ రిసెర్చి అంటూ పగలూరాత్రీ తేడా లేకుండా ఎపుడూ అంతరిక్షంలోనే ఉంటాడు! అతనికి ఎంతసేపూ ఈ సువిశాల విశ్వమే ఎంతో ముఖ్యం. కాని ఆశ ఎంతైనా ఒక తల్లి కాబట్టి తన మూలాలేంటో ఆమెకు బాగా తెలుసు. తన స్థానబలమంతా ఈ భూమే అనే సంగతి ఆమె గుర్తించి మసలుకుంటుంది. సుల్తాన్‌లో ఎంతో సంతృప్తి కనిపిస్తుంది! వచ్చే వందేళ్లకు సరిపడా రిసెర్చి ప్రాజెక్టును అతను ఓపిగ్గా పూర్తి చేసేస్తాడు. కానీ, ఆశకు మాత్రం తెల్లారిందంటే చాలు – కష్టాలూ, మోసాలు మొదలవుతాయి! ఇకనుంచి ఎవ్వరికీ భయపడకూడదని ఆమె గట్టి నిర్ణయానికొచ్చేసింది.

'పో, ఇక్కడి నుంచి వెళ్లిపో....నా పేరు ఆశ...నన్ను చంపడం నీతరం కాదు. ప్రపంచ దేశాల చరిత్రంతా నేను చదివేశా. చరిత్రలోని ప్రతి పుటలోనూ నువ్వు రావణుడివే. నిన్ను యెజిద్‌గానే చదువుకున్నాం. ప్రతి ఏటా నీ శరీరాన్ని మేం తగలబెడతాం. నిన్ను తిట్టిపోస్తాం. అయినా నువ్వు క్రూర ముఖంతో మళ్లీ మా ముందుకొస్తావ్. నువ్వు నన్నేమీ చేయలేవ్! నేనిపుడే హెూం మినిస్టర్‌ని కలుస్తా. నేనేమీ సాదాసీదా ఆడదాన్ని అనుకోకు. సుల్తాన్ భార్యను.....ఇపుడు మతతత్వ వ్యతిరేక కమిటీ సెక్రటరీని. మీలాంటి గూండాగాళ్లను ఎట్లా కంట్రోల్ చేయాలో నాకు బాగా తెల్సు. ఈ సబ్జెక్టుపై ఇప్పటికే నాలుగు సెమినార్లు పెట్టా......'

ఆశ ఆక్రోశాన్ని ఎవరు వింటారు? అన్ని వైపుల నుంచి మంటలు చెలరేగాయ్.

'కొట్టు.......చంపు.......వెళ్లిపో..... పారిపో......కాల్చేయ్......'

'హలో....హలో.....గూండాలు మా ఇంటిని చుట్టుముట్టారు. నేను మిసెస్ సుల్తాన్ మాట్లాడుతున్నా...'

ఆమె హెూం మినిస్టర్‌కు ఫోన్ చేసింది.

'ఏమిటీ? పిల్లల్ని తీసుకుని అక్కడికి రానా........? కానీ.......రోడ్డంతా చాలా డేంజర్‌గా ఉంది.....'

'హలో... హలో... కొంచెం సుల్తాన్‌కు ఇన్ఫర్మేషన్ ఇవ్వండి... హలో...హలో...'

'కొట్టండి... చంపండి...'

ఆ అరుపులూ, కేకల్లో ఆశ మాటలు ఎవరికీ వినపడ్డం లేదు.

సుల్తాన్ ఈ భూమ్మీద లేడు. అతని జీవితమంతా ఎక్కడో అంతరిక్షంలో గడుస్తోంది. అతనికొచ్చిన అవార్డులూ, సెమినార్లకు రాసిన రిసెర్చి పేపర్లూ, ప్రాజెక్టు రిపోర్టులూ, మతతత్వానికి వ్యతిరేకంగా ఆశ రాసిన వ్యాసాలూ అన్నీ ఇంటి పెరట్లో మంటల్లో తగలబడిపోతున్నాయ్. వాతావరణమంతా భయోత్పాతంగా మారిపోయింది. ఆశ పిల్లల్ని పైట చెంగులో దాచి పరుగుతీయసాగింది. గల్లీ మొదట్లోనే కిశోర్‌నాథ్ షాపుంది. కాలనీలోని హిందూ గూండాలందరికీ ఇదే పెద్ద అడ్డా. ఆ షాపుల వెనకే మసీదు ఉంది. దాంట్లో ముస్లింలు కర్రలు, బల్లేలు, ఈటెలు లాంటి ఆయుధాలు దాచి పెట్టారు.

ఎక్కడా నిలువ నీడలేదు. యుద్ధానికొచ్చిన వాళ్లు ఆ ప్రదేశాన్ని అన్ని వైపుల నుంచీ ముట్టడించారు.

ఈవేళ కక్షలు రగులుకున్న చీకట్లో సిటీలోని రోడ్లూ, గల్లీలన్నీ ఉద్రిక్తతలతో బీభత్సంగా మారాయి.

కర్బలా తరహా రాత్రి ఈ రోజున మళ్లీ ప్రపంచంలో వచ్చింది!

'ఎక్కడికైనా పోయి దాక్కో' కొంతమంది ఆమెకు సలహా ఇచ్చారు.

'పారిపో.......పారిపో!' ఆమె ప్రాణభయంతో పారిపోతోంది.

ఇది అడవి కాదు.....'జూ'.......

ఎదురుగా భయంకరమైన పులి నోరుతెరచుకుని నిలబడి ఉంది.

తనకు మనిషి నుంచి ప్రమాదం రానంతవరకూ పులి మనిషిపై దాడి చేయదట. గతంలో అమెరికా కుర్రాడి మాటలు ఆమెకు గుర్తుకొచ్చాయి.

ఆశ క్షణం కూడా ఆలస్యం చేయలేదు.

తన పిల్లలిద్దరి చేయి పట్టుకుని పరుగులాంటి నడకతో పులిబోనులోకి వెళ్లి తలుపేసుకుంది!

రోడ్డుపై క్రూర మృగాల పంజా నుంచి బయటపడిన ఆమె ఇపుడు గుండెల నిండా హాయిగా ఊపిరిపీల్చుకుంది!!

గొంతెండిన కూజా!

బస్‌కోసం ఎదురు చూస్తోంది లైలా. ధైర్యం, సాహసం, ఎవర్నీ లెక్కచేయని మొండితనం.... అన్నీ కలబోసిన అందాలబొమ్మ ఆమె! ఆమె స్టయిలే వేరు. తనకు నచ్చిన విధంగా జీవించాలనుకుంటుంది. అది మే నెల. భగభగమండే ఎండలకు వాతావరణమంతా వేడెక్కిపోయినా, లైలాకున్న సమస్యలు ఆమె గుండెల్లో చలిగాలుల తుఫానులు సృష్టిస్తున్నాయి. ఇవి ఎంత చల్లగా ఉన్నాయంటే అప్పుడప్పుడు ఆమెకు వెన్నులో వణుకును పుట్టిస్తున్నాయి కూడా.

ఆమెకు ఎదురుగా హైదరాబాద్ ఫ్యాషన్ ప్రపంచం కనిపిస్తోంది. ఈ బజారంతా రంగురంగుల లైట్లతో ధగధగ మెరిసిపోతూ అందర్నీ కట్టిపడేస్తోంది. ఈ మార్కెట్లోకి కస్టమర్లు అడుగుపెడితే ఎక్కడ తేలతారో?మామూలుగా జనాలు ఓ వస్తువు కోసం మార్కెట్‌కెళ్లి మరో వస్తువుతో ఇంటికొస్తారు! ఆ సమయంలో లైలా చుట్టూ మగాళ్లూ, రకరకాలైన ఆడాళ్లూ చాలామందే ఉన్నారు. కొందరు ఆడాళ్లు బట్టల షాపుల వైపు ఉత్త చేతులతో ఎగాదిగా చూస్తున్నారు. భర్తలు పిల్లల్ని చేయిపట్టుకుని తీసుకొస్తుంటే.....భార్యలు రెండు చేతుల్లోమోయలేక మోయలేక మోస్తున్న బరువైన బట్టల ప్యాకెట్లతో భారంగా నడుస్తున్న వారూ ఉన్నారు. వీళ్లందరి మొహాల్లో ఒక రకమైన ఆనందం కనిపిస్తోంది. భార్య చేసిన దండగమారి షాపింగ్‌కు షాప్‌ల వాళ్లు చిన్నచిన్న గిఫ్ట్ కూపన్లు ఇవ్వడంతో వీరి ఆనందానికి అవధుల్లేవు!

లైలా ఆనందం కోసం ఆమె కోరిన ప్రతి కోర్కె తీరుస్తానని శ్యామ్ కూడా మాటిచ్చాడు. లైలా నెమ్మదిగా నడుచుకుంటూ వచ్చి స్టేట్ బ్యాంక్ చౌరస్తా వైపు ఆత్రంగా చూడసాగింది. శ్యామ్ ఎక్కే బస్సు అటువైపు నుంచే వస్తుంది. మేరేజ్ సర్టిఫికెట్‌పై సంతకం చేయడానికి వారిద్దరూ కలిసి ఇపుడు రిజిస్ట్రార్ ఆఫీసుకెళ్లాలి.

లైలా సంబాళించుకుని ఓసారి తననుతాను పరిశీలనగా చూసుకుంది. తనని బస్టాప్‌లో చూసినవాళ్లెవరూ మరి కాసేపట్లో తాను పెళ్లికూతురు కాబోతున్నానని అనుకోరు. బ్లూ అమెరికన్ జీన్స్, రెడ్ డిస్కో వేసుకుని, భుజానికో బ్యాగ్ తగిలించుకుని చలాకీగా తిరిగే ఈ అమ్మాయిని చూస్తే సిటీలోని కాలేజీలో చదువుకునే ఏజూనియర్ ఇంటర్ స్టూడెంటో అనుకుంటారు! ఈవేళ ఆమె స్నానం చేసి తన చిట్టిపొట్టి శిరోజాలను ముడేసుకోకుండా, మేకప్ కూడా చేసుకోకుండా హడావిడిగా వచ్చేసింది. మమ్మా క్లబ్‌లో బ్రిడ్జ్ గేమ్ ఆడి ఇంటికి తిరిగి రావడం, తనెక్కిడికి పోతున్నానో కూపీ లాగడం, ఇవన్నీ ఆమెకు అస్సలు నచ్చవు. అలా అనిచెప్పి ఆమె అబద్ధమాడదు. పోనీ, ఒకవేళ నిజమే చెప్పేస్తేనో?

ఆ రాత్రి ఇంట్లో పెద్ద గొడవే అయ్యింది. లైలా శ్యామ్‌ల దోస్తీ రోజురోజుకీ పెరుగుతోందన్న విషయం పసిగట్టిన డాడీ, మమ్మా కంగారుపడి రాషిద్ అంకుల్‌కి కబురుపెట్టారు. రాషిద్ అంకుల్ డాడీకి చిన్ననాటి దోస్తు. వాళ్లింట్లో ఏ కష్టమొచ్చినా ఆయనే ఆదుకుంటాడు. డాడీ పక్కా బిజినెస్‌మేన్. ఫైళ్లపై సంతకం పెట్టడం తప్ప ఇంటి విషయాలేమీ పట్టించుకోడు. బాగా చదువుకున్న రాషిద్ అంకుల్ కాలేజీ ప్రిన్సిపల్‌గా పనిచేసి రిటైరయ్యారు. ఆస్తి వ్యవహారాలలో ఏదైనా ఇబ్బంది వస్తే డాడీ అప్పుడప్పుడు రాషిద్ అంకుల్ సాయం తీసుకుంటాడు. ఆయన బయటి వ్యవహారాలు బాగా డీల్ చేస్తారు. అలా అని చెప్పి ప్రతి పనీ డబ్బుతోనే అయిపోతుందంటే డాడీ ఎంతమాత్రం ఒప్పుకోడు.

మమ్మా, డాడీలు పెద్దగా గొడవపడినపుడు, డాడీ కోపం పట్టలేక కొన్ని డిన్నర్ ప్లేట్లు పగలగొడతాడు. మమ్మా నిద్రమాత్రల ప్యాకెట్ కోసం వెతుకుతుంది. ఇదంతా చూసి భయంతో లైలా, రాషిద్ అంకుల్‌కి ఫోన్ చేసి చెపుతుంది. స్థూలకాయుడైన డాడీని మందు మత్తులో కంట్రోలు చేయడం ఆమెకు చాలా కష్టమవుతుంది మరి. మమ్మా, డాడీ మధ్య గొడవ తానే తీర్చాననీ రాషిద్ అంకుల్ అనుకుంటూ ఉంటాడు పాపం! లైలా కూడా ఇదే మాట చెపుతూ ఉంటుంది. అందుకే ఆయన వెళ్తున్నపుడల్లా రాషిద్ అంకుల్‌కి పదేపదే థ్యాంక్స్ చెపుతుంది. విచిత్రమేమిటంటే, మత్తు దిగాక వాళ్లిద్దరూ వెంటనే మళ్లీ మామూలైపోయి, ఎప్పట్లాగే అందరితో కలిసిపోతారు. రొటీన్‌గా జరిగే ఈ తతంగమంతా లైలాకు బాగా తెలుసు.

డాడీ నిన్న సాయంత్రం రాషిద్ అంకుల్‌ని పిలిపించి, శ్యామ్ వ్యవహారం గురించి లైలాతో మాట్లాడమని గట్టిగా చెప్పాలనుకున్నాడు. అతనిపట్ల లైలా ఆకర్షణ, ఆమెకున్న భ్రమలను పోగొట్టేలా రాషిద్ చేత చెప్పిస్తే ఆమె వింటుందనీ డాడీ అనుకున్నాడు. కానీ, లైలా ఇప్పటికే జీవితంలో ఇలాంటి డ్రామాలు చాలానే ఆడిందన్న విషయం పాపం రాషిద్ అంకుల్‌కేం తెలుసు? ఆమె ఎన్ని ఆటలు ఆడిందో లెక్కే లేదు. అలా ఆడుతూ ఆడుతూ

144 గుప్పిట జారే ఇసుక

అద్దంలో తన మొహాన్ని గుర్తుపట్టడం కూడా మర్చిపోయింది! ముసలాళ్లతో వాదించి నెగ్గలేమన్న సంగతి లైలాకు బాగా తెలుసు. అందుకే నిన్న సాయంత్రం కూడా రాషిద్ అంకుల్‌తో చాలాసేపు మాట్లాడినపుడు ఆయన చేసిన ప్రతి ఆర్గ్యుమెంట్‌నూ మారుమాటాడకుండా ఒప్పుకుంది. శ్యామ్‌లాంటి సిన్సియర్ వ్యక్తిని పెళ్లి చేసుకుంటే బతుకెంత దుర్భరమవుతుందో, జీవితం ఎంత భయానకంగా ఉంటుందో ఆయన కళ్లకు కట్టినట్టు చెప్పారు. లైలా ఆయన మాటలను ఎంతో శ్రద్ధగా వింది. ఒక హిందువును పెళ్లాడితే జీవితాంతం ఎలాంటి ప్రమాదాలను ఎదుర్కొనాల్సి వస్తుందో, ఎన్ని ఇబ్బందులు పడాల్సి వస్తుందో అన్నీ తెలుసుకుంది. శ్యామ్ కోసం వాటన్నింటినీ భరించడానికి సిద్ధపడింది లైలా!

'పింకీ, ఈ ప్రపంచం చాలా దుర్మార్గమైనది బిడ్డా....వాస్తవం చేదుగా ఉంటుంది. మేరేజ్ చేసుకుని లైఫ్‌లోకి అడుగుపెట్టాక మొత్తం రొమాన్స్ కిక్కంతా దిగిపోయి అసలు సంగతి తెలుస్తుంది. నువ్వు శ్యామ్‌ని కలవొచ్చు, కానీ, దానిక్కూడా ఓ హద్దు ఉంటుంది. ఎప్పుడు అతని దగ్గరికిపోయినా, చీకటిపడగానే ఇంటికి రావాలి. అర్థమైందా?' ఆయన చెప్పారు.

అపుడు రాషిద్ అంకుల్ మాటలు గుర్తుకొచ్చి ఆమెకు నవ్వొచ్చింది. అదో రకం వెర్రితనంగా అనిపించింది. ఏంటీయన? తననింకా ముక్కుపచ్చలారని పసిపిల్లగా జమకడుతున్నారు. ఇపుడు శ్యామ్ వచ్చాక, రాత్రి నడిచిన కథంతా అతనికి చెప్తా. రాషిద్ అంకులిచ్చిన ఉచిత సలహా విని అతను కూడా పడిపడి నవ్వుకుంటాడు. కాని శ్యామ్‌కీరోజు ఎందుకింతలేటయ్యిందో? తానీరోజు శ్యామ్‌ను సివిల్ మేరేజ్ చేసుకోబోతున్నట్టుగా ఒక చీటీ రాసి, మమ్మా టేబుల్‌పై పెట్టేసి లైలా చక్కా వచ్చేసింది.

ఒకవేళ మమ్మా ఈ రోజు క్లబ్‌లో చిత్తుగా ఓడిపోతే కొంచెం ముందుగానే ఇంటికొచ్చేస్తుంది. చీటీ చదవగానే లైలా ఎక్కడికి పోయిందో వెతకమని చెప్పి మనుషుల్ని అర్జంటుగా పురమాయిస్తుంది. అపుడు మొత్తం ప్లానంతా బెడిసికొడుతుంది. శ్యామ్ ఇలాంటి షాకుల్ని ఓ పట్టాన తట్టుకోలేడు! ఒకవేళ మమ్మా తనను బలవంతంగా ఇంటికి తీసుకుపోతే శ్యామ్ ఏమైపోతాడు? మమ్మా తనను మళ్లీ శ్యామ్‌ను కలవనీయకుండా కట్టడిచేస్తే, అతను ఆత్మహత్య చేసుకుంటాడు. 'నువ్వు నాకు దక్కకపోతే ట్యాంక్‌బండ్ నుంచి దూకేస్తా...'అని ఇప్పటికే చాలాసార్లు అన్నాడు కూడా. నిజానికి శ్యామ్ అన్నంత పనీ చేసే రకం. అతనో ఆర్టిస్ట్. ప్రతి విషయాన్నీ బాగా సెన్సిటివ్‌గా తీసుకుంటాడు. ఎంతో భావోద్వేగానికి గురవుతాడు. చిన్న సమస్యలకే భయపడిపోతుంటాడు. అర్థంపర్థంలేని

భయాలను ఊహించుకుని కన్నీళ్లు పెట్టుకుంటాడు. అతనో సత్తెకాలపు మనిషి! లైలా కూడా శ్యామ్‌ను అప్పుడప్పుడు ఆటపట్టిస్తుంది. తాను అలనాటి ఖైస్(మజ్నూ)పై ప్రేమను అణుచుకుని, చివరికి బలవంతంగా ఒక ధనికుడికి భార్య అయిన లైలాలాంటి ఆడదాన్ని కాదనీ ఆమె చాలాసార్లు శ్యామ్‌కు స్పష్టంగా చెప్పింది. 'నా లైఫ్ నా ఇష్టం. నేనెవరి ఒత్తిళ్లకూ లొంగను. ఏ పని చేసినా నా మనసుకి నచ్చితేనే చేస్తా. మా అక్కలూ, అన్నలూ తమకిష్టమైన వారిని పెళ్లి చేసుకున్నారు. మా అన్న యూరప్‌లో చాలా మందితో ప్రేమాయణం సాగించి, చివరికి ఓ భారతీయ వ్యాపారి కూతుర్ని పెళ్లి చేసుకున్నాడు' అంది లైలా. డబ్బున్న అమ్మాయి కోడలుగా రావడంతో మమ్మా ఆనందంతో ఉబ్బితబ్బిబ్బయ్యింది. కొన్ని రోజుల తర్వాత, పెద్దక్క ఓ రోజు సడెన్‌గా కశ్మీర్ నుంచి ఫోను చేసి, తాను నవాబ్ ఖయామత్ అలీఖాన్‌ను పెళ్లి చేసుకున్నట్లు చెప్పింది. ఇక మమ్మా ఆనందానికి అవధుల్లేవు. 'అరె, ఆ కుర్రాడిది నిజాం ఖాన్‌దాన్‌ట. వాళ్లకు మస్తుగా ఆస్తులున్నాయ్. నా బంగారు తల్లి మహారాణిలా సర్వసౌఖ్యాలు అనుభవిస్తుంది' మమ్మా పట్టరాని ఆనందంతో డాడీతో అంది.

అయితే పెళ్లయిన కొన్నిరోజులకే అర్భక భర్తతో కలిసి దిగాలుగా విమానం దిగిన అక్కను చూసిన లైలాకు గుండె తరుక్కుపోయింది. ఆ బాధలో ఆమెకు శుభాకాంక్షలు చెప్పడం కూడా మర్చిపోయింది. కారువైపు వెళుతూవెళుతూ అక్క తన చేతికున్న డైమండ్ బ్రాస్లెట్‌ను మమ్మాకు ఎంతో మురిపెంగా చూపించింది. కాంతులీనే ఆ ఆభరణం మొత్తం ఎయిర్‌పోర్టునంతా ధగధగ ప్రకాశమానం చేస్తోంది. ఇది చూశాక మమ్మా ఆనందానికి పట్టపగ్గాలు లేకుండా పోయాయ్.

బలహీనంగా, రోగిష్టి మనిషిగా ఉండే అక్క మొగుడు గుర్తుకొచ్చినపుడల్లా లైలా ఎదుట శ్యామ్ కదలాడుతుంటాడు. ఆజానుబాహుడు, మంచి ఆరోగ్యవంతుడైన అతనెపుడూ చెదరని చిర్నవ్వుతో హుషారుగా కనిపిస్తుంటాడు. ఏం మాట్లాడినా అతని ముఖంపై నవ్వు వస్తుంది. శ్యామ్ ఓ అడ్వర్టయిజింగ్ కంపెనీలో డిజైనర్‌గా పనిచేస్తున్నాడు. జీతం ఏడొందలు. చిన్న ఫ్లాట్‌లో ఉంటూ సింపుల్‌గా బతికేస్తున్నాడు. ఓ మూల స్టౌమీద అన్నం, పప్పు వండుకుంటాడు. ఇంట్లో మంచం కూడా లేదు. నేలమీదే దుప్పటి పరుచుకుని పడుకుంటాడు. పక్కింటి వాళ్ల దగ్గర రోజూ పేపర్ తెచ్చుకుని హడావిడిగా హెడ్‌లైన్స్ చదివేసి ఇచ్చేస్తాడు. అయినా, ఆ చిరుద్యోగి జీవితంలో ఎంతో సంతృప్తి. గుండెలనిండా ఆనందంతో నవ్వుతాడు. నిజానికి అతను అల్ప సంతోషి. ఎపుడు చూసినా ఏదో పాట హమ్ చేస్తూ ఉంటాడు.

ఆ రోజు సాయంత్రం బాగా జనాలున్న నడిరోడ్డుపై లైలా నిలబడి శ్యామ్ వచ్చే బస్ కోసం ఎదురుచూడసాగింది. శ్యామ్‌ను చూడకుండా ఒక్క క్షణం కూడా ఉండలేని స్థితికి

ఆమె చేరింది. తమ ప్రేమకు లైలా మమ్మా అడ్డుతగిలి, ఆమెను తననుంచి దూరం చేస్తుందేమోననే అనుమానం అతన్ని పీడిస్తోంది. పేదరికం శ్యామ్‌ని పిరికివాడిని చేసింది. లైలాతో కలిసి బంజారాహిల్స్‌లోని ఆమె ఇంటికి మొదటిసారి వెళ్లినపుడు అతను ప్రతి వస్తువునూ ఎంతో ఆసక్తిగా గమనించాడు. లైలా పెంచుకున్న అందమైన గార్డెన్, నీట్‌గా అలంకరించిన డ్రాయింగ్ రూమ్, ప్రతి మూల వినయంగా నించున్న నౌకర్లు, డ్రాయింగ్ రూమ్‌లో ఉంచిన పళ్లు, జ్యూస్, స్వీట్లు అన్నీ చూశాడు. రెడ్ కార్పెట్‌పై అటూఇటూ చలాకీగా పరుగులూ తీస్తూ జోకులు పేలుస్తూ టైమ్‌పాస్ చేసే అందాల లైలా నిజానికి ఆ ఇంటికి మరింత వన్నెతెచ్చే అపురూపమైన ఆభరణం! చిన్న పిల్లలు ఆట బొమ్మలను ఎంత మురిపెంగా చూసుకుంటారో మమ్మా కూడా ఎప్పుడూ లైలాను అంత ప్రేమగా చూసుకునేది.

'పింకీ చాంద్! ఈ సల్వార్ సూట్ ఓసారి వేసుకుని చూడు'

'ఈ డ్రెస్‌మీద ఈ శాండిల్స్ అస్సలు సూట్‌కావు పింకీ డియర్..'

'యాపిల్ తిను. జ్యూస్ తాగు. ఏ కర్రీ కావాలి....?'

ఇలాంటి మాటలు విన్నప్పుడల్లా, మమ్మా ఏదో చేదు విషం తాగమన్నట్టుగా లైలా జేవురించిన మొహం పెడుతుంది. ఒక యాపిల్ కొనుక్కోవాలనీ, ఫాంటా డ్రింక్ తాగాలనీ, చాలా వారాలుగా ప్లాన్లమీద ప్లాన్లు వేసుకుంటున్నాడు శ్యామ్. ఈ రోజు సిటీ బస్సులో కాకుండా ఆటోలో ఇంటికెళ్లాలనుకున్నాడు. కాని జేబులో మిగిలిన రెండు రూపాయలు అతని ప్లాన్‌కు బ్రేకులేశాయి. డబ్బెక్కువైతే ఆటోమేటిక్‌గా కొమ్ములు మొలుస్తాయ్! ధనికులు బయట జీపుపై తిరగడానికి డబ్బును మంచినీళ్లలా ఖర్చుపెడతారు. ఆ పరిస్థితి అతనికి లేదు.

శ్యామ్ దృష్టిలో లైలా ఓ సాదాసీదా అమ్మాయి. అతని బోళా మనస్తత్వమూ, పద్ధతీ ఆమెకు బాగా నచ్చాయి. అందమైన డ్రాయింగ్ రూమ్‌లో గంటల తరబడి కూర్చొని, కూర్చొని బోర్‌కొట్టే శ్రీమంతులకు అడవిలో పిక్నిక్ సెలబ్రేట్ చేసుకోవడం థ్రిల్ అనిపిస్తుంది. లగ్జరీ ఫర్నీచర్‌తో రూమ్‌ని అందంగా అలంకరించి అందులో శ్రమశక్తికి ప్రతిరూపమైన ఒక కార్మికుడి బొమ్మను షోకేస్‌లో ఉంచితే సంపద సృష్టికీ, శ్రమకూ మధ్య తేడా ఏమిటో తెలుస్తుంది!

లైలా కూడా తన అభిరుచికి తగ్గట్టు డ్రాయింగ్ రూమ్‌ను నీట్‌గా సర్ది ఓరోజు శ్యామ్‌ను తీసుకొచ్చి చూపించింది. ఆ గది అతనికి్కూడా బాగా నచ్చింది. దాంతో ఆమె ఆనందం పట్టలేక ఇల్లంతా హుషారుగా పరుగులు పెడుతూ కలయ తిరిగింది. పొలాల్లోంచి కుంకం పిట్టని ఇంటికి తెచ్చుకున్నప్పుడు, పల్లెటూరి చిన్నపిల్ల ముచ్చటపడినట్లుగా ఆమె పొందిన ఆనందం అంతా ఇంతా కాదు!

'మమ్మా, మమ్మా! అతనో గొప్ప ఆర్టిస్టు. అయినా ఎంత సింపుల్ డ్రెస్‌లు వేసుకుంటాడో చూడు!'

'మమ్మా, మమ్మా!! వాళ్లు చాలా పూర్. పాపం మధ్యాహ్నం భోంచేయడానికి కూడా అతని జేబులో పైసల్ ఉండవ్.'

ఇంత గొప్ప పేరున్న ఆర్టిస్టు కళాత్మక పేదరికం మమ్మాను బాగా కదిలించి వేసింది. ఆమె కూడా కళాత్మకంగానే స్పందించింది. ఎర్ర రంగు లిప్‌స్టిక్‌ను వేసుకున్న ఆమె తన పెదవులపై దుఃఖాన్ని తెచ్చుకుని 'అయ్యో......వెరీ పూర్ బాయ్!' అంది.

మళ్లీ ఇద్దరూ కలిసి ఆ 'పూర్ బాయ్'ని ఆకాశానికి ఎత్తేశారు. ఆ తర్వాత శ్యామ్ మళ్లీ లైలా వెంట బంజారాహిల్స్‌లోని ఆమె ఇంటికొచ్చినపుడల్లా ఒకే కోరిక కోరే వాడు!

'ఫ్రిజ్‌లో కూల్‌వాటర్!'

మే నెల మండుటెండల్లో సాయంత్రం వేళ నోరు పిడచకట్టుకుపోతుంటే.... ఫ్రిజ్‌లోని చల్లటి నీళ్లు తాగాలని లైలాకు కూడా అనిపిస్తుంది. శ్యామ్ రూమ్‌లో కిటికీలో బాగా దుమ్ముపట్టిపోయిన ఒక మంచినీళ్ల కూజా ఉంది. బహుశా తొందర్లో పెళ్లవుతోందన్న ఆనందం వల్ల కాబోలు...అతను ఆ కూజాను శుభ్రంగా కడిగి నీళ్లు పట్టుకోలేదు. ఓ రోజు లైలా, శ్యామ్‌తో కలిసి ఫస్ట్‌షో చూసి అతని ఫ్లాట్‌కెళ్లింది. బాగా దాహం వేసి మంచినీళ్లు తాగుదామని చూస్తే, కూజాలో అసలు నీళ్లే లేవు. అప్పటికే నల్లా బందయ్యింది. ఇద్దరికీ విపరీతంగా దాహంవేసి గొంతెండిపోయింది. వెంటనే శ్యామ్ పక్కింటి ఆంటీని అడిగి ఓ గ్లాసుడు మంచినీళ్లు తెచ్చాడు. ఇద్దరూ సగం సగం తాగారు. ఒక గ్లాసులో వాటర్‌ని లవర్స్ వంతులవారీగా ఒకరి తర్వాత ఒకరు గుక్కెడు గుక్కెడు సిప్ చేస్తూ తాగుతుంటే ఆ మజాయే వేరు! ఆ కిక్కే వేరు!! శ్యామ్‌కింతగా దగ్గరైతే ఈ ప్రపంచంలో ప్రతీదీ ఎంత గొప్పగా ఉంటుంది! ప్రతి వస్తువూ అందంగా కనిపిస్తుంది. అతనితో జీవితం అందమైన బంగారు లోకంలో ప్రయాణమే. అతని వత్తయిన హెయిర్‌స్టయిల్ ఎంత బావుంటుంది! నల్లని ఆకర్షణీయమైన శ్యామ్ కళ్లు లైలాను సమ్మోహనపరిచి జీవితాంతం అతని కోసం కలవరించేలా చేశాయ్! ఇపుడామెకు కళ్లు తెరిచినా, మూసినా శ్యామే కనిపిస్తున్నాడు.

శ్యామ్‌కు పప్పన్నమంటే బాగా ఇష్టం. అతనికిష్టమైనదే ఆమె కూడా తినేది. కాలేజీ అయ్యాక మిగతా టైమంతా ఆమె అతనితోనే గడిపేది. శ్యామ్ రూమ్‌లో పెయింటింగ్ బ్రష్‌లు శుభ్రం చేసి, చెల్లాచెదురుగా పడి ఉన్న కలర్స్ అన్నీ సర్దిపెట్టేది. ఈ సామాన్లను అతను గొప్ప ఆస్తిగా, అపురూపంగా చూసుకునేవాడు.

కానీ, మునుపట్లా లైలా, శ్యామ్‌ను ఇంటికి తీసుకురావడం ఇపుడు మమ్మాకిష్టం లేదు. ఒకవేళ ఎపుడైనా అతను ఇంటికి వచ్చి వెళ్లిన వెంటనే... మమ్మా టేబుల్‌పై ఉన్న స్పూన్లను మౌనంగా ఒక్కొక్కొటీ లెక్క పెట్టుకుంటుంది.....అన్నీ ఉన్నాయో, లేవో అనే అనుమానంతో. శ్యామ్ కూచున్న చోటుని బ్రష్‌తో బాగా శుభ్రం చేస్తుంది. ఈ పనులన్నింటినీ పక్క గదిలోంచి లైలా ఒక కంట గమనిస్తూనే ఉంటుంది.

మమ్మా ఈమధ్య లైలా దగ్గర మాటిమాటికీ తన అక్క కొడుకు అస్లమ్ ప్రస్తావన తెస్తోంది. అతను లండన్‌లోని ఓ మెడికల్ ఇనిస్టిట్యూట్‌లో కేన్సర్‌పై రిసెర్చి చేస్తున్నాడు. లండన్‌లోని సంపద, అస్లమ్ అందం, లండన్‌లో దొరికే స్వేచ్ఛ, అస్లమ్‌కున్న ఆస్తిపాస్తుల గురించి మమ్మా స్తోత్రం చేస్తూనే ఉంది. కానీ, లైలాకు ఈ మాటలు వినడానికి ఖాళీ ఎక్కడ? ఆమెకు ఎంతసేపూ శ్యామ్ మాటలే శ్రవణానందకరంగా ఉంటాయ్.

పెళ్లాయ్యాక ఆమె కూడా ఏదో కాలేజీలో ఉద్యోగంలో చేరుతుంది. తమకోసం అందమైన చిన్న ఇల్లు కట్టుకోవాలని వారనుకుంటున్నారు. శ్యామ్ తనకు నచ్చిన కలర్స్‌తో ఆ ఇంటిని రంగుల హరివిల్లుగా తీర్చిదిద్దుతాడు. తనకు జీవితంలో ఆనందాన్నీ, ప్రేమనూ శ్యామ్ తప్ప వేరెవ్వరూ ఇవ్వలేరన్న విషయాన్ని మమ్మా ఎందుకు అర్థం చేసుకోలేకపోతోంది?

'లైలా........రేపు నీకో ఉంగరం, ఓ పూలదండ తెస్తాగా' శ్యామ్ ఎంతో ప్రేమగా ఆమె కళ్లల్లో చూస్తూ అన్నాడు.

'ఏంటి....మరీ ఒక్క పూలదండేనా?' లైలా ఫక్కున నవ్వింది. వెంటనే శ్యామ్‌ను తన దగ్గరకు తీసుకుని అంది.

'అయితే ఆ పూలమాల మనిద్దర్నీ ఇలా ఒక్కర్ని చేసేలా చాలా పేద్దగా ఉండాలి సుమా......!' ఆమె కొంచెం కొంటెగా అంది.

'అవును! శ్యామ్ కోసం నేను కూడా ఓ ఉంగరం కొనాలి. కాని ఇపుడు బస్సొచ్చే టైమయ్యిందే. నేనిక్కడ కనిపించకపోతే శ్యామ్ బాగా కంగారుపడిపోతాడు....అయ్యో, ఎంత దాహం వేస్తోంది! శ్యామ్ రూమ్‌లో కూజా ఖాళీ కాలేదు కదా? నేనో పొరబాటు చేశా. వచ్చేటపుడు నైటీ తెచ్చుకోలేదు. రాత్రి శ్యామ్ ఫ్రెండ్స్ కంగ్రాట్స్ చెప్పడానికి వస్తే ఇదే డ్రెస్‌లో వాళ్లకు కనిపించాలేమో అనుకుంది లైలా.

శ్యామ్ స్నేహితులంతా అదో టైప్! వాళ్లకు కాస్త నిలకడ తక్కువ. వాళ్లల్లో ప్రసిద్ధ ఉర్దూ కవి అఖ్తర్ కూడా ఉన్నాడు. ఆయన వీరిద్దరి పెళ్లిపై రాత్రి సరసమైన సరదా షాయిరీ వినిపించాడు. మరో దోస్తు సాదిక్. కువైత్‌లో ఇంజినీర్‌గా పనిచేసి ఈమధ్యే ఇండియా వచ్చాడు. లైలా,శ్యామ్‌కు ఈరోజు ఒక గ్రాండ్ హోటల్‌లో పార్టీ ఇస్తానని

ప్రామిస్ చేశాడు.....మరో మిత్రుడు పరమేశ్వర్ సింగ్ తన స్టీల్‌సామాన్ల షాపులోంచి లైలా పెళ్లి సందర్భంగా రెండు కంచాలు ప్రెజెంట్ చేశాడు. నిజానికి ఆయన వేన్నీళ్లు కాచుకోడానికి కరెంట్ హీటర్ ఇచ్చి ఉంటే ఇంకా బాగుండేది. కిరోసిన్ స్టౌపై వంట చేస్తే ఆ వాసన లైలాకు పడదు. ఆమెకు తలనొప్పి వస్తుంది. కాని శ్యామ్‌కు తన రూమ్‌లో కిరోసిన్ స్టౌపై వంట చేసుకోవడం చాలా ఏళ్లుగా అలవాటే కాబట్టి, అతను చాయ్ పెట్టుకున్నపుడు అది కిరోసిన్ వాసనొచ్చినా అతనికేమీ తేడా అనిపించదు. కానీ, శ్యామ్ రూమ్‌కొస్తే చాయ్‌తోపాటు అతని గలగల నవ్వుల మధురమైన తేనీటి విందు కూడా ఆమెకు దొరుకుతుంది. ఈ రోజు లైలా వచ్చినందుకు పార్టీ ఇస్తున్నట్లు శ్యామ్ అన్నాడు. అతని ఫ్లాట్‌కింద రోడ్డు పక్కన మిర్చి బండి ఉంది. సాయంత్రమయ్యిందంటే.......ఓ ముసలామె పెద్ద మూకుడు పెట్టి మిర్చిలు, పకోడీలువేసి అమ్ముతూంటుంది. చట్నీతో గరమ్‌గరమ్ మిర్చీలు తింటే టేస్ట్ అదిరిపోతుంది. రాత్రంతా నోరు మంటపుట్టినా.....ఆ మజాయే వేరు! అందుకే లైలా శ్యామ్ రూమ్‌కొచ్చినపుడల్లా మిర్చీలు తెమ్మని అడుగుతుంది.

లైలా ఇంట్లో వాళ్లకు మాత్రం మిర్చీల రుచే తెలీదు. డాడీకి డయాబెటిస్ కాబట్టి ఆయన సుగర్, ఉప్పు ముట్టనే ముట్టరు. మమ్మాకీ హైబీపీ. ఆమె ఉప్పు, ఆయిల్ పదార్థాలు, కారం తినదు. రుచీపచీలేని ఉడకబెట్టిన చప్పిడి కూరలతో లైలాకు ఇంట్లో అన్నం తినాలంటేనే వెగటు పుట్టింది. ఆమెకు జిహ్వ చచ్చిపోయింది. అయితే ఒంటరిగా ఉన్నపుడు ఆమె చాలా స్వీట్లు, పళ్లు, పిండివంటలు తింటుంది. లైలాకు ఇంట్లో భోజనం చేయాలంటే మొహం మొత్తుతుంది. ఒకవేళ మమ్మా పోరుపడలేక అన్నం తింటే ఆమెకు కడుపులో తిప్పుతుంది. ఇంట్లోని లగ్జరీ బెడ్‌రూమ్‌లో మెత్తని ఫోమ్ పరుపు లైలాకు సుఖంగా లేదు. దానిపై ఆమెకు నిద్రపట్టడం లేదు. శ్యామ్‌లా అమెకు కూడా నేలపై దుప్పటిపరచుకుని పడుకోవాలని ఉంది.

లైలాతో శ్యామ్ చెట్టాపట్టాలు వేసుకుని ట్యాంక్‌బండ్‌పై నడుస్తూ మాట్లాడుతున్నాడు.

'ఆలోచించుకో లైలా.....నువ్వే వంట చేయాల్సొస్తుంది మరి.....'

'మటన్ వారానికొక్క రోజే వండుకోగలం. దానికి ఓకేనా?'

'నువ్వు బస్సులో జర్నీ చేయగలవా?'

'ఇంతకీ అసలు నీ ఉద్దేశమేంటీ? నన్ను బెదరగొట్టాలనుకుంటున్నావా?' ఆమెకు కోపం కట్టలు తెగింది.

'నేనొకసారి నిర్ణయాన్ని తీసుకున్నానంటే దాన్నెవరూ ఎవరూ మార్చలేరు'

లైలా మాటల్లో కనిపించిన పట్టుదల, కోపం చూశాక శ్యామ్ 'సరే' అన్నట్టు తలూపాడు. నడుస్తూ నడుస్తూ బ్యాలెన్స్ తప్పిన అతను పడిపోకుండా ఆమె చేతులు పట్టుకున్నాడు.

'లైలా.....! ఒకవేళ నిన్నే కనక పట్టుకోకపోయి ఉంటే నేను దేంట్లో పడిపోయేవాడ్నో తెల్సా?'

'దేంట్లో?'

'హుసేన్‌సాగర్లో.....'

'నోర్ముయ్!' ఆమె భయంతో అతని నోరు మూసింది.

'అల్లా.......ఎంత దాహమేస్తోంది? గొంతెండి పోతోంది! కాని ఇపుడు శ్యామ్ కూజాలో తాగడానికి ఒక్క చుక్కకూడా ఉండదే!!

అవును. ఆ వచ్చేది శ్యామ్ ఎక్కాల్సిన బస్సే. కాని, కాని నేనిపుడేం చేయను? శ్యామ్ రూమ్‌లోని కూజా ఖాళీ అయి ఉంటుంది.

లైలా ఒక్క క్షణం ఆలోచించి, చేతులూపి ట్యాక్సీవాలాను ఆపింది. దానికన్నా క్షణం ముందు శ్యామ్ బస్సు స్టాప్‌లో ఆగింది.

'బంజారా హిల్స్ పోనీయ్!' ట్యాక్సీలో కూచుని డ్రైవర్‌తో అంది లైలా.

❧❧

విషవిత్తులు

బద్రుద్దీన్ ఇంటి లాన్లో మొలిచిన గడ్డి లాంటి వాడు. గడ్డి ఏపుగా పెరిగినప్పుడల్లా కత్తిరించేస్తాం. అతను ధైర్యంగా తలెత్తుకుని తిరగాలనుకుంటున్నప్పుడల్లా ఎవరో ఒకరు అణచేస్తుంటారు!

కాని ఆరోజు బద్లూ తెల్లారగట్లే లేచి, ఆ ఊళ్లో సూర్యుడికన్నా ముందే వెలుగులు నింపాడు! అతను చెప్పిన ఓ కబురుకు అందరూ ఎంతో సంబరపడ్డారు.

'రోషన్ అలీ సార్ మనూరికి రేపొస్తున్నారు. ఆయనో గొప్ప అణుశాస్త్రవేత్త. మనూళ్లో అణు పరీక్షలు జరిపేందుకు వస్తున్నట్టు ఆయన నిన్న టీవీలో రిపోర్టర్లకు చెప్పారు.'

దేశంలోనే ఎంతో పేరున్న సైంటిస్టు ఇక్కడికి వస్తున్నారంటే ఆ ఊరివాళ్లకు ఓపట్టాన నమ్మబుద్ధి కావడం లేదు. గొప్పోళ్లూ, నాయకులూ ఎప్పుడూ వచ్చే ఐదేళ్లల్లో తామేం చేస్తామో హామీలిస్తారేగానీ, ఈ రోజు సంగతి మాట్లాడరు. ఈ వేళ తన భక్తులకు ఏమివ్వాలో ఆలోచించేది దేవుడొక్కడే, లీడర్లు కాదు!

'ఆయనే మా రోషన్ మియా. మీకు తెల్సా. ఇదివరకు సిటీలో ఆయనింట్లోనే నేనుండేవాడ్ని.'

అప్పటిక్కూడా బద్లూ మాటలపై వారెవరికీ నమ్మకం కుదరకపోయేసరికి వారిని ఒక పబ్లిక్ టెలిఫోన్ బూత్ దగ్గరికి తీసుకుపోయి నేరుగా రోషన్‌తోనే మాట్లాడాడు.

'హలో... హలో... హలో... రోషన్ మియా. నేను. బద్లూ మాట్లాడుతున్నా. మా ఊర్నుంచే. నమస్తే. గుర్తుపట్టావా?నేనే బద్రుద్దీన్ని. ఏవో పరీక్షలు జరపడానికి రేపు మా ఊరొస్తున్నారు కదా మీరు. రోషన్ మియా, వచ్చేటపుడు పోఖ్రణ్ ఎడారి భూముల్లో పంటలు పండించడానికి కొత్త రకం వరి విత్తనాలు తెండి. ఇక్కడి నేలల్లో ఎట్లా సాగుచేయాలో మాకు నేర్పాలి..... ఈ ఇసుక భూములు కూడా పంటలతో పచ్చగా కళకళలాడాలి'

బద్లూ ఫోను పెట్టేసి ఊరి వాళ్లవైపు ఎంతో గర్వంగా చూశాడు.

పేపర్లో ఎపుడైనా రోషన్ అలీ పేరు వచ్చిందంటే చాలు....బద్లూ ఎగిరి గంతేసేవాడు. తనకు కావల్సినవాడు గొప్పస్థాయికి ఎదిగాడని అందరికీ చెప్పుకుని అతను గుండెలు పొంగించుకునేవాడు.

'ఈ రోషన్ మియా మావోడే. తెల్సా' అంటూ బద్లూ గొప్పగా నలుగురికీ చెప్పుకుంటాడు.

బద్లూ అమ్మానాన్నలు అతని చిన్నతనంలో రోషన్ మియా ఇంట్లో పనిచేసేవారు. అతనుకూడా వారికి చేదోడువాదోడుగా ఉండేవాడు. మంచానపడ్డ రోషన్‌మియా తండ్రికి బద్లూ నాన్న సేవలు చేస్తూ అనారోగ్యంపాలయ్యాడు. అతని తల్లి కూడా బండెడు ఇంటి చాకిరీ చేసి బాగా అలసిపోయేది. వారి పరిస్థితి చూశాక రోషన్ తల్లి ఇక వాళ్లతో లాభం లేదనుకుని వారిని సొంతూరికి పంపించేసింది.

'మీరిద్దరూ ఊరికెళ్లిపొండి. అక్కడి పొలం పనులు చూసుకోండి. బద్లూని కూడా తీసుకుపొండి'

'అమ్మా.....మీకు తెలియందేముంది? మా పొలమంతా ఇసకపర్రేగదా! ఎంత కష్టపడ్డా అక్కడేవీ పండదు' బద్లూ తండ్రి దిగాలుగా అన్నాడు.

'మా పిల్లాడ్ని మీ ఇంట్లోనే ఉంచుకోండి. రోషన్‌మియా దగ్గరుంటే నాలుగు అక్షరం ముక్కలైనా అంటుతాయ్' బద్లూ తల్లి బతిమాలుకుంది.

'మంచిది.....అట్లనే' ఆమె అంటూ బద్లూ వైపు ఎంతో గర్వంగా చూసింది.

'బద్లూ కూడా మా బాబులా మంచిగ చదువుకొని గొప్ప సైంటిస్టు కావాలని కలలు కంటున్నాడా ఏంటి?'

'లేదు బేగమ్‌సాబ్.....అట్లా అనుకోడం లేదు....నేనూ, మా నాయన చాలా ఏళ్లు మీ ఇంట్లో పనిచేసినట్లే వీడ్ని కూడా మీ ఇంట్లో పనికి పెడతాం.' బద్లూ తండ్రి చేతులు జోడించి తలొంచుకుని చెప్పాడు. కానీ, బద్లూ సిటీలో ఉండకుండా అమ్మానాన్నలతో సొంతూరికొచ్చేశాడు. అతని ధ్యాసంతా చదువుమీదే. మేటేసిన ఇసుక దిబ్బల్ని దాటుకుంటూ బద్లూ రోజూ ఐదారు మైళ్లు నడిచి స్కూలుకెళ్లేవాడు. ఇంటికొచ్చాక రాత్రుళ్లు లాంతరు పెట్టుకుని పొద్దుపోయేదాకా చదివేవాడు. తల్లి కేకలేసినా పట్టించుకునేవాడు కాదు. టెన్త్ పాసైనట్టు పేపర్లో నెంబరు కనబడగానే అమ్మానాన్నల ఆనందానికి అంతే లేదు. తల్లి ఊళ్లో వారందరికీ ఈ కబురు చెప్పి తెగ సంబరపడిపోయింది. తండ్రి తన స్నేహితులందరికీ మందుపార్టీ ఇచ్చాడు.

'అబ్బో.....ఇప్పటికే చదువెక్కువైంది. ఇక చాలు....నిన్ను సిటీకి పంపిస్తా. ఏదైనా జాబ్‌లో పెట్టమని రోషన్ మియాను అడుగుతా......' బద్లూ అమ్మ అంది.

కానీ, బద్లూ పట్నానికి పోలేదు. వ్యవసాయశాఖలో అగ్రికల్చర్ కోర్సు చేసి,కొత్త రకం పంటలు ఎట్లా వేయాలో, ఎక్కువ బస్తాలు ఎట్లా పండించాలో తెలుసుకున్నాడు. అయితే ఈ చదువేమీ అతనికి అక్కరకు రాలేదు. నాట్లేయడానికీ, పంటలు పండించడానికీ ఉపయోగపడలేదు. ఇసుకతో మేటవేసిన కొండలన్నీ కరువుకు తలొంచాయి!

ఈ పరిస్థితుల్లో సైంటిస్టు రోషన్ అలీ ఆ ఊరికొస్తున్నాడు. ఊరోళ్లంతా ఆనందోత్సాహాలతో ధూమ్‌ధామ్ చేస్తున్నారు.

'అతనే మా రోషన్ మియా!' బద్లూ ఒకింత గర్వంగా కనిపించినవారందరికీ చెప్పుకుపోతున్నాడు.

'ఆయన ఎలాంటి అణుబాంబు తయారుచేశాడో తెల్సా? అదిగాని వేశామంటే శత్రు దేశం నిమిషాల్లో సర్వనాశనమవుతుంది!' గొప్పగా చెప్పాడు బద్లూ. అయితే రోషన్ వెంట మరికొంతమంది సైంటిస్టులొస్తున్నప్పటికీ వారి గురించి మాత్రం మాటవరసకైనా అతను ఎవరికీ చెప్పలేదు.

'తాతా......బాంబేస్తే శత్రు దేశంలోని నగరం క్షణాల్లో బుగ్గవుతుంది!'

'అట్లనా?' ఆయన కొంచెం భయపడి, కళ్లు పెద్దవి చేస్తూ ఆశ్చర్యంగా చూశాడు.

'మరట్లయితే, రోషన్ మియా ఎక్కడుంటాడు?' ఆయనింకా ఆశ్చర్యపోతూ అడిగాడు.

'తాతా.....మీకేం అర్థంకావడంలే.....ఆ అణుబాంబు శత్రుదేశం కోసం తయారుచేసింది' బద్లూ ఆ పెద్దాయనకు నచ్చచెప్పసాగేడు.

'మన శత్రు దేశంలో కూడా రోషన్‌మియా లాంటి సైంటిస్టులుండొచ్చు కదా....ఏమో....ఎవరికి తెలుసు....?'

'అరె.....ఈ విషయం మనకెందుకు తట్టలేదు?' అనుకున్నాడు బద్లూ. ముసలాయన మాటలు అతన్ని కొంచెం భయపెట్టాయి. ఇదంతా విన్న ఆ ఊరోళ్లు ఫకాల్న నవ్వారు. ఆ పెద్దాయన కీడెంచి మేలెంచే రకం! అందరి కన్నా ఎపుడూ కొంచెం భిన్నంగా ఆలోచిస్తాడు.

* * *

పాత జ్ఞాపకాలన్నీ బద్లూ మనసులో తెరలు తెరలుగా మెదలుతున్నాయి. అమ్మానాన్నలతో కలిసి తానెపుడు సిటీ నుంచి సొంతూరికి వచ్చిందీ అతనికి బాగా గుర్తుంది. తన చిన్నతనంలో రోషన్ మియా కాలేజీకి వెళ్తుండేవాడు. అతని బూట్లకు తానే పాలిష్ కొట్టేవాడు. రోషన్ ఫ్రెండ్స్‌తో కలిసి లాన్లో టెన్నిస్ ఆడుతుంటే అతనికి బాల్ అందించేవాడు. పొద్దున్నే అతని కారు తుడిచేవాడు. రోషన్ గదిని చాలా జాగ్రత్తగా శుభ్రం చేసేవాడు.

అతని రూమంతా వైర్లు,కంప్యూటర్ సామాన్లతో చిందరవందరగా ఉండేది. రోషన్‌కు కంప్యూటరే లోకం. కంప్యూటర్ ముందేసుకుని కూచుని చెవిలో హెడ్‌ఫోను పెట్టుకుని రోజంతా గడిపేసేవాడు. బద్లూ చిన్నప్పుడు, రోషన్ అతనికి సరదాకి చాలా మాటలు చెపుతుండేవాడు. భూమిలో పావలా నాణెం పాతిపెడితే రూపాయి మొక్క మొలుస్తుందని అనేవాడు. సత్తెకాలపు బద్లూ అదంతా నిజమే అనుకునేవాడు. అంతేకాదు, అంతపనీ చేశాడు కూడా! నిజంగానే భూమిలో చారణా పాతిపెట్టి నీళ్లు పోసి రూపాయల చెట్టు కోసం ఎంతో కాలం ఎదురుచూశాడు. దీని గురించి రోషన్‌ను చాలాసార్లు అడిగాడు.

'రోషన్‌మియా, రూపాయల మొక్క ఎప్పుడు మొలుస్తుంది? దీనికోసం ఇంకా ఎన్ని రూపాయలు ఖర్చుపెట్టాలి?'

అతనిప్పటికీ పోఖ్‌రణ్ ఎడారి భూముల్లో విత్తులు వేసి పచ్చని పంటలు పండించాలని చూస్తున్నాడు! అదే మాటను ఈరోజు మళ్లీ రోషన్‌మియాను అడగాలనుకుంటున్నాడు.

* * *

తెల్లారుతూనే ఆ ఊళ్లో ఉత్సాహభరిత వాతావరణం కనిపించింది. అంతటా ఒకటే సందడి! ఆ ప్రోగ్రామ్‌ను కవర్ చేసేందుకు చాలామంది పత్రికా విలేకరులూ, రేడియో, టీవీ చానల్ రిపోర్టర్లూ, కెమెరామెన్ వచ్చారు.వీఐపీల కార్లన్నీ పార్క్ చేయడంతో అక్కడ నడవడానిక్కూడా వీల్లేని విధంగా ఇరుగ్గా మారింది. సైంటిస్టు రోషన్ మియా కారు దిగగానే కెమెరాలు తళుక్కుమన్నాయ్. కెమెరా ఫ్లాష్ వెలుగుల్లో మెరిసిపోతున్న రోషన్‌ను గుర్తుపట్టాడు బద్లూ. అతనెంత ఒళ్లు చేశాడో చూశాక బద్లూకు చాలా ఆశ్చర్యమేసింది. రోషన్ మియా ఆ రణగొణ ధ్వని వాతావరణంలో గొంతెత్తి బిగ్గరగా విలేకరులతో మాట్లాడుతున్నాడు. వారడిగే ప్రశ్నలకు నవ్వుతూ సమాధానమిస్తున్నాడు.

బద్లూ తల్లిదండ్రులు జనాన్ని నెట్టుకుంటూ అతి కష్టం మీద రోషన్ వద్దకు చేరి అతని కాళ్లపై పడ్డారు.....

'మీరెట్లా ఉన్నారు?' రోషన్ కూడా వంగి వారి కాళ్లకు నమస్కరించి ఆప్యాయంగా దగ్గరికి తీసుకుని పలకరించాడు. పక్కనే ఉన్న బద్లూని చూసి ఎంతో సంతోషపడ్డాడు.

'అరె.....బద్లూ? ఎంత పెద్దోడివైపోయావురా? ఇప్పటికైనా కొంచెమైనా తెలివి తేటలొచ్చాయా? లేక ఇంకా భూమిలో పావలా పాతేసి, రూపాయల చెట్టు కోసం చూస్తున్నావా?'

ఆ మాటలకు అంతా పడీపడీ నవ్వారు. కాని బద్లూ మాత్రం గంభీరంగా ఉండిపోయాడు.

'రోషన్ మియా, నాకైతే ఇప్పటికీ పోఖ్రణ్ బంజరు భూముల్లో విత్తులేసి పంటలు పండించాలని ఉంది. ఎట్లా సాగుచెయ్యాలో చెప్పరాదూ?' బద్లూ ఎంతో సీరియస్‌గా అడిగాడు.

'ఇంద, ఇవి తిను మియా! ఈ మంచి సమయంలో నోరు తీపి చేసుకో... నీ కోసం బెల్లం పూరీలు చేసి తెచ్చా.'

బద్లూ తల్లి మట్టి పళ్లెంలో పూరీలు అతనికి అందించింది.

ఇంతటి జనసందోహంలోనూ టీవీ కెమెరాల ఎదుట రోషన్ అలీ జల్దిజల్ది పూరీలు తినేశాడు.

'అమ్మా, ఇవంటే నాకు చానా చానా ఇష్టం. అమెరికా వెళ్లినా నువ్వు వండిపెట్టే కమ్మటి పూరీల గురించి అక్కడ కూడా అందరికీ చెపుతుంటా, తెల్సా'

ఆ ఊరి వాళ్లంతా ఎంతో సంబరపడ్డారు. ఊళ్లో పండగ వాతావరణం కనిపిస్తోంది. ఆనందం ఉరకలెత్తుతోంది. డోలు, డప్పు వాయిద్యాలతో హోరెత్తిపోతోంది. అందరూ చప్పట్లు కొడుతూ డ్యాన్సులు చేస్తున్నారు.

ఊళ్లోకి వెళ్లేముందు రోషన్ అలీ అక్కడే ఉన్న గుడి దగ్గర ఆగాడు. చేతులెత్తి దేవుడికి మొక్కాడు. పూజారి శఠగోపం పెట్టి ఆశీర్వదించి ప్రసాదం ఇచ్చాడు. కొంచెం దూరమెళ్లాక మసీదులో ఉండే మౌజ్జిన్ రోషన్‌ను ఆపి, ఆశీర్వదించాడు. అతని ప్రాజెక్టు సక్సెస్ కావాలంటూ అల్లాను ప్రార్థించాడు.

ఇంతలో ఓ ముసలామె వణుకుతూ ఊతకర్ర సాయంతో వడివడిగా నడుస్తూ రోషన్ దగ్గరకొచ్చి అతన్ని ప్రేమగా హత్తుకుంది.

'నువ్వు చాలా పెద్ద అణుబాంబు తయారుచేశావని విన్నా. నా ఆయుష్షు కూడా పోసుకుని కలకాలం జీవించు బాబూ'

'నేనొక్కడ్నే కాదమ్మా. మేమంతా కలిసి ఈ గొప్ప పని చేశాం' రోషన్ అటూఇటూ చూస్తూ అన్నాడు.

'అసలీ బాంబుతో ఏం పని బాబూ?'

ఆ ముసలామె ప్రశ్నలు వారిని చాలా చిరాకు పెట్టాయి.

'త్వరగా పదండి' అని మెల్లగా అనుకుంటూ వారంతా ఒకరికొకరు సైగలు చేసుకున్నారు.

'అమ్మా, శత్రువుపై మనం ఆ బాంబు వేశామంటే చాలు, ఆ దేశమంతా మొత్తం క్షణాల్లో సర్వనాశనమౌతుంది, తెల్సా?'

'ఏంటి?మొత్తం దేశం దేశమే బుగ్గయిపోతుందా?' బద్లూ ఎంతో ఆశ్చర్యంగా కళ్లు పెద్దవి చేస్తూ రోషన్ అలీని అడిగాడు.

'అట్లయితే పంటచేలు కూడా మాడిపోతాయా? పొలాల్లో ఉండే పక్షులు కూడా చచ్చిపోతాయా?'

బద్లూ మొహంలో భయాందోళనలు చూశాక రోషన్‌మియాకు నవ్వొచ్చింది.

'ఎందుకంతగా భయపడతావ్ బద్లూ? భూమిలో నువ్వు చారణా పాతిపెట్టావు కదా, రూపాయల మొక్క మొలిచేదాకా కొంతకాలం చూడు....ఓ విషయం గుర్తుపెట్టుకో...ఈ బాంబు నీ శత్రువుల కోసం తయారుచేసిందన్న సంగతి మాత్రం మర్చిపోకు!' రోషన్ అలీ పగలబడి నవ్వుతూ అన్నాడు.

అతని చేతిలో పెద్ద బ్రీఫ్ కేస్ ఉంది. చాలామంది టీవీ చానెళ్ల రిపోర్టర్లు, కెమెరామెన్ తమ టీమ్‌ను చుట్టుముట్టడంతో రోషన్ ఆ బ్రీఫ్ కేసును బద్లూ చేతికిచ్చాడు.

'ఈ బ్రీఫ్‌కేసు జాగ్రత్తగా పట్టుకో. నాదగ్గరే ఉండు సుమీ. ఇందులో మా ప్రాజెక్టుకు సంబంధించి పూర్తి ప్లాను, డిజైన్లు ఉన్నాయి' రోషన్‌మియా మెల్లగా అతని చెవిలో చెప్పాడు.

ఇంతలో అతని టీమ్‌లోని మిగిలిన సైంటిస్టులు కూడా అక్కడికి వచ్చారు. వారంతా ఒక ఊరేగింపుగా ఇసుక దిబ్బల్ని దాటుకుంటూ కొండపైకి చేరుకున్నారు. అక్కడ ఒక స్టేజిని కూడా కట్టారు. రోషన్ అలీ అదెక్కి దానిమీద నిలబడ్డాడు. ఒక టీవీ చానెల్ రిపోర్టర్ అతన్ని ఇంటర్వ్యూ చేయడానికి చొరవగా ముందుకు దూసుకెళ్లాడు.

రోషన్ తన బ్రీఫ్‌కేసు తెరవాలనుకున్నాడు. అటూఇటూ కలయచూశాడు.......

'అరె, నా బ్రీఫ్‌కేసెక్కడ? ఇపుడే బద్లూకిచ్చా గదా?'

అంతా కంగారుగా వెతకడం మొదలెట్టారు. బద్లూ ఏడి? ఇంతలోనే ఎక్కడికి పోయాడు?...........

ఆ స్టేజికి అవతల వైపు చాలా దూరంలో చిన్న నది ప్రవహిస్తోంది. బద్లూ ఆ నది ఒడ్డుకు చేరి ఓ చెట్టుకు ఆనుకుని కూలబడి కళ్లు మూసుకుని రెండు చేతులు జోడించి దేవుడ్ని ప్రార్థించసాగేడు.

పోఖ్రాన్‌లో ఇసుకతో నిండిపోయిన విస్తారమైన ఎడారిని రోషన్ అలీ కళ్లార్పకుండా చూస్తూ అన్నాడు.

'దేవుడిలా ఈ ప్రపంచాన్నీ, ఈ ప్రాంతాన్నంతటినీ క్షణాల్లో నాశనం చేయగల శక్తిసామర్థ్యాలు నా దగ్గరున్నాయ్. మా ప్రాజెక్టు ప్లానూ, డిజైన్లూ ఆ బ్రీఫ్‌కేసులో ఉన్నాయ్.....'

ఆ మాటలు విన్న ఊరివాళ్లంతా బద్లూ వైపు పరుగెత్తారు. అక్కడ కలకలం మొదలయ్యింది. వారంతా పొలికేకలు పెడుతూ బద్లూ దగ్గరికి పోయి అతని రెక్కలు విరిచి పట్టుకుని స్టేజి దగ్గరికి ఈడ్చుకొచ్చారు.

'నా బ్రీఫ్‌కేసేది?' రోషన్ అలీ కంగారుగా అడిగాడు.

'దాన్ని నేనే నదిలో విసిరికొట్టా' భయంతో నిలువెల్లా వణికిపోతూ నేలచూపులు చూస్తూ బద్లూ చెప్పాడు.

'పచ్చటి పంటల్ని నిలువునా మాడ్చేసే ఆ చావు విత్తనాన్ని మా ఊరికెందుకు తెచ్చావ్ సారూ?'

ఒక పక్క భయపడుతూనే, బద్లూ తన మనసులోని మాట పైకే అనేశాడు. ఏదో తప్పు చేశానన్న భయంతో బద్లూ కాళ్లూచేతులూ వణుకుతున్నాయ్. అతని మాటలతో రోషన్‌కు దిమ్మతిరిగింది. అనుకున్న ప్లాను కాస్తా అడ్డం తిరగడంతో టెన్షన్‌తో ఒక్కసారిగా బీపీ పెరిగి కళ్లు తిరిగి పడిపోయాడు!

కొద్దిసేపటికి తేరుకున్న రోషన్‌కు ఎప్పుడో చిన్నపుడు పేపర్లో చదివిన ఒక వార్త మనసులో మెదిలింది. మొట్టమొదట అణుబాంబును తయారుచేసిన సైంటిస్టు జూలియస్ రాబర్ట్ ఓపెన్‌హైమర్ అతనికి గుర్తు కొచ్చాడు. అణుబాంబు విధ్వంసాన్ని మొదటిసారి కళ్లారా చూశాక అతను భయంతో ఏడ్చేశాడు. 'అణుబాంబు కనిపెట్టి ఈ ప్రపంచానికి నేనెంత చెడు చేశానో నాకు తెలిసొచ్చింది. మానవాళిపాలిట నేను మృత్యువునయ్యా. వచ్చే తరం పసిపిల్లల్ని చంపే నరహంతకుడ్ని నేను' అంటూ ఓపెన్‌హైమర్ తన గురించి చెప్పుకున్న మాటలు రోషన్ చెవుల్లో గింగురుమంటున్నాయ్. తాను చేసిన చెడ్డ పనికి మానసికంగా కుంగిపోయి హైమర్ గొంతుకేన్సర్‌తో చనిపోయాడు.

ఎడారి ప్రాంతంలో జరుగుతున్న ఈ తతంగాన్ని అంతా గుడ్లప్పగించి చూస్తున్నారు. విలేకరులూ, కెమెరామెన్ దిగ్బంధనంలో చిక్కుకున్న రోషన్ అలీకి ఆందోళన మరింత పెరిగింది. ఏం చేయాలో దిక్కుతోచక అటూఇటూ చూస్తున్నాడు.

'నదిలోకి దిగి ఆ బ్రీఫ్‌కేసుని వెతికి తీసుకురానా? లేక నదిలోకి దూకి ఆత్మహత్య చేసుకోనా?'

ఇపుడు రోషన్ అలీ ఏం చేస్తాడో?

ఈ కథకు ముగింపు ఏమిటో మీరే చెప్పండి.........?

నిందితుడు

నువ్వో సిగ్గూ శరం లేని మనిషివని ఇప్పటికైనా ఒప్పుకుంటావా? ఒళ్లంతా కనపడేలా గుడ్డపీలికలు ఒంటికి చుట్టుకుని నడిరోడ్లపై బైరాగిలా తిరుగుతుంటావ్. నువ్వు అర్ధనగ్నంగా విమెన్స్ కాలేజీ ఎదుట బైఠాయిస్తే నిన్ను చూడలేక అమ్మాయిలు సిగ్గుతో చచ్చిపోయి మొహాన్ని దాచుకుంటారు!

నువ్వో సోమరిపోతువి. ఇంటి బాధ్యతలు గాలికొదిలి జులాయిగా తిరుగుతుంటావ్.

నీ పిల్లల ప్లేటులో చపాతీ గుంజుకుని వారిని దూరంగా నెట్టేశావ్!

నువ్వో కిరాయి హంతకుడివి. ఇప్పటికే నలుగురిని లేపేశావ్.

తన పనంతా చేయించుకున్నాక ఓ లీడర్ నీకు వంద రూపాయలు ఇస్తానంటే కోపగించి అతన్ని చంపేశావ్.మార్కెట్లో ఓ మిఠాయి బండివాడు చెడిపోయిన స్వీట్లను చెత్తకుప్పలో పడేశాడనిచెప్పి కోపం పట్టలేక వాడ్ని చంపావు.

నీ పేరు ఖాలిక్ కాబట్టి, గుడి పూజారి నీకు ప్రసాదం ఇవ్వలేదన్న అక్కసుతో ఆయన్ని పొట్టన పెట్టుకున్నావ్.

ఒక నాయకుడు మంత్రి అయ్యాక అడుక్కోవడాన్ని నేరంగా ప్రకటించాడని చెప్పి నువ్వు ఆ మినిస్టర్నే హత్య చేశావ్.

నువ్వు గడియకో వేషం మార్చి గమ్మత్తు పనులు చేస్తుంటావ్.

ఏ రాజకీయ పార్టీ వాళ్లు రమ్మంటే వాళ్లతో పోతుంటావ్.

నీకే మతమూ లేదు. నీపేరు ఖాలిక్ అయినా నువ్వెపుడూ మసీదుకే పోలేదు. మౌజ్జిన్ అజాఁ వినిపించి, ప్రార్థనలకు రావల్సిందిగా పిలిస్తే..... నువ్వు మసీదు ఎదుట నిలబడి 'మౌనంగా' నినాదాలిస్తావు.

నువ్వో పచ్చి మోసగాడివి. ఎవరైనా నీకు బిచ్చం వేస్తే ఆ పైసలపై ఉమ్మేసి వాటిని మళ్లీ వాళ్లకే ఇస్తావ్...!

సిటీలో అందమైన రెడీమేడ్ బట్టల షోరూమ్ ఎదురుగా కూచుంటావ్. నీ ఒంటి నుంచి వచ్చే వాసన, అసహ్యకరంగా ఉండే నీ మొహం చూసి షాపుకొచ్చే కస్టమర్లు ముక్కు మూసుకుని వెనక్కిపోతుంటారు. షాప్ఓనర్ తన మనుషులతో నిన్ను అక్కడ్నుంచి ఎన్నిసార్లు వెళ్లగొట్టినా వినవుగదా. మళ్లీమళ్లీ వచ్చి మొండిగా అక్కడే కూచుంటావ్.

నువ్వసలు మనిషివే కావు. కుక్కవు! రోడ్లపై ఊరకుక్కలతో తిరుగుతూ చెత్తకుప్పలలో ఉన్న ఎముకలను ఏరుకుంటూ కుళ్లు కంపుకొట్టే పాతపేపర్లను ఒంటికి చుట్టుకు తిరుగుతుంటావ్.

కుక్క పిల్లలతో కలిసి నువ్వు ఫుట్పాత్పై పడుకుంటావ్.

రథయాత్రలో పాల్గొంటూ 'జై జై రామ్' నినాదాలిస్తావ్.

చెప్పు, ఇప్పటికైనా జవాబివ్వు!'

బెల్లంకొట్టిన రాయిలా ఉండే కళను బానే నేర్చావే నువ్వు?

సీఎం కారుపై నువ్వు రాళ్లేస్తే, ఆయన డ్రైవర్కు దెబ్బలు తగిలాయ్. ప్రధానినీ, రాష్ట్రపతినీ పట్టుకుని నడిరోడ్డుపై నోటికొచ్చినట్టు తిడతావ్.

నిన్ను నీవు ఈ రాష్ట్రపతి కన్నా గొప్ప వ్యక్తిగా ఊహించుకుంటావ్.

రాష్ట్రపతి కన్నా గొప్పవాడిననుకోవడం తప్పన్న విషయం తెలీదా.....?

నడిరోడ్డుపై కూచుని నువ్వు గారడీ పనులు చేస్తుంటే నీ చుట్టూ జనాలు మూగుతారు.

ఆఖరికి నీ పెళ్లాం, పిల్లలు కూడా నిన్ను గుర్తించడానికి ఇష్టపడరే!

నువ్వు పిచ్చోడివి కాదని డాక్టర్లు తేలుస్తారు. అంచేత నిన్నెవరూ ఏ ఎసైలమ్లోనూ అట్టేబెట్టుకోరు.

నువ్వు బిచ్చగాడివి కూడా కాదు కాబట్టి, ఏ మతం వారూ తమ సత్రంలోనూ ఉండనివ్వరు.

పిచ్చివాడిగా నటిస్తుంటావ్. ఆకాశంలోకి రాయి విసిరి, ప్రతి బాధకూ పైవాడే కారణమని నిందిస్తావ్.

ఇంకా ఏమైనా సంజాయిషీ చెప్పుకునేది ఉందా?

కాని ఒక్క మాట మాత్రం గుర్తెట్టుకో. సత్యంతప్ప మరేదీ చెప్పనని జడ్జిగారి ఎదుట ప్రమాణం చేయాలిసుమా! తెల్సిందా?

నీకు మంచి బిచ్చగాళ్ల మాదిరిగా అడుక్కోడం చేతగాదా?

ఇన్ని ఖూనీలు చేశావ్గానీ, కనీసం రెండు గజాల గుడ్డ ఎక్కడైనా దొంగిలించైనా ఒంటిమీద కప్పుకోవాలన్న జ్ఞానం లేదా?

160 గుప్పిట జారే ఇసుక

మాట్లాడవేం, జవాబివ్వు!

నీ మౌనమే నీ నేరాన్ని రుజువు చేస్తోంది.

'యువరానర్, ఈ నిందితుడు పశ్చాత్తాపంతో మౌనంగా తలొంచుకున్న తీరే అతను తాను చేసిన నేరాన్ని అంగీకరిస్తున్నట్లు రుజువు చేస్తోంది'

'యువరానర్! ఈ కేసు ముగిసేలోగా నేను కొన్ని విషయాలు చెప్పాలనుకుంటున్నా.?' అంటూ జోక్యం చేసుకున్నాడో వ్యక్తి.

'ఇంతకీ, నువ్వెవరు? ఎవరికైనా లాయరివా?'

'ఈ సమాజం, చట్టం, మతం, నాగరికత....అన్నింటి తరపునా మాట్లాడ్తా నేను, యువరానర్! ఈ నేరగాడికి ప్రాణం పోయేంతటి శిక్ష మాత్రం వేయొద్దు. ఇతను పోయాడంటే ప్రపంచంలోని ప్రతి సమస్యా తీరిపోతుంది! అపుడు మనం ఎవరికి బిచ్చం వేయాలి? ఎవరిపై దయచూపాలి? దైవభక్తి, పాపభీతి గల బిచ్చగాళ్లని ఎక్కడనుంచీ తేగలం? పైగా, ఈరోజు ఇతనికి ఉరిశిక్ష వేసేస్తే ఇక సుప్రీంకోర్టు అవసరమే ఉండదు కదా!'

'యువరానర్, మీరనుమతిస్తే నేనోమాట మనవి చేయదలచుకున్నాను'

'మనందరి జీవితాలు, మన మనుగడ కోసం ఈ నేరగాడు బతకాల్సిన అవసరం ఎంతైనా ఉంది'

'అందుకే ఇతనికి యావజ్జీవ శిక్షే, సరైన శిక్ష అవుతుంది యువరానర్!......'

పర్దా జారుతోంది!

నెమ్మదిగా తెర లేస్తోంది!

స్టేజీ అంతా చీకటిగా ఉంది. హాల్లో కూచున్న ప్రేక్షకులంతా 'షో' చూడాలన్న ఆత్రంలో ఉన్నారు. వారిలో చాలామంది వీఐపీలు కూడా ఉన్నారు. వెయ్యి,ఐదొందల రూపాయల టిక్కెట్లు కొనుక్కుని మరీ ప్రసిద్ధ రచయితలూ, రంగస్థల నటులూ, సినీ యాక్టర్లూ, గౌరవ అతిథులూ వచ్చారు.

ఈ చిమ్మచీకట్లో వారంతా మరింత దగ్గరయ్యేందుకు ప్రయత్నిస్తున్నారు.

ఏదైనా నాటకం మొదలయ్యేముందు ఎంతటి భయంకరమైన నిశ్శబ్ద వాతావరణం ఉంటుంది!

ఇదేదో మామూలు స్టేజి కాదు. ఇదొక విశ్వవేదిక. దీనిపై ఒక మహిళ కథ మొదలు కాబోతోంది.

ఆడదాని చుట్టూ అల్లుకున్న కథ ఎప్పుడూ ఆసక్తికరంగానే ఉంటుంది!

రచయిత ఈ కథ చెప్పిచెప్పి ముసలాడయ్యాడు! అతని తల నెరిసింది. కానీ అతను మసకమసక లైట్ల వెలుతురులో స్టేజి పైకి వచ్చి 'అనగనగా......ఒకప్పుడు ఒక స్త్రీ ఉండేది' అంటూ మొదలెట్టగానే అంతా ఒక్కసారిగా అలర్టయిపోతారు!

ఈ మాటలు వినబడగానే అందరి దృష్టీ అటువైపే! చెవులురిక్కించి ఆసక్తితో వినడం మొదలుపెడతారు.

మళ్లీ ఏమయ్యింది?

ఈ ప్రపంచంలో ఆడదానిపై ఎపుడూ ఏదో అఘాయిత్యం జరుగుతూనే ఉంటుంది కదా!

స్టేజిపై చీకట్లు వ్యాపిస్తుంటే గుండె దడదడ కొట్టుకుంటుంది. ఎందుకంటే ఆడదాన్ని చీకట్లో నాశనం చేశాకే కొత్త కథ పుట్టుకొస్తుంది!

ఈ చరాచర విశ్వంలో ప్రతి పుట్టుకకూ ఆ చీకటే మూలం!

స్టేజిపై ఒక వైపునుంచి చీకట్లు ముసురుకుంటుంటే....మరోవైపు నుంచి వెలుగులు విరజిమ్ముతున్నాయ్. ఈ చీకటివెలుగుల నీడల నుంచి రంగురంగుల డ్రెస్సులతో జిగేలుమనే టోపీలు పెట్టుకుని ఇద్దరు జోకర్లు వచ్చారు. మద్దెల వాయిస్తూ ఒకరినొకరు తోసుకుంటూ, ఎగురుకుంటూ ఉత్సాహంగా వచ్చారు. పిల్లచేష్టలతో ఈ జోకర్లిద్దరూ అక్కడి ప్రేక్షకుల్ని నవ్వించడానికి తెగ కష్టపడుతున్నారు.

కొద్దిసేపయ్యాక వారు ప్రేక్షకులకు 'సారీ' చెప్పారు. తాము ఓ స్త్రీ కథ చెప్పాలని వచ్చామనీ, అయితే ఆమింకా పుట్టనేలేదని జోకర్లు అసలు విషయం చివరిక్షణంలో బయటపెట్టారు!

ఇప్పుడేం చేసేది?

ఇద్దరు జోకర్లూ చాలాసేపు తర్జనభర్జనలు పడి ఓ నిర్ణయానికొచ్చారు. తామే ఓ స్త్రీని సృజించాలనుకున్నారు. ఆ పనిలో పడ్డారు.

వారు త్వరత్వరగా రకరకాల దినుసులు తెచ్చారు. మైదా, నెయ్యి, చక్కెర, అందులో సువాసనకు బోలెడన్ని సుగంధద్రవ్యాలు రెడీ చేసి పెట్టారు. కొన్ని ఇనుప ముక్కలు, బొగ్గులని కింద పేర్చి మంటరాజేశారు. భగభగమని ఎర్రగా కాలిన నిప్పుకణికలతో వంట చేస్తున్నారు. అపుడు వారికి మిర్చి తాలింపు సంగతి గుర్తుకొచ్చింది. అది తప్పనిసరికదా. మిర్చే లేకుంటే వంట చేసేటపుడు ఆడాళ్లకు టేస్ట్ చూసిచెప్పే చాన్సేరాదు! పన్నెండు మసాలా దినుసులను బాగా దంచి మసాలాచాట్ చేశారు. అందులో ఓ సీసా తేనె కూడా పోశారు. దాన్ని బాగా కలియబెట్టి ఆ ముద్దను చిన్నబొమ్మగా చేశారు. దాన్ని ఎత్తయిన చోటులో పెట్టి, అది నిద్ర లేచే దాకా ఎదురుచూడసాగేరు.

జోకర్లు చేస్తున్న ఈ తంతు ప్రేక్షకులకు చిరాకు పుట్టించింది. వారంతా నిద్రలో జోగుతున్నారు.

అంతలో, జోకర్లు రాజేసిన మంటల మధ్యలోంచి ఓ జీవి పుట్టుకొచ్చి ఒళ్లు విరుచుకుంది.

స్టేజిపై సడెన్‌గా సీనంతా మారిపోయింది. మధురమైన సంగీతం వీనులవిందు చేస్తోంది. కొంతమంది ఆనందంతో ఊగుతూ,తూగుతూ డ్యాన్సులు చేయడంతో వాతావరణం కోలాహలంగా మారింది. స్టేజి అంతా ఫోకస్ లైట్లతో మిరుమిట్లు కొలుపుతోంది. రంగురంగుల వెలిగి ఆరే సీరియల్ లైటింగ్ దేదీప్యమానంగా కనిపిస్తోంది. ప్రకాశవంతమైన లైటింగ్ సర్కిల్‌లో ఆ చిన్ని కుందనపు బొమ్మ, వయ్యారంగా డ్యాన్సు చేయడం మొదలెట్టింది.

రిథమ్‌కు తగ్గట్టు ఊగిపోతోంది. ఆమె వేగంగా స్టెప్పులు వేసేకొద్దీ ఆమె మరింత ఎత్తుకు ఎదిగిపోతోంది!

గుండ్రంగా ఉండే వెలిగీఆరే సీరియల్ లైటింగ్ సెట్టింగ్ దగ్గర ఉన్న ఆ అమ్మాయి చుట్టూ కొందరు మగాళ్లు కూడా తిరగడం మొదలెట్టారు.

వాళ్లు మాటిమాటికీ చేతులు చాపుతున్నారు. వెర్రి ఆనందం పట్టలేక చప్పట్లు కొడుతున్నారు. ఆ అమ్మాయిని ఏదోరకంగా తాకేందుకు ప్రయత్నిస్తున్నారు. కాని ఆమె మెరుపుతీగలా వేగంగా కదులుతూ స్టెప్పులేస్తూ ఎవరికీ చిక్కడం లేదు. ఎవర్నీ చేయి వేయనివ్వడం లేదు. మాట్లాడనివ్వడం లేదు.

ఎవరైనా ఒడిసి పట్టుకోబోతే, ఆమె ఏదో విధంగా వారి గుప్పిట్లోంచి తప్పించు కుంటోంది.

అభిమానులు చుట్టూచేరి ఆమెను సతాయించడం మొదలెట్టారు.

సంగీతంలో జోరు కూడా కాస్త తగ్గింది.

కాంతులీనే చట్రంలో డ్యాన్స్ చేస్తున్న ఆ యువతి అపుడపుడు ఎవరి కోసమో వెతుకుతూ అటూఇటూ దిక్కులు చూస్తోంది!

సీన్ మారింది. మళ్లీ ఉన్నట్టుండి లవ్ సాంగ్స్ మొదలయ్యాయి. ఈ పాటలన్నీ రంగురంగుల లైట్ల సర్కిల్ నుంచి హోరెత్తిస్తున్నాయ్. ప్రేక్షకుల కోసం ఇపుడో సీన్‌ను పండించబోతున్నారు.

ఆ అమ్మాయి సుతారంగా పూలు విసిరింది. గుండ్రంగా తిరుగుతున్న చట్రంలో నించున్న ఆమె కూడా దాంతోపాటే తిరుగుతోంది. డ్యాన్సు చేస్తున్న జోకర్ ఆమె దగ్గరకొచ్చి ఆగిపోయి, ఆనందం పట్టలేక కెవ్వున గావుకేక పెట్టాడు. పెద్దపెద్ద రంగురంగుల పూలగుత్తులు ఆ అమ్మాయికి ఇవ్వబోతున్నారు. కుప్పలుకుప్పలుగా ఉన్న తామరపూలనుంచి సినీ స్టయిల్‌లో ఒక టీనేజ్ కుర్రాడు లేచి వచ్చాడు. అతను బాగాతాగిన మైకంలో ఉన్నాడు. ఆ పిల్ల డ్యాన్స్ చేస్తూ చేస్తూ మధ్యలో ఆపి అతని వైపు చూసింది. అమె వివేకాన్ని కోల్పోయింది. ఆ కుర్రాడి చేతిలో చెయ్యేసి హుషారుగా డ్యాన్సు చేస్తూ ముందుకుసాగింది. ఇపుడు, వారిద్దరితో కలిసి జోకర్ కూడా స్టెప్పులేయడం మొదలెట్టాడు. ప్రేమగీతాలు ప్రేక్షకుల్ని హుషారెత్తిస్తున్నాయి. కూచిపూడి, కథక్ నృత్యాలు తెరమరుగై, అమ్మాయిలూ, అబ్బాయిలూ అసహ్యంగా ముందుకీ, వెనక్కీ ఊగడాలూ.....గెంతడాలూ......వెర్రిమొర్రి ఒళ్లు విరుపులూ మిగిలాయ్!

కాలం ఒక్కసారి ఆగిపోతుందేమోనన్న భయం వారిని పీడిస్తోంది. అయినా సంగమించే వేళ కోర్కెల మత్తులో వారు బిగికౌగిలిలో వివశులై ఉన్నారు. ఒకరికొకరు చేరువవుతూ, మళ్లీ దూరానికి జరిగిపోతూ రకరకాల భంగిమలు ప్రదర్శిస్తున్నారు.

హాలులో కూచున్న ప్రేక్షకులకు ఇవన్నీ కిర్రెక్కిస్తున్నాయి. వారు ఉత్సాహంగా చప్పట్లు కొడుతున్నారు.

కవ్వింతలు, తుళ్లింతలు, అలకలు, కులుకులు, ఊరడింపులు, బుజ్జగింపులు, కోపాలు, తాపాలు.....అనేక శృంగార చేష్టలతో వారు ప్రేక్షకుల్ని అలరించారు. మధురభావనలతో వారిద్దరూ ప్రేమ రథంపై ఆకాశంలో విహారం చేశారు. పూలపాన్పుపై పడుకున్నారు. రతీమన్మథుల్లా పెనవేసుకుపోయి ఆనందపుడోలికల్లో తేలియాడారు. మత్తుగా ఆనందపారవశ్యంలో ప్రేమగీతాలు పాడుకున్నారు.

ఈ ప్రేమకలాపాలతో ఆ కుర్రాడు బాగా అలసిపోయాడు. అప్పటిదాకా తనతో డ్యాన్స్ చేసిన అమ్మాయి బాహువుల్లోంచి బయటపడి నెమ్మది నెమ్మదిగా దూరం జరిగాడు. ఆ యువతికూడా నెమ్మదిగా అతన్ని పట్టుకునేందుకు ప్రయత్నిస్తోంది. మరోవైపు స్టేజిపై చీకట్లు ముసరడంతో అక్కడ ఏం జరుగుతోందో తెలీకుండా ఉంది.

* * *

ఇప్పుడు స్టేజిపై మళ్లీ లైటింగ్ క్రమంగా పెరుగుతోంది. ఇంతట్లో సందట్లో సడేమియా అన్నట్లు, ఆ కుర్రాడు అక్కడి నుంచి జారుకున్నాడు. జోకర్లలో టెన్షన్ పెరిగి అతని కోసం వెతకడం మొదలెట్టారు. ఆ కుర్రాడు ఎటు పోయాడంటూ ఒక జోకర్ మరొకర్ని సైగల ద్వారా అడిగాడు.

ఒంటరైన ఆ పిల్ల భయం భయంగా డ్యాన్స్ చేస్తూ అటూఇటూ కళ్లప్పగిస్తూ చూస్తోంది. ఎవరి కోసమో వెతుకుతోంది.

ఆ యువకుడు ఉన్నట్టుండి వెళ్లిపోవడంతో జోకర్లతోపాటు ప్రేక్షకులక్కూడా తెగ బోర్ కొడుతోంది.

బాగా ఎంటర్‌టైన్ చేస్తున్న ఆ కుర్రాడ్ని ఎందుకు పోనిచ్చావంటూ జోకర్లు ఒకరినొకరు నిందించుకుంటున్నారు. యువకుడి నిష్క్రమణతో రంజుగా సాగుతున్న 'షో'ను సగంలోనే ఆపేయాల్సి వచ్చినందుకు వారు ప్రేక్షకులకు సారీ చెప్పారు. ఏమాత్రం ఆలస్యం చేయకుండా పిల్లచేష్టలతో అందర్నీ నవ్వించడానికి నానా ప్రయత్నాలు చేయసాగేరు.

ఒక జోకర్ మరో జోకర్‌కు కాలు అడ్డంపెట్టి పడగొట్టాడు. వారు కొట్లాడుకునే ముందు తమ బట్టలిప్పడం మొదలెట్టారు. ఒక డ్రెస్సులోపల మరో డ్రెస్సు ఉంది! ఎన్ని పేంట్లు విప్పినా......లోపల మరిన్ని పేంట్లు వస్తూనే ఉన్నాయ్! వాటికి అంతే లేదు!! ఈదేశంలో ఆడదానికి ఒళ్లు కప్పుకోడానికి జానెడు గుడ్డ దొరకదుగానీ, మగమహారాజులకి కొదవేముంది? కావాలనుకుంటే తానులకొద్దీ బట్టలొస్తాయ్! చాలా డ్రెస్సులు విప్పీవిప్పీ అలసిపోయిన జోకర్లు ఇక చేతులెత్తేశారు. వాళ్లిద్దరూ ప్రేక్షకుల ముందుకెళ్లి వినయంగా తలొంచి తమ 'ఓటమి'ని ఒప్పుకున్నారు.

ఆ సమయంలో ఆనుకోకుండా వారి దృష్టి స్టేజికి ఒక మూల చీకట్లో తలొంచుకుని కూచున్న వ్యక్తిపై పడింది.

విరబోసుకున్న జుట్టును ఒకవైపు ముడివేసుకుని ఓ యువతి దీనావస్థలో కూచుంది. కడుపులో మెలితిప్పుతున్న బాధతో ఆమె వెక్కివెక్కి ఏడుస్తోంది.

ఆమె దగ్గరకు వెళ్లడానికి ఇద్దరు జోకర్లూ ముందు కొంచెం భయపడ్డారు. ఆమె బాధను గమనించి ఒక్క క్షణం మౌనంగా ఉండిపోయారు. తర్వాత వారికేదో ఐడియా వచ్చినట్టుంది. ఒకరినొకరు చూసుకుని ముసిముసిగా నవ్వుకున్నారు.

వాళ్లిద్దరూ మళ్లీ ప్రేక్షకుల ముందుకొచ్చారు. నిశ్శబ్దంగా ఉండాల్సిందిగా సైగలతో నచ్చచెప్పే ప్రయత్నం చేశారు. విషయం ఏమిటంటే.....ఒక చిన్న పిల్లాడు స్టేజిపైకి రానున్నాడు. ఆ విషయాన్ని ఎవరికీ తెలియకుండా ఉండేందుకు లైటింగ్ తగ్గించి తెరదించారు. క్రమంగా స్టేజి అంతా చీకటైపోయింది. ఆ చిమ్మచీకట్లో చిన్న దీపం వెలిగింది.

ఆ వెలుగుల చట్రంలో ఆ అమ్మాయి ముద్దులొలికే చిన్నారిని ఎత్తుకుని కూచుంది.

ఇద్దరు జోకర్లూ గాభరాగా అటూఇటూ వెతుకుతున్నారు. వారి దృష్టి ఆ అమ్మాయి మీద పడింది. వారు ఆనందంతో చప్పట్లు కొడుతూ డ్యాన్స్ చేయడం మొదలెట్టారు. ఒక్కోసారి వారు దగ్గరకొచ్చి, మరోసారి దూరానికి జరిగి పిల్లాడిని సైగలతో పిలుస్తున్నారు. పనిలోపనిగా, ఆ అమ్మాయిని తమతో డ్యాన్స్ చేయాలంటూ ఒత్తిడి చేయసాగేరు.

ఇపుడు ఆ ముగ్గురూ చిన్న పిల్లాడి పక్కనే స్టెప్పులేస్తున్నారు. ఆనందంతో ఊగిపోతున్నారు.

చప్పట్లు కొడుతూ జోలపాటలు పాడుతూ చిన్నారిని మైమరపిస్తున్నారు. చేతుల్నే ఊయలగా చేసి అందులో పిల్లాడ్ని పడుకోబెట్టి ఊపడం మొదలుపెట్టారు.

ఈ ప్రపంచంలో తల్లికి కష్టాలు అన్నీఇన్నీ కావు. పిల్లాడు గుక్కపెట్టి ఏడ్చాడంటే అమ్మ ఒళ్లో పెట్టుకుని లాలిపాట పాడుతుంది. ఆకలేస్తే పాలిస్తుంది. అన్నం తినకుండా

166 గుప్పిట జారే ఇసుక

మారాంచేస్తే కతలూ కబుర్లూ చెప్పి, చందమామను చూపించి, ఏమార్చి పిల్లాడికి గోరుముద్దలు తినిపిస్తుంది. పిల్లాడ్ని ఎత్తుకుని వాడి నాన్న కోసం తల్లి ఎదురుచూస్తూంటుంది.

పిల్లాడు పెరిగి పెద్దాడవుతున్నాడు. వాడు చేసే ఆకతాయి పనులకు తల్లి బెంబేలెత్తిపోతోంది. కొడుకు ఎక్కడికీ పారిపోకుండా చూసేందుకు అమ్మ నలువైపులా పరుగులు పెడుతోంది. ఇద్దరు జోకర్లు కూడా వాడ్ని పట్టుకునేందుకు తెగ ఉబలాటపడుతున్నా వాడు చేతికి చిక్కడం లేదు.

వాడో గుర్రమెక్కి మొత్తం స్టేజి అంతా కలయ తిరుగుతున్నాడు. వాడెంత ఎత్తులో తిరుగుతున్నాడంటే, అతని తల్లికి కూడా అందడం లేదు... కొడుకుని పట్టుకోడానికి ప్రయత్నించి ఆమె అలసిపోయింది.

చదువుకుంటాడనీ తల్లి వాడి ముందు పుస్తకాలు ఉంచుతుంది. పిల్లాడు స్కూలుకెళితే, ఏరోడ్డులో ఇంటికొస్తాడోనని ఆమె టెన్షన్‌తో ఎదురుచూస్తూంటుంది.

జోకర్లిద్దరూ ఆమె అవస్థ చూడలేక స్టేజి మధ్యకొచ్చారు. ఆమె తల్లి అయ్యాక, డ్యాన్స్ చేయడం, పాటలు పాడడం మొత్తం అన్నీ మర్చిపోయిందనీ సైగల ద్వారా ప్రేక్షకులకు చెప్పసాగేరు.

'ఇపుడామె కేవలం ఒక మాతృమూర్తి. మేమిపుడు చేయగలిగేది ఏముంది?'

జోకర్లు ఎప్పట్లాగే పిల్ల చేష్టలతో ప్రేక్షకులను నవ్వించేందుకు తెగ కష్టపడడం మొదలెట్టారు.

ఆ తల్లి, పిల్లాడిని తన వేలు పట్టుకుని నడిపిస్తోంది. మళ్లీ పిల్లాడు చేయి విదిలించుకుని పరుగులు పెడుతున్నాడు. వాడి వెనక పరుగెత్తీ, పరుగెత్తీ అమ్మ అలసిపోయింది. చిన్నప్పటినుంచీ వాడు తుంటరి పనులు చేస్తూ వస్తువుల్ని నాశనం చేసేవాడు.

పిల్లాడు ఎదుగుతున్నాడు. క్రమంగా పొడగరి అయ్యాడు. పిల్లాడి మీద ఒక దెబ్బ వేయాలన్నా అమ్మ చేతికి అందనంత ఎత్తుకి కొడుకు ఎదిగిపోయాడు!

మళ్లీ ఆ అబ్బాయి, తల్లి వెంట తిరుగుతూ ఆమెను ఒకచోట కూర్చోబెట్టి వినయంగా తలొంచి నమస్కరించాడు. అప్పుడు జోకర్ ఎంతో సిగ్గుపడుతూ ప్రేక్షకులతో అన్నాడు.

'బండరాయిని దేవతామూర్తిగా మలచడానికి మనసులో ఉన్న ప్రేమనంతటినీ అర్పించుకోవాల్సి ఉంటుంది. కానీ, ఒక ఆడదాన్ని రాయిగా మార్చాలంటే ఏమీ చేయనక్కర్లేదు. ఆమెను ఓ మాతృమూర్తిగా సృష్టిస్తే చాలు!"ఎందుకంటే ఆడది భగవంతుడిలా అవతారాలెత్తలేదు. 'అల్లా' కాలేదు. రాముడిగా అవతరించలేదు......రావణుడిగా మారలేదు– ఇవన్నీ మగవాళ్ల రూపాలే! స్త్రీకి ఒకే ఒక్క రూపముంది.....అదే.....అమ్మ!'

అందుకే సితార్‌పై మంద్రస్థాయి ట్యూన్‌లో ఒకటే మాట పదేపదే వినిపిస్తోంది.

'అమ్మ....అమ్మ.....అమ్మ......'

ఇపుడు స్టేజిపై మసక వెలుతురులో ఆ తల్లి నలువైపులా నిస్సహాయంగా చూస్తూ నెమ్మది నెమ్మదిగా తిరుగుతోంది.

ఆమె చేయి చాస్తోంది. ఆకాశమే హద్దుగా చెలరేగి ఎంజాయ్ చేస్తున్న యువతీ యువకులు నవ్వులతో తుళ్లింతలతో డ్యాన్సులు చేస్తున్నారు. కానీ ఆ తల్లి వారివైపు చేయి అందిస్తుంటే, వారింకా దూరంగా జరిగిపోతున్నారు.

అమ్మ నించున్నచోట చీకట్లు ముసురుకున్నాయి.

అమ్మ భయంగా రెండు చేతులూ ముందుకు చాచింది. ఒకసారి ఇటువైపు, మరోసారి అటువైపు చేతులు చాచింది.

మళ్లీ ఆమె ప్రేక్షకులవైపు తిరిగి అడిగింది.

'రెండు తీరాలూ నాకు దూరమే. ఈ ఒడ్డుకు వెళ్లేదా? లేక ఆ ఒడ్డుకు పోయేదా?'

మెల్లమెల్లగా ఆమ్మ వైపు కారుచీకట్లు కమ్ముకుంటున్నాయి. నెమ్మది నెమ్మదిగా స్టేజిపై 'షో'కు తెరపడుతోంది.